मधुर नात्यांकडे वाटचाल

बेस्टसेलर पुस्तक 'विचार नियम'चे रचनाकार सरश्री यांची अन्य श्रेष्ठ पुस्तकं

आध्यात्मिक विकास साधण्यासाठी या पुस्तकांचा लाभ घ्यावा

- जीवनाची दोन टोकं - ध्यान आणि धन
- रामायण वनवास रहस्य
- संत ज्ञानेश्वर - समाधी रहस्य आणि जीवन चरित्र
- मृत्यू उपरांत जीवन - मृत्यू मोका की धोका
- क्षमेची जादू - क्षमेचं सामर्थ्य जाणा, सर्व दुःखांपासून मुक्त व्हा
- प्रेम नियम - प्लॅस्टिक प्रेमातून मुक्ती
- आध्यात्मिक उपनिषद - सत्याच्या साक्षीने जन्मलेल्या 24 कथा
- विज्ञान मनाचे - मनाचे बुद्ध कसे बनाल

स्वविकासासाठी या पुस्तकांचा लाभ घ्यावा

- विचार नियम - आपल्या यशाचे रहस्य
- विकास नियम - आत्मसंतुष्टीचं रहस्य
- परिवारासाठी विचार नियम - हॅपी फॅमिलीचे सात सूत्र
- इमोशन्स वर विजय - दुःखद भावना व्यक्त करण्याची कला
- स्वसंवाद एक जादू - आपला रिमोट कंट्रोल कसा प्राप्त करावा
- साहसी जीवन कसं जगाल - अशक्य कार्य शक्य कसं कराल
- समग्र लोकव्यवहार - मैत्री आणि नातं निभावण्याची कला
- सुखी जीवनाचे पासवर्ड - दुःख, अशांती आणि उद्विग्नतेच्या कैदेतून सुखाला करा मुक्त
- जीवनाची 5 महान रहस्य - प्रेम, आनंद, मौन, समृद्धी आणि परमेश्वर प्राप्तीचा मार्ग
- वर्तमान एक जादू - उज्ज्वल भविष्याची निर्मिती आणि प्रत्येक समस्येवरील उपाय

युवकांनी या पुस्तकांचा लाभ घ्यावा

- आजच्या युवा पिढीसाठी - विचार नियम फॉर युथ
- नींव नाइन्टी फॉर टीन्स् - बेस्ट कसे बनाल
- श्रीरामांकडून काय शिकाल - नवरामायण फॉर टीन्स्

या पुस्तकाद्वारे प्रत्येक समस्येचं समाधान प्राप्त करा

- स्वाथ्य प्राप्तीसाठी विचार नियम - मन:शक्तीद्वारे निरामय आरोग्य मिळवा
- स्वीकाराची जादू - त्वरित आनंद कसा प्राप्त करावा

या आध्यात्मिक कादंबऱ्यांद्वारे जीवनाचं गूढ रहस्य जाणा

- योग्य कर्मांद्वारे यशप्राप्ती - सन ऑफ बुद्धा
- शोध स्वतःचा - हरक्युलिसचा आंतरिक प्रवास
- पृथ्वी लक्ष्य - मृत्यूचं महासत्य
- दुःखात खुश राहण्याची कला - संवाद गीता

बेस्ट सेलर पुस्तकं
'विचार नियम' आणि
'शोध स्वतःचा'चे रचनाकार
सरश्री

मधुर नात्यांकडे वाटचाल

3 जादुई सूत्रांद्वारे नातेसंबंधांतील दरी मिटवा

Exploring New Horizons in Relationships

मधुर नात्यांकडे वाटचाल

३ जादुई सूत्रांद्वारे नातेसंबंधातील दरी मिटवा

© Tejgyan Global Foundation

All Rights Reserved 2013.
Tejgyan Global Foundation is a charitable organization having its headquarters in Pune, India.

सर्वाधिकार सुरक्षित

'वॉव पब्लिशिंग्ज् प्रा. लि.'द्वारे प्रकाशित हे पुस्तक अशा अटीवर विकण्यात येत आहे की प्रकाशकाच्या लेखी पूर्वअनुमतीविना ते व्यापाराच्या दृष्टीने अथवा अन्य प्रकारे उसने, भाड्याने अथवा विकत अन्य कोणत्याही प्रकारच्या बांधणीत अथवा अन्य मुखपृष्ठासह देता येणार नाही. तसेच अशाच प्रकारच्या अटी नंतरच्या ग्राहकावर बंधनकारक न करता आणि वर उल्लेखिलेल्या कॉपीराइटपुरत्या मर्यादित न ठेवता या पुस्तकाच्या कोणत्याही स्वरूपाच्या विनिमयास, तसेच कॉपीराइटधारक व वर उल्लेखिलेले प्रकाशक दोघांच्याही लेखी पूर्वअनुमतीविना इलेक्ट्रॉनिक, मेकॅनिकल, फोटोकॉपी, रेकॉर्डिंग इत्यादी प्रकारे या पुस्तकाचा कोणताही अंश पुनःप्रस्तुत करण्यास, जवळ बाळगण्यास अथवा सुधारित स्वरूपात प्रस्तुत करण्यास मनाई आहे.

प्रकाशक : वॉव पब्लिशिंग्ज् प्रा. लि., पुणे

प्रथम आवृत्ती : नोव्हेंबर २०१५

पुनर्मुद्रण : जुलै २०१६, डिसेंबर २०१७, सप्टेंबर २०१९

ISBN : 978-81-8415-356-9

(सदर पुस्तकाची तेजज्ञान ग्लोबल फाउंडेशनद्वारे प्रथम आवृत्ती प्रकाशित झाली आहे.)

'रिश्तों में नई रोशनी' या मूळ हिंदी पुस्तकाचा मराठी अनुवाद

Madhur Natynankade Vatchal - 3 Jadui Sutrandware Natesanbandhatil Dari Mitva
By **Sirshree** Tejparkhi

अनुक्रमणिका

शब्दसंग्रह		९
अध्याय १	नातेसंबंधात प्रकाशाचा पहिला किरण – प्रस्तावना	११
	निसर्गाची व्यवस्था जाणून त्याचा सहयोग ओळखा	
	या पुस्तकाचा लाभ कसा घ्याल	१७

भाग १ — नात्यांचे महत्त्व आणि प्रेमसंदेश — १९

अध्याय २	जगण्यातील शिस्त	२१
	मी उत्कृष्ट... तुम्हीही उत्कृष्ट...	

भाग २ — नात्यांमधील अंधकार दूर करण्यासाठी... — २५

अध्याय ३	नातेसंबंधात उच्च चेतनेची आवश्यकता	२७
	नातेसंबंधांतील शिडीच्या सहा पायऱ्या	
अध्याय ४	परिवाररूपी वृक्षाची तोड थांबवा	३३
	अहंकाराची आरी, कपटाची कुऱ्हाड त्यागा	
अध्याय ५	नातेसंबंधात चिरस्थायी प्रेम	३८
	प्रेमाचा पुरावा आणि प्रेमाचा मृत्यू	
अध्याय ६	नातेसंबंधात तलवारींचा खणखणाट नसावा	४२
	अतेज नातलगांची हत्यारं – संशय आणि अनुमान	
अध्याय ७	समजदार कुटुंबाची सुखाकडे वाटचाल	४५
	कुटुंबामधील तणावाच्या पातळीकडे लक्ष द्या	
अध्याय ८	नातेसंबंध सुधारण्यासाठी स्वतःला सुधारा	४९
	नात्यांमध्ये 'माफी' मागा	

भाग ३	नात्यांमधील सुयोग्य संवादासाठी...	५३
अध्याय ९	नातेसंबंधात माधुर्य आणा मंद आणि मधुर स्वरांची जादू आत्मसात करा	५५
अध्याय १०	नात्यांमध्ये चुकीचा संदेश रोखा नात्यांमधील गैरसमज दूर करा	५८
अध्याय ११	न बोलता विचार करू नका, विचार न करता बोलू नका नात्यांमध्ये समस्यांचं मूळ कारण – 'तू म्हणजेच मी'	६३
अध्याय १२	नातेसंबंधात परिपूर्णता आणण्यासाठी... व्यक्त करा मनातील गुजगोष्टी	६८

भाग ४	कुटुंबातील नातेसंबंधांची वीण घट्ट करण्यासाठी...	७३
अध्याय १३	पती, पत्नी आणि मुलं विवाहाचे उद्दिष्ट	७५
अध्याय १४	मिळून मिसळून जगण्याची योजना आखा कुटुंबाने आपला एक गट बनवावा	८०
अध्याय १५	कुटुंबात तीन उच्चस्तरीय संवादमंच कसे बनवाल उच्चतम नातेसंबंधांचा पाया	८३
अध्याय १६	घरालाच स्वर्ग बनवा सासू-सुनेच्या नात्यात जपा आई-लेकीचे भाव	९०

भाग ५	असा आणावा नात्यांमध्ये नवप्रकाश...१	९३
अध्याय १७	जादूचं पहिलं पाऊल : आपण ज्याचे चिंतन करतो तेच बनतो निरीक्षणकलेद्वारा गुणवंत बना	९५

अध्याय १८	जादूचं दुसरं पाऊल : दुसऱ्यांची प्रशंसा मुक्तपणे करा	१०६
	लोकांच्या गुणवत्तेत वाढ करा	
अध्याय १९	जादूचं तिसरं पाऊल : शुभसमाचार निवेदक व्हा	११८
	संपूर्ण जग बदला	
भाग ६	**असा आणावा नात्यांमध्ये नवप्रकाश...२**	**१२५**
अध्याय २०	नातेसंबंधातील काचेच्या भिंती कशा तोडाव्यात	१२७
	सोनेरी उपाय : ग्लास ब्रेकिंग - १	
अध्याय २१	वेगवेगळ्या नात्यातील काचेच्या भिंती कशा तोडाल	१३३
	सोनेरी उपाय : ग्लास ब्रेकिंग - २	
अध्याय २२	कुठेही असो, काचेची भिंत तोडायलाच हवी	१४०
	सोनेरी उपाय : ग्लास ब्रेकिंग - ३	
अध्याय २३	द्वेष विसरून माफीची कला आत्मसात करा	१४६
	माफीची ताकद	
अध्याय २४	नातेसंबंध आणि विचारांचे नाते	१५३
	जीवनाचा नियम आणि नातेसंबंधांचा विकास	
अध्याय २५	लोकांशी असणारी नाती अर्थपूर्ण व्हावीत	१६३
	दृष्टी, देहबोली, प्रार्थना जशी असेल, तसं हे जग दिसेल	
अध्याय २६	आपल्यात बदल घडवेल असंच नातं निर्माण करा	१६७
	गुरू-शिष्याचं नातं	
अध्याय २७	जडेल नाते प्रभूशी तयाचे	१७४
	ईश्वराशी संवाद साधण्याचा सृजनात्मक मार्ग	

	परिशिष्ट	१७९
अध्याय २८	नातीगोती कायम टिकवण्यासाठी पूर्वजांचे प्रयास प्रेमाचा संदेश, सण-उत्सवांचा उद्देश	१७९
अध्याय २९	महान उद्दिष्टासाठी अनेक हितचिंतकांची गरज असते आपण समजतो तितके लोक वाईट नसतात	१८४
अध्याय ३०	समाजाशी असलेले संबंध – सोनेरी नियम जे आपण आहात	१८९

शब्दसंग्रह

तेज : दोन्हीच्या पलीकडचा. जसं, कोलाहल आणि शांतीच्या पलीकडे असलेले तेजमौन.

तेजप्रेम : विनाशर्त प्रेम. प्रेम आणि द्वेष यांच्या पलीकडे असणारं प्रेम.

तेजक्षमा : शिक्षा आणि क्षमा या दोहोंपलीकडचा क्षमाभाव. पूर्ण स्वीकार.

तेजनातेवाईक : शुभचिंतक, कल्याण मित्र, मदत करणारा मित्र. तेज मित्र.

तेज नातेसंबंध : आपल्यात परिवर्तन घडवून आणणारे, आपल्याला अंतर्बाह्य बदलवून टाकणारे, आपले रूपांतरण करणारे नातेसंबंध.

तेज विश्वास : विश्वास आणि अविश्वास या दोहोंपलीकडे असणारा विश्वास.

तेजसंसारी : प्रपंच आणि संन्यास या दोन्हींच्या पलीकडचा. या दोन्हींचा लाभ घेत जगणारा, प्रपंच करणारा. प्रपंच तसेच संन्यस्त जीवनाच्याही दुष्परिणामांपासून सुरक्षित असणारा. नातेसंबंधांचा उपयोग सत्यप्राप्तीकरिता करून घेणारा, असा मनुष्य.

शिबिर : सेमिनार. दिवसभर विशिष्ट विषयाशी संबंधित श्रवण (पठण), मनन आणि प्रयोग.

प्रेमन : प्रेमाने भरलेले मन.

प्लॅटफॉर्म : उच्च व्यासपीठ. नेमके ज्ञान-जाणीव देणारे व्यासपीठ, वैचारिक आदानप्रदानाचे ठिकाण.

ग्लास ब्रेकिंग : नातेसंबंधात उभी राहिलेली काचेची भिंत दूर करणे. दुरावा संपुष्टात आणणे.

अतेज आप्त	:	खोट्या आनंदाचे आमिष दाखवणारा, दुसऱ्यांची निंदानालस्ती करणारा मनुष्य.
बॉडी लँग्वेज	:	देहबोली; शारीरिक हालचालींतून प्रकटणारे भाव.
महाभारत	:	कौरव-पांडव यांच्यातील युद्धाचे चित्रण करणारे महाकाव्य.
महाभारतातील पात्रे	:	धृतराष्ट्र, गांधारी, शकुनी, दुर्योधन, दुःशासन, धर्म, अर्जुन, द्रौपदी, कर्ण, श्रीकृष्ण इत्यादी.
मकरसंक्रांत	:	दरवर्षी १४ जानेवारीला मकर संक्रांतीचा सण साजरा केला जातो. या दिवशी सूर्य मकर राशीत प्रवेश करतो.
स्ट्रेस लेव्हल चार्ट	:	तणाव पातळीचा आलेख. कुटुंबातील व्यक्तीच्या मानसिक अवस्थेचे आकलन या आलेखाद्वारे होऊ शकते.
महाजागरण	:	बेहोशी (भ्रम) आणि जागृती (सजगता) यांपलीकडची अवस्था.
याचक	:	सत्याची मागणी करणारा सर्वश्रेष्ठ जिज्ञासू, साधक.
मायेचे आकर्षण	:	बाह्य जगतातील करमणूक, मोह आणि आसक्ती.
चैतन्य	:	अनुभव, ईश्वर, सत्य, आत्मभान.
पॅटर्नस्	:	चुकीच्या सवयी, प्रवृत्ती, कुसंस्कार, चुकीची आचरणशैली.
पूर्णता करणे	:	योग्य शब्दांत नेमकी चर्चा करणे, संवाद साधणे, अंतरंग खुले करणे.
संप्रेषण	:	संवाद, वार्तालाप, संज्ञापन, कम्युनिकेशन.
आसक्ती	:	ओढ, मोह.
पृथ्वी लक्ष्य	:	पृथ्वीवर येण्याचे उद्दिष्ट.

प्रस्तावना

अध्याय १

नातेसंबंधात प्रकाशाचा पहिला किरण

निसर्गाची व्यवस्था जाणून त्याचा सहयोग ओळखा

शुभेच्छा अंतरंगात आहेत...

नवीन पुस्तक हातात आहे...

तेव्हा नवप्रकाश मिळणं सहजसोपं आहे...

नातेसंबंधात नवीन प्रकाशाचा किरण त्वरित अनुभवायचा आहे? चला तर मग एक छोटासा प्रयोग करू या. अशी कल्पना करा, आपल्या हाताची सगळी बोटं सारख्याच लांबीची असती, तर आपली रोजची कामं कशा प्रकारे झाली असती? सगळ्या बोटांची लांबी, जाडी, आकार सारखाच असता, तर लेखनापासून जेवणापर्यंतच्या सर्व क्रिया कशा प्रकारे झाल्या असत्या? आपण लिहिण्याची, घास घेण्याची क्रिया एकसमान बोटांच्या हाताने करत आहोत असं दृश्य मनोमन पाहा. हे दृश्य पाहतानाच तुमच्या लक्षात येईल, एरव्ही जितक्या सहजतेने आपण या क्रिया करत असतो, तितक्या सहजासहजी त्या होत नाहीयेत. एकसमान बोटांमुळे टायपिंग, ड्रायव्हिंग, स्वयंपाक यांसारखी साधीसोपी कामं करणंही अत्यंत जिकिरीचं, अवघड जातंय असंच तुम्हाला वाटेल. असं का बरं झालं असेल? 'आम्ही सर्व एक आहोत' असं म्हणणारी ही सगळी बोटं आपल्याला

एकत्रित सहयोग का देऊ शकत नाहीत?

वास्तविक या मनोचित्रामध्ये कुठलंही बोट इतर बोटांपेक्षा मोठं किंवा लहान, जाड अथवा बारीकही नाही. तर मग अडचण नेमकी कोणत्या गोष्टीची होती, हे आता तुमच्या लक्षात येत असेल. आणि का येणार नाही? प्रत्यक्षात तुम्ही 'समजेचे पुजारी' आहात. म्हणजेच नातेसंबंधात आतापर्यंत काय घडलं आणि आता काय घडायला हवं याचा विचार करणारे व त्यानुसार आचरणासाठीही तयार असणारे आहात. तेव्हा प्रस्तुत पुस्तक तुमचे हे विचार प्रत्यक्षात उतरवण्यासाठी साहाय्यक ठरणार आहे.

या पुस्तकाचं काम आहे, नात्यांत नवीन प्रकाश कसा आणावा हे सांगण्याचं. त्यासाठी आपण सुरुवातीला उदाहरण बघितलंय, ते हाताच्या बोटांचं...

हाताची बोटं ही वेगवेगळ्या नात्यांची प्रतीकं आहेत. प्रत्येक बोट निराळं असल्याने सर्व कामं सुरळीत, सहजपणे होत राहतात. सर्व बोटं एकसारखी झाली, तर काम करण्यातला हा सहजपणा निश्चितच गमावून बसतील. एका घरातले (हाताचे) पाच सदस्य वयाने कमी-जास्त, आकाराने लहान-मोठे असू शकतात; परंतु त्यांच्यातला हा वेगळेपणा त्यांना एकमेकांपेक्षा श्रेष्ठ वा कनिष्ठ बनवत नाही. तर तो परस्परांना साहाय्यकच ठरतो. त्यासाठी गरज असते फक्त एका धगधगत्या तेज मशालीची! अशी मशाल जी सर्व बोटं एकत्रितपणे हातात घेऊन तिच्या प्रकाशात आपली यात्राही पूर्ण करतात. त्याद्वारे त्यांना एक ध्येय, एक उद्दिष्ट एकवटणारा प्रकाश मिळतो.

माणूस जेव्हा अज्ञानात असतो, तेव्हा त्याच्या मनात वेगवेगळे प्रश्न घोळत राहतात. अंगठ्याच्या ताकदीने प्रभावित होऊन त्याला वाटतं, सर्वच बोटं अंगठ्यासारखी जाड व मजबूत का नाहीत? तर कधी मध्यमेचा प्रभाव त्याला आकर्षित करतो आणि सगळी बोटं तिच्यासारखी लांबसडक व उंच का नाहीत, असंही त्याला वाटतं. उजव्या हाताचा वापर जास्त होतोय हे पाहून तर डाव्या हाताचा अंगठाही, 'मी उजव्या हातात असतो, तर जागतिक विक्रम मोडू शकलो असतो' असा विचार करतो. परंतु माणसाच्या हातात जेव्हा सम्यक ज्ञानाची, समजेची मशाल येते, त्या दिवशी हे सगळे विचार गळून पडतात. सर्व बोटं जशी आहेत, तशीच राहण्याची संमती तो त्यांना देऊ शकतो. आपल्यातील हा बदल, स्वीकारभाव त्याला नवप्रकाशासारखा वाटतो.

बोटं जशी आहेत तशीच त्यांना स्वीकारण्यात तो जितका विलंब लावत होता तितक्या वादविवाद, संघर्ष, कलह यांच्या सीमाही वाढत होत्या. ज्या दिवशी 'हा हात' निसर्गाने दिलेला आहे, याची ओळख त्याला पटते, त्या दिवशी त्याबद्दलची नकारात्मक

भावना त्याच्या मनातून लोप पावते. आता प्रत्येक बोट आहे तसं, आहे त्या स्थानावर त्याला हवंहवंसं वाटतं, स्वीकारार्ह वाटतं.

प्रत्येक बोटाला स्वतःच्या आणि इतरांच्याही अस्तित्वाचं महत्त्व पटलं, तर प्रत्येक कामच खेळीमेळीने घडेल, नाही का? मध्यमा (सर्वांत लांब असणारं बोट) जर स्वतःला ब्राह्मण आणि अंगठा जर त्याला क्षत्रिय समजू लागला, तर ही दोन्ही बोटं परस्पर सहकार्याने काम करू शकणार नाहीत का? अनामिका वैश्यवर्णीय आणि करंगळी स्वतःला शूद्र मानू लागली, तर ही दोन्ही बोटं एकत्र येऊन केरसुणी उचलू शकणार नाहीत का? निश्चितच उचलू शकतील आणि त्या केरसुणीने कचरा, जाळीजळमटं काढूही शकतील. असं घडलं तर धर्म, जात, वर्ण यांबद्दलच्या सर्व मान्यता दूर होऊ शकतील.

जमिनीवरची माती उचलताना कुठल्या ना कुठल्या बोटाला सर्वांत खाली राहावं लागतं, तेव्हाच खऱ्या अर्थाने स्वच्छता होते. माती उचलताना जर करंगळी सर्वांत खाली राहात असेल, तर ती तिची महानता आहे, दुबळेपणा नाही. एकाच घरामध्ये कुणी स्वच्छतेचं काम करणारं असेल, तर कोणी संरक्षणाचं. कुटुंबाच्या भरणपोषणासाठी कुणी द्रव्यार्जन करील, तर कुणी कुटुंबातील सदस्यांसाठी, त्यांच्या भवितव्यानुसार दीर्घकालीन योजना आखेल. अशा प्रकारे कुटुंबातील सर्व व्यक्ती सर्व कामं आपल्या कुटुंबासाठी करत राहतील. प्रेम आणि प्रज्ञा यांच्या मशालीच्या आधारे सर्व सदस्य खूश राहतील. परंतु ज्या दिवशी ही मशाल विझून जाईल, त्या दिवशी घरातला प्रत्येक सदस्य स्वतःला इतरांपेक्षा श्रेष्ठ मानू लागेल. ब्राह्मण, शूद्र, क्षत्रिय, वैश्य वगैरे शब्द जे सोयीसाठी बनवले होते, तेच आपल्यासाठी फाशीचा दोर बनतील.

श्रेष्ठ बनण्याच्या चढाओढीत माणूस दुसऱ्यावर कुरघोडी करू लागतो, इतरांना हरवणं त्याच्यासाठी क्रमप्राप्त ठरतं. अशी वेळ आपल्यावर येण्याआधीच आपली मूळ व्यवस्था, वस्तुस्थिती समजून घेणं आवश्यक आहे. प्रत्येक बोटाला वेगवेगळं काम देण्यात आलेलं आहे. खरंतर ही त्याची क्षमता आणि खुबी आहे. कमतरता वा दुर्बलता नव्हे. बोट लहान, मोठं किंवा जाड-पातळ असो... प्रत्येक बोटाची थाप नगाऱ्यामधून लय आणि ताल यांच्याद्वारे संगीताची निर्मिती करते. संगीताचे सूर ऐकून माणूस डोलू लागतो; नृत्याविष्कार करतो. हा निसर्गाचा चमत्कारच नव्हे का? नियतीची ही व्यवस्था जाणून, पारखून घेऊन ती स्वतःच्या जीवनात उतरवा. जेणेकरून आपली नाती नव्या प्रकाशात झगमगू लागतील.

वर दिलेल्या उदाहरणाच्या माध्यमातून आपण नात्यांमध्ये सुधारणा घडवून

आणण्याची किमया ग्रहण करत आहात. 'जो जसा आहे, त्याला तसाच स्वीकारण्याचा धडा' आपण आत्मसात करत आहात. कारण या स्वीकृतीनंतरच नात्यांत, संबंधात माधुर्य, गोडवा येतो. 'तू जसा आहेस तसाच राहून काम करत राहा' अशी अनुमती प्रत्येक बोटाला द्या. प्रत्येक नात्याला आपल्या वेळेनुसार आपल्या क्षेत्रात उमलण्याची आणि विकासाची संधी द्या. नव्या ज्योतीच्या प्रकाशात प्रत्येक नातेसंबंध बघायला शिका आणि सर्व नात्यांत तेजप्रेमाचे रंग भरा.

नात्यांमध्ये तेजप्रेमाचे रंग भरताना आपल्याला आढळून येईल, मनाला निर्मळ, प्रेमन आणि अकंप बनवण्यासाठीच पृथ्वीवर विशेषत्वाने नातीगोती निर्माण केलेली आहे. आपण फळफळावळ आणल्यानंतर ज्याप्रमाणे ती ताजी राहण्यासाठी फ्रीजमध्ये ठेवतो, त्यासाठी योग्य वातावरणाची व्यवस्था करतो आणि तसे न केल्यास फळं नासतील हे आपण जाणतो, त्याचप्रमाणे पृथ्वी म्हणजे आपल्यासाठी एक फ्रीज आहे. येथे नात्यांमध्ये शीतलता आणण्यासाठी विशेष व्यवस्था केलेली आहे.

जीवन एक शाळा आहे. या शाळेमध्ये आपल्याला नेहमी ताजं, सजग आणि सतेज राहायचं आहे. त्यासाठी आपल्याला वेगवेगळी 'नाती' उपयुक्त ठरतात. नात्यांच्या माध्यमातून आपल्याला अनेक नातलग देण्यात आले असून ते आपल्या सभोवताली विशिष्ट प्रकारचं वातावरण तयार करत असतात. वास्तविक या सहज सोप्या व्यवस्थेसाठी आपल्याला आनंद वाटायला हवा. तशी व्यवस्था नसती, तर हे मन नात्यांच्या संघर्षात निर्मळ आणि अकंप राहू शकलं असतं का? असा विचारच आपल्याला मनावर अधिकाधिक काम करण्यासाठी प्रवृत्त करेल. त्यातून आपल्याद्वारे जी अभिव्यक्ती (निर्मिती) होईल, ती अर्थातच अपूर्व असेल. त्यामुळे आपण इतरांना आनंद, प्रेम आणि संतोष देण्यासाठी निमित्त बनाल आणि नात्यांमध्ये तणाव असूनही खूश राहाल.

कुटुंबात सगळं काही सुरळीत, मनाप्रमाणे घडत असतं, तेव्हा आपल्या मनावर विशेष काम होत नाही. कुटुंबात सगळं सुरळीत चाललेलं नसूनही आपण आनंदात असतो, तेव्हा नात्यांमध्ये असणारी समज आपल्याला मिळतीय असा त्याचा अर्थ होतो.

नात्यांमध्ये आपली जेव्हा चिडचिड होते, तेव्हा आपलीच प्रार्थना सफल होत आहे, असा त्याचा अर्थ होतो. आपल्याला क्रोधापासून मुक्त होण्याची इच्छा असल्यामुळेच नात्यांमध्ये तणाव येतोय हे लक्षात येताच आता तुम्हाला स्वतःवरच हसायला येईल. मग आपण क्रोधापासून मुक्ती मिळवून नात्यांच्या तणावातूनही मुक्त होऊ शकाल.

आपण जर परस्परांवर विश्वास ठेवू शकलो आणि एकमेकांना प्रेम देऊ शकलो, तर खरा आनंद प्रकटतो. थोडंसं प्रेम आणि किंचित विश्वास जागृत झाल्याने जर एवढा आनंद मिळत असेल, तर हे प्रेम आणि विश्वास पूर्णत: प्रकट झाल्यानंतरचा आनंद किती पटींनी वाढेल! माणसाला हे सगळं अनुभवायला मिळावं, त्याची चव कुठेतरी चाखता यावी अशी व्यवस्था या पृथ्वीवर केली गेली आहे. ही गोडी अनुभवण्याची संधी मनुष्याला अधूनमधून मिळतेही, परंतु इतर अनेक व्यापांमध्ये गुंतल्याने मूळ उद्दिष्टाचं त्याला विस्मरण घडतं.

या मूळ उद्दिष्टावर नव प्रकाश टाकण्यासाठी समजेची मशाल जागृत ठेवून ध्येयाकडे वाटचाल करा.

...सरश्री

या पुस्तकाचा लाभ कसा घ्याल

१) **नात्यांतील दुरावा दूर करण्यासाठी...**

आई, वडील, बहीण, भाऊ, मित्र, शेजारी वगैरे नातलगांशी दुरावा आला असल्यास तो दूर करण्यासाठी या पुस्तकाच्या ६ व्या भागातील अध्याय क्रमांक १, २, ३ लगेचच वाचा. त्यामुळे आपल्या नात्यात निर्माण झालेली काचेची भिंत विनाविलंब नाहीशी होऊ शकेल.

२) **सामाजिक नातेसंबंध सुदृढ करण्यासाठी ...**

आजूबाजूच्या लोकांशी आपले संबंध स्नेहपूर्ण ठेवण्याची कला आपल्याला आत्मसात करायची इच्छा असेल, समाजात प्रतिभावान माणूस बनून जगण्याची ओढ असेल आणि जीवनात यश संपादन करण्याची आकांक्षा असेल, तर या पुस्तकातील ५ वा भाग अवश्य वाचा. त्यात दिलेल्या जादूच्या तीन पावलांच्या आधारे निश्चितच आपण आपलं उद्दिष्ट साध्य करू शकाल.

३) **नातेसंबंध जपण्यासाठी...**

नातेसंबंधातील दुरावा नष्ट करण्याची आपल्याला तळमळ असेल, नातेसंबंधात काय असावं आणि काय नसावं, हे जाणून घेण्याची उत्सुकता असेल, तर या पुस्तकाचा २ रा भाग काळजीपूर्वक वाचा.

४) **नात्यांतील चुकीचे संदेश टाळण्यासाठी आणि योग्य संवादासाठी...**

चुकीचे संदेश नातेसंबंधात दुरावा निर्माण करतात. असे चुकीचे संदेश कसे टाळावेत, यासाठी या पुस्तकाचा ३ रा भाग अवश्य वाचा. नातेसंबंधातील संवाद योग्य प्रकारे होण्यासाठी, त्याचे चांगले परिणाम दिसण्यासाठी वर्तनाचं रहस्य समजावून घ्या.

५) **घराला स्वर्ग बनवण्यासाठी...**

कौटुंबिक नात्यांचा पाया मजबूत करण्याची भावना प्रबळ असेल आणि आपल्या

घराला स्वर्ग बनवण्याची ओढ असल्यास या पुस्तकाचा ४ था भाग वाचा.

६) **नात्यांतील द्वेषभावना दूर करण्यासाठी...**

एखाद्या व्यक्तीबद्दल आपल्या मनात अथवा एखाद्या व्यक्तीच्या मनात आपल्याविषयी द्वेषभावना असल्यास ६ व्या भागातील अध्याय २३ वा 'द्वेषभाव विसरण्याची आणि क्षमा करण्याची कला' जरूर वाचा.

७) **नातेसंबंधांच्या विकासासाठी...**

नातेसंबंध आणि विचारांचं महत्त्व तसेच जीवन जगण्याचे नियम समजून घेण्यासाठी व नातेसंबंधाचा विकास करण्याच्या दृष्टीने ६ व्या भागातील अध्याय २६ वा वाचा. हा अध्याय प्रत्येकाने वाचणं आवश्यक आहे.

८) या पुस्तकाचा संपूर्ण लाभ घेण्याची इच्छा असणाऱ्या वाचकांनी, पुस्तक वाचण्यापूर्वी 'शब्दसंग्रह' आवर्जून वाचावा. पुस्तकामध्ये *अशी खूण केलेल्या शब्दांचे अर्थ या शब्दसंग्रहात दिलेले आहेत.

भाग १
नात्यांचे महत्त्व आणि प्रेमसंदेश

दुरावलेल्या नात्यांना सांधण्यासाठी रफू करण्याची
गरज असते. त्यामुळे परस्पर संबंधांत
प्रेम आणि आदर निर्माण होतो.
दुरावा राहत नाही.

अध्याय २

जगण्यातील शिस्त

मी उत्कृष्ट... तुम्हीही उत्कृष्ट...

जीवनात शिस्त आणणं, प्रेमातून द्वेषभावनेची जळमटं दूर सारणं आवश्यक असतं. आपल्या वस्तू आणि आपले नवीन विचार यांना जागच्या जागी योग्यप्रकारे ठेवणं म्हणजे शिस्त आणि जीवनातील उत्तम व्यवस्थापन होय.

सर्वोत्कृष्ट गृहव्यवस्थेचा पहिला नियम आहे, प्रत्येक वस्तूसाठी विशिष्ट स्थान निश्चित करून सर्व वस्तू आपापल्या निर्धारित ठिकाणीच ठेवणं. हा नियम जाणणारे लोक त्या नियमाचं काटेकोरपणे पालन करतात. परंतु या नियमापासून अनभिज्ञ असणारे मात्र आपल्या वस्तू कुठेही, कशाही टाकतात. अशा व्यक्तींना कुठल्याही वस्तूची गरज पडते, तेव्हा ती शोधण्यातच त्यांचा बराचसा वेळ जातो. नंतर ती वस्तू त्यांना मिळतेही; परंतु अशा बेशिस्त जीवनपद्धतीमुळे चुकीच्या सवयी अंगी बाणल्या जातात. वस्तूंबाबत बेपर्वाईने किंवा बेजबाबदारपणे वागणारे लोक नातेसंबंधांबाबतही तसेच वागतात. असे लोक एखाद्या गोष्टीचा विचार करतात, तेव्हा त्या विचारातही सुसूत्रता किंवा शिस्त नसते, तारतम्य नसतं. त्यामुळे कुठल्याही समस्येचं समाधानकारक उत्तर त्यांना त्या विचारांद्वारे मिळत नाही. कुठला मुद्दा आधी हवा आणि कुठला नंतर, याबद्दल शिस्त नसल्याने त्यांच्या विचारांना निश्चित दिशा मिळत नाही. कोणताही विचार मनात येताच मन भरकटत जातं; मूळ विषय बाजूलाच राहतो. अशा भरकटणाऱ्या विचारप्रक्रियेमुळे अशा व्यक्ती स्वतःचंच नव्हे तर आपल्याबरोबरच्या नातलगांचंही नुकसान करतात.

वस्तू जागच्या जागी ठेवण्याबाबत बेफिकीर असणारे लोक आपल्या जीवनातही ढिसाळपणे वागतात. त्यांचं आंतरिक जीवन अस्ताव्यस्त असतं. आंतरिक शिस्त यावी म्हणून वस्तू जागच्या जागी ठेवण्याची साधीच परंतु चांगली सवय लावून घ्या. त्यामुळे आपल्या नातेसंबंधातही आपोआपच सुविहितपणा येईल. आपल्या जीवनात शिस्त व व्यवस्थितपणा असल्यास प्रत्येक गोष्टीवर तिचा प्रभाव जाणवेल. आयुष्यातील सर्व घटना वेळच्या वेळी सुरळीतपणे घडतील. अन्यथा सगळी कामं अर्धवट राहतील. मग साक्षात्कारासारखी बाबही याला अपवाद ठरणार नाही.

कोणतीही गोष्ट वेळेवर न केल्याने मृत्यूच्या क्षणीही माणूस केवळ नावापुरताच जिवंत असतो. कारण आयुष्यभर त्याला, 'हा मनुष्य जन्म आपल्याला कशासाठी मिळाला आहे? या जीवनाचा लाभ आपण कसा घ्यायला हवा?' याचं स्मरण झालेलंच नसतं. त्यामुळे आयुष्याच्या अंताला होणाऱ्या क्षणमात्र जागृतीतून आपलं संपूर्ण जीवन व्यर्थ गेल्याचं शल्य त्याला जाणवत राहतं.

नात्यांमध्ये रफू करण्याची गरज

नातेसंबंधात सुधारणा घडवून आणण्यासाठी प्रत्येक काम आपण जाणीवपूर्वक, सचेत राहून करायला हवं. कुठलंही काम हाती घेताच, ते करण्यामागे उद्दिष्ट काय आहे, ते पूर्ण होतंय की नाही, असे प्रश्न स्वतःलाच विचारा.

नातेसंबंधांना डार्निंग करणं म्हणजेच रफू करणं, हा या पुस्तकाचा मुख्य उद्देश आहे.

एखादं कापड थोडंसं फाटल्यावर रफू करून ते पुन्हा उपयोगात आणलं जातं. हे रफू इतकं बेमालूमपणे केलं जातं, की कापड जिथे फाटलेलं आहे तो भाग कुणाला जाणवतही नाही.

कापडावर ज्याप्रमाणे रफू केलं जातं, त्याचप्रमाणे नातेसंबंधांच्या बाबतीतही काही सोनेरी नियमांद्वारे रफू करता येतं. ते नियम आणि उपाय आपण पुढे वाचणारच आहात.

बिघडलेल्या, दुरावलेल्या नात्यांना सांधण्यासाठी रफू करण्याची गरज असते. ते केलं म्हणजे परस्पर संबंधांत प्रेम आणि आदर निर्माण होतो. नात्यांमध्ये थोडासा दुरावा असल्यास आपण म्हणतो, 'यात माझा काहीही दोष नाही. मी बरोबर आहे. चूक तर तुझीच आहे. I am right. You are wrong.' याउलट काही लोक स्वतःचा दोष कबूल करतात. ते म्हणतात, 'यात माझीच चूक आहे. I am not right, he is right.' म्हणजेच 'समोरचा माणूस बरोबर आहे.' अशी भूमिका घेणारी माणसं स्वतःला इतरांपेक्षा हीन लेखतात. ते म्हणतात, 'दुसरे लोक आमच्यापेक्षा चांगले आहेत. त्यांचं

जे कार्य चालतं ते खरोखरच वाखाणण्याजोगं असतं. आमच्या हातून तसं काही कार्य घडत नाही.' स्वतःला हीन समजणाऱ्या या लोकांची समज वाढली आणि त्यांच्या जीवनात विवेक जागृत झाला, तर ते म्हणतील, 'तू तर बरोबर आहेसच शिवाय मी देखील बरोबर आहे. आपण दोघंही आपापल्या जागी योग्यच आहोत. आपल्या दृष्टिकोनातून जे योग्य वाटतं तेच करत आहोत.' मग एकमेकांच्या भूमिकांचं खंडन करण्यात ते आपला वेळ दवडणार नाहीत.

आता यापुढची पायरी समजून घेऊ या. 'मी उत्तम आहे, तूही उत्तम आहेस. मग सर्वच जर उत्तम आहेत तर सगळेच बरोबर आहेत.' असा विचार करणारे लोक एकमेकांमध्ये सहजपणे मिळून मिसळून राहू शकतात. अशी समज येण्यासाठी प्रत्येकाने 'नात्याची खोली' जाणून घ्यायला हवी. मात्र, त्यासाठी परिश्रम करावे लागतील. त्यातूनच एकमेकांबरोबर सहजपणे मिळून मिसळून कार्य करता येईल. अन्यथा माणसं परस्परांशी सतत भांडतच राहतील.

एखादा माणूस अतिशय शीघ्रकोपी असतो. काही ना काही कारणाने तो इतरांवर सातत्याने संतापत राहतो. त्यामुळे अशा माणसाला एखाद्या विशेष प्रसंगी सांगण्यात येतं, 'उद्या मुलाचा साखरपुडा आहे. बरेच लोक येणार आहेत. तेव्हा कुणाशीही वाद घालून किंवा चिडून रंगाचा भंग करू नका. एरव्ही वर्षभर तुमचं रागावणं चालू असतंच. फक्त एकाच दिवसाचा प्रश्न आहे... तेव्हा सगळ्यांशी गोड बोला...' अशा प्रकारे विचारांना वेगळी दिशा दिल्यामुळे शीघ्रकोपी माणूसही निश्चय करतो, 'मी आज कोणाशीही भांडणार नाही. संपूर्ण दिवस या नियमाचं मी काटेकोरपणे पालन करणार आहे. हा नियम मला आयुष्यभर पाळायचा नसल्यामुळे एक दिवस का होईना कोणाशीही वाद न घालण्याचा संकल्प करणं अवघड ठरू शकत नाही.' आता कायम आदळआपट करणारा माणूस दिवसभर ठरवून शांत राहतो तेव्हा काय घडतं? भांडण न केल्यामुळे त्याला दिवसभर शांत वाटेल, स्वतःमधील संयम जाणवेल, त्रागा न करण्याचा वेगळा आनंद अनुभवता येईल. त्यामुळे तो विचार करेल, 'मी न भांडता एक दिवस राहू शकतो तर कायमस्वरूपी असा का राहू शकणार नाही?' त्याला प्रेम आणि मौनाची गोडी लागली, चटक लागली की आपोआपच तो शांततापूर्ण आयुष्य जगायला लागेल. अशा प्रकारे माणसाच्या आयुष्यात विशिष्ट ध्येय (इंटेंशन) नात्यांचा पाया मजबूत करण्यासाठी खूप मोठी संधी बनू शकतं.

ठरावीक सणांच्या निमित्ताने लोक वेगवेगळ्या भाज्या एकत्र करून त्यांची एकत्रित भाजी बनवतात. असा रिवाज का पडला असावा? एरवी लोक म्हणत असतात, 'मला अमुक भाजी आवडत नाही; तुम्ही कितीही आग्रह करा, काहीही म्हणा, ती भाजी खाणं

काही आपल्याला जमणार नाही.' तेव्हा त्याची समजूत काढण्यासाठी कोणीतरी म्हणतं, 'अरे, पहिल्यांदा जेव्हा तू ही भाजी खाल्ली असेल, त्या वेळी ती नीट बनली नसेल. कदाचित त्या दिवशी तुझं पोट ठीक नसेल, ती खाल्ल्यावर काही त्रास झाला असेल. त्यामुळे अमुक भाजी आवडत नाही असं तू गृहीत धरून चालला आहेस. परंतु हा समज बरोबर नाही. तू पुन्हा एकदा ही भाजी चाखून तर पाहा.' अर्थात असं सांगूनही त्याच्यावर काही परिणाम होतोच असं नाही. अमुक भाजी चांगली नाही किंवा ती खाल्ली तर त्रास होईल हे त्याच्या डोक्यात पक्कं बसलेलं असतं.

मात्र, सण-उत्सवाच्या निमित्ताने लोक काही प्रयोग करायला तयार होतात. आजवर न खाल्लेली भाजी चाखण्यास ते राजी होतात. त्यासाठी असा प्रयोग करण्याची आवश्यकता असते, इतकंच! लहान मुलांना वेगवेगळे प्रयोग करून पाहायला नेहमी आवडतात परंतु प्रौढ व्यक्ती मात्र प्रयोग करायचं टाळतात. आपल्याला न आवडणारी भाजी एखाद्या दिवशी अवश्य खाऊन पाहा. आपण जेवढी समजतो तेवढी ती वाईट नसल्याचं आपल्याला जाणवेल. त्या भाजीतील पोषक तत्त्वं आपल्याला एरवी कशी मिळाली असती, हा विचारच तुमचा दृष्टिकोन बदलून टाकेल. 'आपल्या शरीराला पोषक तत्त्वं मिळाली, तरच ते उत्तम राहणार आहे. ती न मिळाल्यास स्वास्थ्य टिकणार कसं?' अशा विचारांतून तुम्ही न खाल्लेल्या भाज्या खाण्यासाठी प्रेरित व्हाल. शरीराला आवश्यक ते सर्व स्वाद देण्याची गरज असते. केवळ गोडच नव्हे तर आंबट, तुरट, कडवट स्वादाचीही आवश्यकता आहे. म्हणूनच कडू कारलंही खायला हवं. कडवट लोकांशी कसं वागायचं हेही शिकायला हवं.

सण उत्सवाच्या निमित्ताने सर्व प्रकारच्या भाज्या एकत्र करून भाजी तयार केली जाते. आपणही आपल्या सगळ्या नातलगांशीही असंच मिळून मिसळून वागायला हवं. जेणेकरून प्रेमाचे वेगवेगळे अनुभव चाखत आपण मोह, अहंकार, कपट, अविश्वास आणि साशंकता यांचा अंधकार दूर करू शकाल. जीवनात नात्यांच्या खऱ्या आवश्यकतेचं स्मरणच तर ही मिश्र भाजी करून देत नाही ना?

नात्यांतील अंधकाराला नव्या प्रकाशझोताद्वारे दूर कसं करता येईल, ते आपण पुढच्या भागात पाहणार आहोत.

नातेसंबंधात जेव्हा अपूर्णतेचं वादळ निर्माण होतं,
तेव्हा नात्यांतून पूर्णतेची शांती नाहीशी होते.

भाग २
नात्यांमधील अंधकार दूर करण्यासाठी...

जे शब्द लिहिल्यानंतर त्याखाली सही करताना
मला संकोच वाटेल, असे शब्द मी उच्चारणार नाही.

अध्याय ३

नातेसंबंधात उच्च चेतनेची आवश्यकता

नातेसंबंधांतील शिडीच्या सहा पायऱ्या

नातेसंबंधात नेमकी कशाची आवश्यकता असते? तर नात्यांमधील मोह मिटवण्यासाठी उच्च चेतनेची गरज असते. म्हणजेच नात्यांत समज, ज्ञान आणि विवेक जागृत करण्याचं महत्त्वं असतं.

आपल्या अवतीभवती वावरणाऱ्या माणसांवर आपण जेव्हा अवलंबून (मोहताज) राहतो, तेव्हा हळूहळू त्यांचे गुलाम होऊ लागतो. प्रत्येक काम करताना आपल्याला कोणाच्या न कोणाच्या तरी मदतीची गरज भासते. तेव्हा आपण आळशी, सुस्त आणि कामचुकार बनत जातो. याचा फायदा इतर लोक घेतात. ते आपल्याला त्यांच्या मनाप्रमाणे वागण्यास भाग पाडतात आणि त्यांच्यापुढे आपण लाचार होतो. म्हणून कधीही लाचार बनू नका. मदत करणाऱ्यांच्या मोहाचा त्याग करा. याचा अर्थ असा नाही, की दुसऱ्या कोणाचीही मदत कधी घ्यायची नाही, तर आपण स्वावलंबी बनण्याचा, आत्मनिर्भर होण्याचा मार्ग चोखाळावा हाच उद्देश त्यामागे दडलेला आहे. गरज पडेल तेव्हा मदत घ्या आणि मदत द्या.

आपण जर स्वतंत्र होऊन, मुक्त होऊन जगण्याची इच्छा बाळगत असाल, दुसऱ्यांना आनंद देऊन स्वतः आनंदी होण्याची आकांक्षा बाळगत असाल; दुःखाला कायमचं दूर सारून सदोदित आनंदी राहण्याची जिद्द बाळगत असाल, तर आपल्याला

या मोहापासून लवकरात लवकर मुक्त व्हायला हवं.

प्रत्येक नातेसंबंध म्हणजे एक आरसा आहे. या आरशात आपल्याला आपलंच रूप दिसत असतं. कधी या आरशात आपल्याला एखाद्या नातलगाबद्दल मनात सुप्तावस्थेत असणाऱ्या क्रोधाचं दर्शन घडतं, तर कधी दुसऱ्याबद्दल मनात खोलवर असणाऱ्या लोभाचं दर्शन. एखादं नातं आपल्या मनातील द्वेषभावनेला फुंकर घालतं, तर एखादं नातं आपल्या मनातील मोहाचं रूप प्रकट करतं. काही नाती ईर्षा जागवतात, तर काही आपल्या अहंकाराला डिवचतात. एखादा नातलग भयानक स्वरूपात समोर येतो तर कोणी घृणा, द्वेषभावनेला मूर्त रूप देतो. नात्यांच्या या तऱ्हा, वेगवेगळी रूपं बघून आपण नाउमेद वा निराश होता कामा नये; उलट 'समजेद्वारे', अंतःस्वरूप जाणण्याची सुवर्णसंधी आहे हे ओळखून प्रत्येकाने अशी संधी सोडता कामा नये. अशी संधी मिळणं म्हणजे सत्स्वरूपाचा साक्षात्कार होय. ज्ञानाचा हा प्रकाश आपल्या अंतर्यामी दडलेला अंधकार दूर करून सत्याचा प्रकाश दाखवील. हे ज्ञान प्राप्त करण्यासाठी तसेच 'स्व'चं दर्शन घेण्यासाठी प्रत्येक नात्याचं चिंतन करा.

आपल्या जीवनात प्रत्येक वळणावर नवनवी नाती निर्माण होत असतात; त्या नातलगांबाबत आपली धारणा कशी हवी? त्यांच्याशी आपलं वर्तन कशाप्रकारे हवं? हे समजून घेण्यासाठी नातेसंबंधाच्या शिडीचं स्वरूप समजून घेऊ या.

पहिली पायरी - मूल लहान असताना त्याचं प्रत्येक वस्तूशी असणारं नातं हे 'मी आणि वस्तू, मी आणि वस्तू' असं असतं. म्हणजेच लहान मूल प्रत्येक वस्तूला निर्जीव समजत असतं. एक वस्तू उचलून ते दुसऱ्या वस्तूवर फेकतं. मग आरसा फुटला काय किंवा एखाद्याला जखम झाली काय, त्याला त्याचं काहीच सोयरसुतक नसतं. तोडफोड करणं ही बाब त्या मुलाला अज्ञानामुळे अत्यंत साधारण वाटते.

दुसरी पायरी - मूल थोडं मोठं झाल्यावर त्याचं प्रत्येक वस्तूशी असणारं नातं हे 'मी आणि वस्तू, मी आणि तू' असं होतं. म्हणजेच ते मूल आपली आई, आपले वडील, आपली भावंडं वगैरे व्यक्तींना निर्जीव वस्तू समजून चालतं आणि निर्जीव वस्तूंना जिवंत, सजीव व्यक्ती मानतं. ते मूल आपल्या वस्तूंवर (पेन, घड्याळ, संगणक, सायकल, नेल पॉलिश, कपडे, शाम्पू इत्यादी) प्रेम करू लागतं आणि माणसांना हट्टाने वस्तूंप्रमाणे वापरत राहतं. लोकांच्या भावनांची त्याला काडी इतकीही पर्वा नसते.

तिसरी पायरी - मूल आणखी थोडंसं समजदार होताच त्याचं प्रत्येक वस्तूशी असणारं नातं 'मी आणि तू, मी आणि वस्तू' असं होऊ लागतं. म्हणजे ते वस्तूंपेक्षा

व्यक्तींना अधिक महत्त्व देऊ लागतं. लोकांच्या भावना समजण्याची त्याची क्षमता वाढत जाते. आई, वडील, भावंडं, मित्र यांच्याबद्दल त्याला प्रेम वाटू लागतं. आता ते मूल वस्तूला वस्तू आणि व्यक्तीला व्यक्ती मानून व्यवहार करू लागतं. इथपासून त्याचं वर्तन हे योग्य दिशा धारण करू लागतं.

चौथी पायरी – मूल मोठं झाल्यावर त्याची आकलन शक्तीही बरीच वाढते. तेव्हा त्या मुलाचं नातं प्रत्येक वस्तूशी 'मी आणि तू – मी आणि तू' असं निर्माण होतं. ते मूल माणसांबद्दल तर आदर दाखवतंच शिवाय निर्जीव वस्तूंविषयीही आदरभाव प्रकट करतं. 'सजीवांमध्ये असणारे तरंग निर्जीव वस्तूंमध्येही असतात' असे समजून तो वस्तू इकडे तिकडे, बेदरकारपणे फेकण्याचं थांबवतो. वस्तूंची तो नीटनिगुतीने काळजी घेतो. दरवाजा जोरात आदळण्याऐवजी सावकाश बंद करू लागतो. त्याच्या मनात प्रत्येक वस्तूबद्दल तेजप्रेम* जागृत होऊ लागतं.

पाचवी पायरी – ज्ञान प्राप्त झाल्यावर मूल खूपच समजदार बनतं आणि प्रत्येक वस्तूशी त्याचं नातं 'वस्तू आणि वस्तू – वस्तू आणि वस्तू' असं होऊ लागतं. आधी आपल्या देहालाच 'मी' मानून समोरच्याला 'तू' म्हणजे परकं समजलं जायचं. प्रत्यक्षात 'मी' आणि 'तू' म्हणजे शरीर नव्हेच; परंतु त्यांना शरीर मानूनच आतापर्यंतचा व्यवहार चाललेला असायचा. ज्ञानप्राप्तीनंतर ही वर्तणूक पूर्णपणे बदलते. आता शरीर साक्षी बनून नातेसंबंधात होणाऱ्या व्यवहाराकडे तिऱ्हाईतपणे, अलिप्तपणे, तटस्थपणे बघण्यास सिद्ध होतं. या अवस्थेला पोहोचल्यावर अंतिम अवस्थेची जाणीव होऊ लागते.

सहावी पायरी – तेजज्ञान प्राप्त केल्यावर मूल, ते व्यक्तिमत्त्व, संपूर्णतया समजदार (ज्ञानी) होतं, तेव्हा त्याचं प्रत्येक व्यक्तीशी आणि वस्तूशी असणारं नातं 'तू आणि तू – तू आणि तू' असं होतं. म्हणजेच ते व्यक्तिमत्त्व प्रत्येक वस्तूमध्ये ईश्वराचा अंश पाहू लागतं. प्रत्येक शरीराद्वारे ईश्वरच व्यवहार करतोय आणि आपला सर्व व्यवहार त्याच्याशीच चालू आहे हे त्याला उमगतं. या अवस्थेत त्याच्यातील मोह संपूर्णपणे नाहीसा झालेला असतो.

नातेसंबंधातील या सहा पायऱ्या जाणून घेतल्यावर नात्यांमधील अंतिम उद्दिष्ट आपल्याला स्पष्ट झालं असेल.

नात्यांतील भिंतीमुळे प्रत्यक्षात माणसं एकमेकांपासून विभक्त होतात. त्यांच्यातील जवळीक संपुष्टात येते. आप्तस्वकीयांमध्ये संघर्ष होतो. कारण नातेसंबंध निकोप राहण्याच्या दृष्टीने कोणत्या गोष्टी टाळायला हव्यात, याचाच लोकांना विसर पडलेला असतो.

महाभारतातील प्रत्येक पात्रावरून नातेसंबंधात सुधारणा कशा कराव्या, त्यामध्ये काय करावं व काय करू नये, हे शिकता येतं. महाभारतातील युद्धाला कारणीभूत ठरलेली पात्रं बघून नातेसंबंधात कोणत्या गोष्टी असू नयेत हे लक्षात येतं.

दुर्योधन समोर येतो तेव्हा नात्यात अहंकाराला स्थान नसावं, हे प्रकर्षाने लक्षात येतं. अहंकारामुळे आप्तसंबंधात अशांती निर्माण होते. नातेसंबंधात अहंकार आला की पुढे संघर्ष अटळ असतो.

शकुनीला बघून नात्यामध्ये कपट तसेच संशय-शंका यांना स्थान नसावं हे मनावर ठसतं. नातेसंबंधाबद्दल मन शंका घेऊ लागलं म्हणजे 'माझा नातलग कोणाशी बोलतो, काय बोलतो, माझ्याबद्दल काही बरंवाईट तर सांगत नाही ना?' असे प्रश्न माणसाला भेडसावतात. त्यातून तो मनोमन कुढत, धुसफुसत राहतो. 'माझ्या नातेवाइकाने दुसऱ्याला अमुक वस्तू दिली, मला नाही दिली. असं का?' अशा शंकांनी तो हैराण होतो.

नात्यामध्ये जेव्हा अविश्वास आणि कपट यांचा शिरकाव होतो, तेव्हा नातेसंबंध दुरावतात. गैरसमजामुळे एकाच कुटुंबातील व्यक्तींचा परस्परांशी संवाद होणं दुरापास्त ठरतं. मनातल्या मनात आपण एकमेकांबद्दल शंका घेतो, हेत्वारोप करत राहतो. परंतु आता हे चित्र बदलायचं असल्यास, एखाद्या व्यक्तीविषयी काही कारणाने आपलं मन कलुषित झालं असेल, तर त्या व्यक्तीला तशी कल्पना द्यायला हवी. तिला कल्पनाच दिली नाही, तर तिच्या बरोबर असणाऱ्या संबंधात सुधारणा होणार कशी? नातेसंबंधात आलेला दुरावा मिटणार कसा? आणि जर हा दुरावा मिटला नाही, तर त्याची मोठी भिंत बनते. या भिंतीमुळे लोक एकमेकांपासून विभक्त होतात. त्यांच्यातील जवळीक संपुष्टात येते.

धृतराष्ट्राच्या वर्तनाचं आकलन करण्याचा प्रयत्न केल्यास काय आढळतं? आपण स्वतः जे बनू शकत नाही, करू शकत नाही, ते आपल्या मुलाद्वारे साध्य करण्याचा त्याने प्रयत्न केला. मुलावर स्वतःच्या इच्छाआकांक्षा लादून, त्याच्याकडे इच्छापूर्तीचं एक साधन, वस्तू म्हणून पाहिलं. मुलाचे जन्मदाते असल्यामुळे आपल्याला त्याला हवं तसं वागवण्याचा अधिकार आहे, अशीच धारणा यामागे दिसून येत नाही का? आजही आपल्या आजूबाजूला 'राक्षसी महत्त्वाकांक्षा' मुलांच्या माध्यमातून पूर्ण करण्यासाठी धडपडणारे कितीतरी पालक आपण पाहतो. डॉक्टर बनण्याची इच्छा अपूर्ण राहिलेले पालक आपल्या मुलाने डॉक्टर व्हावं अशी उमेद बाळगतात. 'मला जे मिळालं नाही, ते माझ्या मुलाला मिळायला हवं.' अशी इच्छा अनेक पालकांची, वडिलांची असते. पण

त्यामुळे काय साध्य होतं? ज्या मुलाला लहानपणापासून वैमानिक बनण्याची हौस आहे, त्याला त्याचे पालक जबरदस्तीने डॉक्टर बनवू पाहतात. मनात नसतानाही डॉक्टर बनलेला हा माणूस शस्त्रक्रिया करणार तरी कशी? पालकांच्या हट्टामुळे या मुलाचंच नव्हे तर त्याच्याकडे उपचाराला येणाऱ्या इतर रुग्णांचंही नुकसान झालं तर त्यात नवल ते काय?

व्यक्तीची महत्त्वाकांक्षा कशाप्रकारे काम करते, हे धृतराष्ट्राच्या उदाहरणावरून लक्षात येतं. दुर्योधनाचं व्यक्तिमत्त्व घडवण्यात धृतराष्ट्राचा मोठा वाटा होता. कारण आपल्या मुलाने राजा बनावं हीच त्याची महान आकांक्षा होती. लहानपणापासून हीच इच्छा मनावर सातत्याने बिंबल्यामुळे कालांतराने सिंहासन मिळावं ही दुर्योधनाचीही इच्छा बनली आणि धृतराष्ट्राने त्या इच्छेला खतपाणी घातलं. दुर्योधनाची ही इच्छा धगधगत राहिली आणि त्या ज्वालांनी छेडलेल्या महायुद्धात त्याचं सर्व कुटुंब उद्‌ध्वस्त झालं. व्यक्तिगत अहंकाराच्या महत्त्वाकांक्षेने दुर्योधनाला झपाटून टाकलं होतं. दुर्योधनाचा अहंकार, त्याला मिळालेली महत्त्वाकांक्षेची जोड आणि त्यात शकुनीच्या पाताळयंत्रीपणाची पडलेली भर अशा संबंधांतून नातेसंबंध बिघडण्याशिवाय आणखी काय निष्पन्न होणार?

दुर्योधनाची माता गांधारी ही अंधपणाचा आव आणून जगत होती. डोळे असूनही डोळ्यांवर पट्टी बांधणं हे अज्ञान आणि आसक्तीचं प्रतीक होय. पती अंध असल्याने ठेचकाळत होता, परंतु त्याला सावरण्याऐवजी गांधारी देखील डोळ्यांवर पट्टी बांधून नातेसंबंधामध्ये ठोकरा खात राहिली. अज्ञानामुळे किती मूर्खपणा घडतो, नाही! अशा कुटुंबाचं भविष्य अंधकारमयच असणार. प्रत्येक जण लाचारच असणार.

मुळात पृथ्वीलक्ष्याचं विस्मरण झाल्यावर लोक लाचार, अधीर आणि मिंधे होतात. सर्वांनी आपल्यावरच लक्ष केंद्रित करावं, अशी त्यांची अपेक्षा असते. परंतु तसं घडताना जेव्हा दिसत नाहीत, तेव्हा ते निष्क्रिय, हतबल होतात. मोहाच्या अधीन जाणारे लोक नेहमीच लाचार असतात. आजूबाजूला विपरीत घडताना पाहूनही कळूनसवरून ते मौन बाळगतात. प्रत्यक्षात 'दुसऱ्याचे हक्क हिरावून घेणं गैर आहे, सर्वांना पुरेसं प्रेम, सुख आणि काम उपलब्ध आहे.' या गोष्टींची जाणीव करून देणं त्या वेळी गरजेचं असतं. परंतु मिंधेपणामुळे ते बोलण्याचं टाळतात.

महाभारतातील कर्णाचं पात्र हे असहायता, कर्जामुळे आलेला मिंधेपणा आणि लाचारी यांचं प्रतीक आहे. नातेसंबंधात लाचारी आणि असहायता असू नये. केवळ या दोन गोष्टींमुळे असत्याची बाजू घ्यावी लागू नये. प्रेमामुळे बलिदान किंवा त्याग करणं

इष्ट! परंतु कर्ज किंवा मिंधेपणामुळे असत्याची पाठराखण करणं अनर्थकारकच होय.

नातेसंबंधात जेव्हा दुःशासन प्रवेश करतो, तेव्हा दुराचारालाच ऊत येतो. शिस्त-अनुशासन-न्यायनीती यांचाही अभाव अशा ठिकाणी निश्चितपणे जाणवणारच. दुःशासन द्रौपदीचे केस पकडून तिला अपमानित करणारच कारण तो द्रौपदीला एक वस्तू समजतो. ज्याप्रमाणे आपण घरातील सोफासेट, टेलिव्हिजन वगैरेंकडे बघतो, त्याप्रमाणेच अनेक लोक आपल्या कुटुंबातील सदस्यांकडे पाहतात. घरात जसा टेलिव्हिजनसेट आहे तशीच पत्नी नावाची एक वस्तू आहे. रिमोट कंट्रोलने टीव्हीची हवी ती चॅनेल्स फिरवता येतात, त्याचप्रमाणे पत्नीशीही हवं तसं वर्तन करता येतं असं त्यांना वाटतं. कुटुंबात दुःशासन असेल तर तणाव, दुःख, संघर्ष, अडचणी या सतत भेडसावतच राहणार!

महाभारतातील ही पात्रं एकाच वेळेस खूप काही शिकवणारी आहेत. हताश, संशयी, लाचार, आसक्त आणि अहंकारी व्यक्ती जेव्हा एकाच कुटुंबात आढळतात, तेव्हा महाभारत अटळच! कुटुंबामध्ये शंका, अहंकार, कपट, दुराचार, मोह आणि व्यक्तीच्या महत्त्वाकांक्षा यांना स्थान नसावं. कुटुंबात सुख, शांती, प्रेम, सौख्य तसेच समाधान मिळवण्यासाठी या सर्व दुर्गुणांपासून आपण दूर राहिलो, तरच कुटुंबरूपी वृक्ष दिमाखाने उभा राहील.

स्वतंत्र होऊन जगणं म्हणजे दुसऱ्यांना आनंद देऊन आनंदी राहणं.

अध्याय ४

परिवाररूपी वृक्षाची तोड थांबवा

अहंकाराची आरी, कपटाची कुऱ्हाड त्यागा

परिवार म्हणजे एक वृक्ष. त्या वृक्षाच्या सावलीत समाजाच्या चारित्र्याची जडणघडण होते. लोकलालसेने झपाटलेली माणसं हा वृक्ष तोडण्यासाठी उतावीळ असतात. अहंकाराची आरी आणि कपटरूपी कुऱ्हाड घेऊन ते प्रेमरूपी वृक्षाला जमीनदोस्त करतात.

आपल्या परिवाररूपी वृक्षाला अशा हत्यारांपासून आपल्याला वाचवायला हवं. अधिकार मिळवण्याची भावना ही कौटुंबिक नात्यामध्ये वितुष्टता आणते. इतरांवर अधिकार गाजवावा या भावनेच्या आहारी जाऊन लोक असत्याचा आधार घेतात. एका असत्याला सत्य बनवण्यासाठी ते खोट्या परिवारात प्रवेश करतात. या खोटेपणाचा त्याग केला, तरच कुटुंबातील सर्व सदस्य आनंदाने जगू शकतील.

'कुटुंबातील सगळ्या सदस्यांनी माझ्याच आज्ञेप्रमाणे चालायला हवं,' अशा अधिकारप्राप्तीची महत्त्वाकांक्षा कोणीही बाळगू नये. अशा भावनेच्या गुंत्यात सापडल्यास माणसाच्या चेतनेचा स्तर ढासळतो आणि तो अनावश्यक गोष्टींमध्ये अडकून राहतो.

आपल्या अहंकाराचं प्रदर्शन करून आपलं महत्त्व प्रस्थापित करण्याची इच्छा बळावली, तर माणूस मूळ उद्दिष्टापासून दूर जातो. अशा अवस्थेत तो केवळ स्वतःच्याच प्रतिमेचा विचार करून कार्यरत राहतो. 'अगोदर मी अमुक अमुक मत मांडलं होतं;

आता त्यापेक्षा वेगळं काही मांडलं तर लोकांमधील माझ्या प्रतिमेला तडा जाईल,' असं भय त्याला भेडसावत राहतं. एकदा हो म्हटल्यावर आता नाही म्हणणं, नकार दिल्यावर पुन्हा होकार देणं त्याला फार कठीण जातं. आधी आपण केलेला विचार चुकीचा होता अशी प्रांजळपणे कबुली देणं त्याला कमीपणाचं, मानहानिकारक वाटतं. 'मी त्या वेळी घेतलेला निर्णय चुकीचा होता; मला या प्रकरणाची संपूर्ण माहिती नव्हती,' असं कबूल करणं त्याला जड जातं. प्रत्यक्षात अशा कबुलीपासून वाचण्यासाठी तो आपली भूमिकाच कशी बरोबर होती हे दाखवण्याचा अट्टहास करत राहतो. त्यासाठी तर्क-कुतर्काचा आश्रय घेतो. त्याचा हा प्रयत्न नात्यांमध्ये तणाव निर्माण करतो, गैरसमज पसरवतो.

आपल्याला एखाद्या बाबीची व्यवस्थित माहिती नसल्यास कुटुंबातील इतर सदस्यांना तसं सांगणं प्रत्येकाला सहजपणे जमायला हवं. वस्तुस्थिती स्पष्ट मांडल्यामुळे कुटुंबातील इतर सदस्यांना त्याच्याबद्दल विश्वास वाटेल आणि त्यांचं सहकार्यही त्याला लाभेल. जे लोक छक्केपंजे करत नाहीत, कपटनीतीचं आचरण करत नाहीत, त्यांना सर्व जण मदत करायला तयार असतात असं आढळून येतं. कपटनीतीपासून दूर असणाऱ्या व्यक्तींवर मोठी कार्यं सोपवण्यात येतात. कारण मोठी कार्यं पूर्ण करण्यासाठी तितक्याच विश्वासार्ह, विश्वसनीय लोकांची गरज असते.

आपल्याकडून एखादी चूक झाली असेल, तर ती कुटुंबातील इतरांना प्रांजळपणे सांगावी. त्यामुळे आपलं काहीही नुकसान होत नाही. आपण सुरुवातीला 'नाही' म्हणून नंतर 'हो' सांगितलं किंवा 'हो' सांगून नंतर 'नाही' म्हटलं, तर त्याने फारसा फरक पडणार नाही. असं केल्यामुळे आपली प्रतीमा मलिन होण्याचं भय बाळगू नका. उलट प्रांजळपणे विचार करून आपण योग्य तो निर्णय घेण्यासाठी तयार असल्यास लोकांच्या मनात तुमच्याविषयीचा विश्वास अधिक वाढेल. बहुसंख्य लोकांना आपण इतरांपेक्षा अधिक हुशार वा बुद्धिमान आहोत, कर्तृत्ववान आहोत असं दाखवण्याची सवय असते, त्यामुळे ते आपलाच हेका पुढे चालवतात.

आपल्या कुटुंबातील सर्व सदस्य हाताच्या बोटांप्रमाणे आहेत, याची जाणीव अहंकार विलीन झाल्यावर आपल्याला होते. ही जाणीव प्रथम आपल्याला बौद्धिक पातळीवर होते आणि प्रकाशझोत पडल्यावर अनुभवाच्या पातळीवरही. अनुभव प्राप्त झाल्यावर हाताचं प्रत्येक बोट आपल्याला स्वीकारार्हच वाटतं. स्वीकारभावामुळे अहंकारभाव नष्ट होतो.

कुटुंबातील केवळ एकच व्यक्ती कार्य करत असल्यास त्या परिवाराचा विकास सीमित राहतो. जेव्हा कुटुंबातील सर्व सदस्य मिळून काम करतात, तेव्हा कुटुंबाची प्रगती जलद गतीने होते. कुटुंबातील काही व्यक्ती मोकळेपणाने वागणाऱ्या असतात, तर काही हात राखून काम करतात; काही कामं टाळू पाहतात. परंतु सर्व जण जर एकदिलाने काम करू लागले, तर अशा स्वतःमध्ये मग्न असणाऱ्या व्यक्तीही आपल्या संकुचित कोशातून बाहेर पडू लागतात. मग त्यांना एकाकीपणामुळे वाटणारी हतबलता वा कमजोरी जाणवत नाही. कुटुंबातील काही व्यक्तींनी आपला अहंकार बाजूला ठेवला तर सर्वच सदस्यांमधील मोकळेपणा वाढेल.

बऱ्याच वेळा कुटुंबातील काही व्यक्ती स्वतःच्या महत्त्वाकांक्षेसाठी इतर सदस्यांच्या अपरोक्ष कामं करू पाहतात. त्या कामांचं श्रेय आपल्यालाच मिळावं अशी त्यांची इच्छा असते. अशावेळी या व्यक्तींचं बोलणं आणि वागणं यांत विसंगती जाणवते. त्यांच्या अशा वर्तनामुळे कुटुंबात काही अडचणी निर्माण होतात. ज्याचा गैरफायदा त्या कुटुंबाचे हितशत्रू घेतात.

कुटुंबातील सर्वच लोक जेव्हा खुलेपणाने काम करू लागतात, तेव्हा त्यांच्यातील लपवाछपवीचे, इतरांना अंधारात ठेवून काम करण्याचे प्रकार थांबतात. ते बाहेरून जसे दिसतात तसेच आतूनही असतात. कपटमुक्त झाल्यामुळे आता या लोकांना कुठलंही भय उरत नाही. 'माझ्या बाबतीत कोणी वाईट विचार करत नाही, माझ्या कामात कोणी अडचण आणत नाही, माझी टवाळी करत नाही,' असा विश्वास त्यांना वाटू लागतो. त्यामुळे एकूणच व्यवहारात पारदर्शीपणा येतो.

या विषयाकडे पाहण्याची नवी दृष्टी लाभावी यासाठी पुढील प्रश्न स्वतःलाच विचारा.

- या जगाचा निरोप घेण्याआधी आपण किती नात्यांबाबत कपटमुक्त व्हाल?
- लोकांनी आपल्याशी कपटमुक्त संबंध ठेवावेत यासाठी तुम्ही त्यांच्याशी तसं वागता का?
- लोकांनी आपल्यावर विश्वास ठेवावा म्हणून आपण त्या लोकांबरोबर वागताना काय पथ्यं पाळतो?
- लोक आपल्यावर निर्हेतुक, निरपेक्ष प्रेम करतात?
- लोक आपल्या मनातील भावना मोकळेपणाने तुमच्याजवळ व्यक्त करतात का?

या प्रश्नांची उत्तरं मिळवण्यासाठी प्रथम स्वतःविषयी जाणून घ्या.

कोणतंही नातं निर्माण होतं किंवा बिघडतं, तेव्हा त्यामागे अनेक कारणं असू शकतात; आपण त्यांपैकी एक-दोन कारणंच बघू शकतो. स्वतःला जाणून घेतलं, तरच आपल्या दृष्टिकोनात बदल घडवून आणता येतो. नातेसंबंधांबद्दल प्रत्येक व्यक्ती जेव्हा कपटमुक्त होऊन चर्चा करते, तेव्हा जिव्हाळा निर्माण होऊन नातेसंबंध एका वेगळ्याच उंचीवर जाऊन पोहोचतील.

जीवनाचं संपूर्ण लक्ष्य पूर्णपणे लक्षात येताच पृथ्वीच्या सर्व रहस्यांचा उलगडा आपल्याला व्हावा असं प्रत्येक व्यक्तीला वाटेल.

लोक आपल्याशी कपटमुक्त होऊन बोलत नाहीत, त्यामुळे आपण अज्ञानाच्या अंधकारात चाचपडत राहतो. लोकांविषयी जे अंदाज करतो, ते सर्व चुकीचे ठरतात. आजवर लोकांबद्दल आपण जे-जे अंदाज बांधले ते बहुतेक चुकीचेच ठरल्याचं आढळून येईल. लोक जेव्हा आपल्याशी कपटमुक्त होऊन बोलू लागतील, तेव्हा सर्वप्रथम आपल्याला जाणवेल, *'लोक मनाने चांगले असतात परंतु विशिष्ट परिस्थितीत ते अयोग्य व्यवहार करतात. त्यांच्या मनातील भीतीची भावना जर दूर झाली तर ते चुकीचं वागणार नाहीत.'*

'अमुक अमुक माणूस वाईट आहे, त्याचा स्वभाव चांगला नाही...' असा आपण एखाद्या माणसाबद्दल ग्रह करून घेतलेला असतो; परंतु कपटमुक्त चर्चेने आणि कृतीने हा भ्रम दूर होऊ शकतो. लोकांनी आपल्याशी कपटमुक्त होऊन थोडीफार चर्चा केली, तरी त्यांच्या अडचणी, त्यांचं भय, प्रोग्रॅमिंग, महत्त्वाकांक्षा, पूर्वग्रह, भ्रम यांचा पत्ता आपल्याला लागू शकतो. आपल्याशी बोलताना लोकांच्या मनात लालसा आहे की भीती, हे त्यांच्याशी कपटमुक्त संभाषण झाल्यानंतरच समजेल. लोकांच्या भावना आणि वास्तव यांची कल्पना आल्यावर, 'या लोकांबद्दल आपल्या मनात करुणा, प्रेम आणि दया असायला हवी; द्वेष-मत्सराची भावना असण्याचं कारण नाही' हे लक्षात येईल. लोक आपल्याशी कपटमुक्त बोलत नाहीत म्हणून आपण अंधारात राहतो. काही लोक अशा अंधारातच संपूर्ण आयुष्य व्यतीत करून या जगाचा निरोप घेतात. जीवनातील हे वास्तव आपल्या लक्षात येईल, तेव्हा आपण नातेसंबंधातील एक वेगळीच उंची गाठलेली असेल, नवप्रकाश प्राप्त केलेला असेल.

कुटुंबात भाव, विचार, वाणी आणि क्रिया यांच्यात एकवाक्यता असणारी व्यक्ती, *'मी कपटमुक्त होऊन जगू इच्छिते, ते माझ्या जीवनाचं लक्ष्य आहे, कृपया मला माझं*

ध्येय गाठण्यासाठी मदत करा. मी कुठलीही गोष्ट गुप्तपणे करू इच्छित नाही. माझ्या जीवनाचं पुस्तक खुलं आहे आणि ते खुलंच राहील,' असंच म्हणणार. अशी व्यक्ती सर्वच नात्यांना मोकळेपणाने सामोरी जाते आणि लोकांवरही तिचा चांगला प्रभाव पडतो.

नातेसंबंधात आपण जेवढ्या लवकर कपटमुक्त होऊन एकत्वाचा अनुभव घ्याल, तेवढ्या लवकर म्हणू शकाल, 'मी कधी कोणाला काय सांगितलं हे आता लक्षात ठेवण्याची गरज नाही. पुढे काय सांगावं याची चिंता करण्याचंही कारण नाही.' अशा प्रकारे आपण खोटं बोलण्याच्या दुष्टचक्रापासून मुक्त व्हाल. अन्यथा एक खोटं लपवण्यासाठी आपल्याला हजार वेळा खोटं बोलावं लागतं. कपटरूपी कुऱ्हाडीने कौटुंबिक वृक्ष कोसळू शकतो. म्हणून अहंकाराची आरी आणि कपटरूपी कुऱ्हाड यांना कौटुंबिक वृक्षापासून नेहमी दूर ठेवा. परिवारातील विघटन टाळण्यासाठी वृक्षांच्या फांद्या, पानं, फळं यांची जपणूक करून त्यांच्यावर प्रेमाच्या पाण्याचे सिंचन करा.

प्रेमाने परिपूर्ण नाती अत्यानंदाचा संकेत देतात.
प्रेमाची रिक्तता असलेली नाती केवळ खुळखुळ्यासारखी वाजत राहतात.

अध्याय ३

नातेसंबंधात चिरस्थायी प्रेम

प्रेमाचा पुरावा आणि प्रेमाचा मृत्यू

प्रेमाने ओतप्रोत असलेली नाती आनंदाचं लक्षणं प्रकट करतात. प्रेमशून्य नाती ही रिकाम्या डब्याप्रमाणे फक्त खडखडाट करत राहतात. नातेसंबंधांना प्रेमाने काठोकाठ भरण्यासाठी प्रेमाच्या रसायनाचे गुणधर्म समजून घ्यायला हवेत. प्रेमाचे रसायन हे शंकाकुशंकांच्या हवेत उडून जातं आणि विश्वासाच्या सुगंधाने फुलतं.

चला तर, विश्वासाच्या पुष्परूपी सुगंधाने नात्यांच्या दुनियेला प्रेमाच्या रसायनाने काठोकाठ भरून टाकू या. काही व्यक्तींना आपल्या नातेसंबंधात प्रेमाचा अभाव जाणवतो. प्रत्येकाशी एकसारख्या प्रमाणात प्रेम का करता येत नाही, असा प्रश्न त्यांना पडतो. प्रेम वेगवेगळ्या प्रकारे का केलं जातं? रक्ताच्या नात्यात अधिक दाट प्रेम आणि दूरच्या नात्यात कमी प्रेम असं का आढळतं?

प्रत्येक नात्यात प्रेमाची अभिव्यक्ती वेगवेगळ्या प्रकारे होते. कारण प्रत्येक व्यक्तीच्या चेतनेची पातळी एकसारखी नसते. त्यामुळे काही नात्यांत माणसाला जास्त प्रेम जाणवतं, तर काहींमध्ये प्रेमाचा लवलेशही आढळत नाही. उच्च ज्ञानाची प्राप्ती झाल्यावर मात्र चेतनेचा स्तर एकदम उंचावतो. त्यामुळे प्रत्येक प्राणिमात्राबद्दल प्रेमाची आणि एकात्मतेची भावना जागृत होते.

माणसाच्या चेतनेची पातळी खालावते, तेव्हा त्याच्यात पुन्हा नकारात्मक भावनांची

गर्दी होते; परंतु त्याला त्याची कल्पनाही येत नाही. 'अमुक माणूस माझ्या मनाप्रमाणे काम करतो म्हणून मला तो आवडतो... समोरचा माणूस माझी आज्ञा पाळत नाही म्हणून तो मला चांगला वाटत नाही... हा माणूस कधी माझं काम करतो तर कधी टाळाटाळ करतो... त्यामुळे मला त्याच्याबद्दल आत्मीयता वाटत नाही... अमुक माणूस तर माझा भाऊच आहे... त्याला मदत करायलाच हवी... त्याला मदत करणं हे माझं कर्तव्यच आहे...' अशा प्रकारचे विचार म्हणजे नकारात्मक भाव असताना वेगवेगळ्या कारणांनी नात्यांची बूज राखणं होय.

एखाद्याच्या सहवासात आपण जास्त काळ राहात असल्याने त्याच्यावर आपली खास मर्जी जडते. अशा वेळी आपल्याला कर्तव्यभावनेतून त्या व्यक्तीविषयी प्रेम वाटतं की सहवासातून निर्माण झालेल्या जवळीकतेच्या नात्यापोटी? एखादी व्यक्ती आपल्या अहंकाराला गोंजारते, आपल्याला मदत करते, तेव्हा तिच्याविषयी प्रेम वाटतं. माणसाच्या चेतनेचा स्तर जेव्हा उच्च पातळी गाठतो, तेव्हा त्याला, 'माणूस खरंतर स्वतःच्या इच्छांवर (शॉपिंग लिस्टवर) प्रेम करत असतो,' हे लक्षात येतं. प्रत्येक व्यक्ती स्वतःची अशी खास शॉपिंग लिस्टची यादी घेऊनच फिरत असते. उदाहरणार्थ, मला प्रेम (लोकांचं अवधान) हवंय, मला दागिने हवे आहेत, मला गडगंज संपत्ती पाहिजे, मला पंचतारांकित हॉटेलमधील जेवण हवंय, मला जगप्रवासाची संधी हवी आहे, मला लास वेगासच्या कॅसिनोमध्ये जॅकपॉट लागायला हवा... इत्यादी. अशा प्रकारची लांबलचक शॉपिंग लिस्ट प्रत्येक व्यक्तीकडे तयारच असते. ही यादी बरोबर घेऊनच ती इतरांना भेटते. अमुक व्यक्ती माझी अमुक इच्छा पूर्ण करू शकेल... ती व्यक्ती मला दागिने देऊ शकेल... अमुक व्यक्तीमुळे मला पंचतारांकित हॉटेलात जेवणाचा योग लाभेल...' असे आडाखे ती बांधत राहते. आपल्या इच्छेप्रमाणे समोरच्या व्यक्तीने योग्य वस्तू दिली, तरच तिचं आपल्यावर प्रेम आहे असं ती व्यक्ती समजते. समोरच्या व्यक्तीने शॉपिंग लिस्टमधील कुठलीही वस्तू देण्याचं टाळलं, तर त्याला माझ्याबद्दल यत्किंचितही प्रेम नाही असा निष्कर्ष ती लगेच काढते. अशाप्रकारे आपल्याला हव्या असलेल्या वस्तू देणाऱ्या व्यक्तीविषयी आपल्याला आत्मीयता वाटते आणि न देणाऱ्याबद्दल आपल्याला थोडीही आस्था उरत नाही. अशा शॉपिंग लिस्टच्या आधारावर माणसाचं जीवन पुढे सरकत असतं. नातेसंबंधात संघर्ष, नाराजी, तणाव आणि दुःख यांचा उगम या शॉपिंग लिस्टमध्ये, अपेक्षांमध्ये असतो.

प्रेमाचा पुरावा

प्रेमाचा पुरावा मागण्याची लोकांना सवय असते. समोरची व्यक्ती आपल्यावर प्रेम करतेय की नाही, याबद्दल ते कायम साशंक असतात. लोकांना प्रेमाचा पुरावा द्यावा

लागतो. म्हणजे 'माझं तुझ्यावर प्रेम आहे.' हे काहीतरी भेट देऊन प्रत्येक वेळी सिद्ध करावं लागतं. समोरचा माणूस आपल्यावर खरोखर प्रेम करतोय तेव्हा त्याचा पुरावा त्याने नको का द्यायला असं त्यांना वाटतं. माणूस प्रत्येक गोष्टीवर संशय घेतो, शंकाकुशंका काढतो, वारंवार चुकीचे निष्कर्ष काढतो. त्यामुळे प्रेमाबाबतही तो सारखा धास्तावलेला असतो.

समोरच्या व्यक्तीचं माझ्यावर काल जितकं प्रेम होतं तितकंच ते आजही आहे ना? तिचं प्रेम कमी तर झालं नाही ना... हे माणूस पुनःपुन्हा पडताळून बघत असतो.

समोरच्या व्यक्तीचं माझ्यावरचं प्रेम संपुष्टात आलं तर माझं काय होणार, माझ्या इच्छा कशा पूर्ण होणार, अशी भीती या शंकेच्या तळाशी असते. या भीतीपोटी नातेसंबंधात प्रेमाचा पुरावा देण्याची गरज पडते.

एक कंजूस माणूस आपली तिजोरी उघडून आत नोटांची थप्पी आहे की नाही याची दररोज खात्री करायचा. त्या नोटा मोजल्यानंतरच तो दिवसभरातील व्यवहार उत्तमप्रकारे पार पाडू शकत असे. त्याचा हा दिनक्रम दररोज चालू असायचा. आपले पैसे तिजोरीत सुरक्षित आहेत याची तो पुनःपुन्हा खात्री करून घेत असे. आपला पैसा कोणी चोरून तर नेणार नाही ना, अशी भीती त्याला सारखी सतावत राहायची.

अशाचप्रकारे समोरच्या व्यक्तीवर जर विश्वास आणि खरं प्रेम नसेल, तर माणसाला प्रेमाचा पुरावा लागतो. सातत्याने प्रेमाचा पुरावा मागून तो या भावनेचा खरा अर्थच हरवून बसतो. प्रत्येक क्षणी तो प्रेमाची शहानिशा करून घेत असतो. त्यामुळे समोरची व्यक्तीही त्रस्त होते. रोज-रोज पुरावा का द्यायचा, असा प्रश्न तिला पडतो. एखाद्या दिवशी पतीने गजरा आणला नाही, तर त्याचं आपल्यावरचं प्रेम तर कमी झालं नाही ना... अशी शंका पत्नीला सतावू लागते. गजरा न आणण्याची इतर शेकडो कारणं असू शकतात हे ती लक्षातच घेत नाही.

आनंदाच्या बाबतीतही लोक अशीच शंका घेत राहतात आणि त्याचा विचका करतात. जरासाही त्रास वा वैताग वाट्याला आला, तर 'आज नेहमीसारखा आनंद वाटत नाही, काल जसं छान वाटलं होतं तसं आज वाटत नाही.' असे म्हणू लागतात. अशा विचारांमध्ये अडकताच ते हताश, उद्विग्न होऊन जातात. वास्तविक 'प्रेम आणि आनंद कायम असतातच; फक्त त्यांची अभिव्यक्ती कमी-जास्त प्रमाणात होते एवढंच,' हे त्याला सांगावं लागतं.

आपल्या प्रेमाची व्याख्या आपण दुसऱ्यावर लादू पाहतो; त्यामुळेही प्रेमाच्या पुराव्याची मागणी केली जाते. 'मी जेव्हा प्रसन्न असतो आणि समोरच्या व्यक्तीबद्दल

मला प्रेम वाटतं, तेव्हा मी जे शब्द उच्चारतो तेच त्यानेही म्हणावेत.' अशी आपली अपेक्षा असते. आपल्याला नेहमी असे पुरावे हवे असतात. खरंतर जेव्हा एखादी गोष्ट निश्चित आणि खरी नसते, तेव्हाच पुराव्याची गरज पडते. म्हणून तर न्यायालयात साक्षी-पुराव्यांची आवश्यकता असते. एरवी पुराव्याची गरजच नसते. कोणत्याही घटनेसंदर्भात आपली खातरजमा झाली असेल, तर त्यावर ठाम राहा; समोरच्या व्यक्तीकडून पुरावे मागत बसून त्याला बंदिस्त करण्याचा प्रयत्न केला नाही तरच त्याचे प्रेम कायम राहील. नाहीतर बळजबरी केल्यास उरलंसुरलं प्रेमही संपुष्टात येईल.

आई आपल्या मुलावर मनापासून निरपेक्ष प्रेम करत असते. परंतु मुलगा जेव्हा मोठा होतो, त्याचं लग्न होतं, तेव्हा ती आपल्या मुलाला सुनेपासून दूर ठेवण्याची खटपट करू लागते. मुलाचं आपल्यावरील प्रेम कमी तर होणार नाही ना, अशी तिला सतत धाकधूक वाटत राहते. आईचं हे वागणं लग्न झालेल्या मुलाला सुरुवातीला थोडं चमत्कारिक वाटतं. कारण मुलाचं आईवर जिवापाड प्रेम असतं. आईपण त्याच्याशी मोकळेपणाने, कोणताही आडपडदा न ठेवता वागत असते. आईच्या मनात कोणतंही सुप्त वा गुप्त उद्दिष्ट नसतं. आई जशी आहे तशीच बोलत असते, वागत असते. परंतु मुलाचं लग्न होऊन सून घरी येताच तिचं वागणं बदलतं. सरळ बोलण्याऐवजी ती द्राविडी प्राणायम करते. आडवळणाने, मोघमपणे, सूचक बोलू लागते. मग तिच्या वागण्याबोलण्यातून काहीतरी वेगळं शिजतंय हे मुलाच्या ध्यानात येतं. आधी आपली आई कधीही अशाप्रकारे बोलत नसे; त्यामुळे मुलाला आईचं हे बदललेलं वागणं चमत्कारिक वाटतं. वर्षानुवर्षं चाललेल्या व्यवहाराचं हे बदलतं वळण बघून मुलाबद्दल आईला वाटणारं आणि आईबद्दल मुलाला वाटणारं प्रेम आटू लागतं. त्यानंतर दोघंही एकमेकांकडे प्रेमाचा पुरावा मागू लागतात. खरं प्रेमही दूषित होऊन जातं. कारण प्रेमाचा पुरावा हाच प्रेमाचा अंत ठरतो. म्हणून प्रेम कायम टिकवण्यासाठी प्रेमाला नवजीवन द्या. प्रेमपूर्ण नात्यांना संशय आणि भ्रामक शंकाकुशंका, संभ्रम आणि अनुमान यांच्यापासून सदैव दूर ठेवा.

विश्वामध्ये एका कुटुंबाद्वारे आनंदाचं भांडार खुलं होईल आणि
त्याच्या लहरी जेव्हा ब्रह्मांडात सर्वदूर पोहोचतील,
तेव्हा संपूर्ण विश्व किती सुंदर वाटू लागेल!

अध्याय ६

नातेसंबंधात तलवारींचा खणखणाट नसावा

अतेज नातलगांची हत्यारं – संशय आणि अनुमान

एका मोठ्या कुटुंबात आजी-आजोबा, आई-वडील, भाऊ-बहीण आणि जवळचे नातलग सुखाने एकत्र राहात होते. त्यांचं परस्परांवर निरपेक्ष प्रेम होतं. त्या प्रेमाला पोषक असंच घरातलं वातावरण आनंदाचं, खेळीमेळीचं, प्रसन्न असं होतं. अशा कुटुंबात एकदा एक अतेज नातलग पाहुणा म्हणून आला. त्याने मनोरंजनासाठी आणि वेळ घालवण्यासाठीही काही नवीन मार्ग सुचवले. कुटुंबातील काही सदस्यांना ते स्वीकारावेसे वाटले. त्यामुळे त्या घरात सवंग मनोरंजन आणि नकली आनंद यांचा गदारोळ सुरू झाला. त्या अतेज नातलगाने सर्वांना नकली आनंदाची चटक लावली.

काही लोक शब्दांच्या नकली आनंदाने हर्षभरित होतात. दुसऱ्यांची निंदानालस्ती करणं, उखाळ्यापाखाळ्या काढणं, चहाड्या-चुगल्या करणं, चहाटळपणे बोलून हशा पिकवणं यांत काही जणांना मोठी गंमत वाटते. त्यामुळे नकली आनंदाचं वातावरण तयार होतं.

प्रत्येक विद्यालयाच्या एखाद्या वर्गात एक-दोन तरी वात्रट किंवा खोडकर मुलं असतात. शिक्षक धडा शिकवत असताना ही मुलं पाठीमागे बसून काहीतरी वेडीवाकडी शेरेबाजी किंवा टीकाटिप्पणी करत असतात. त्या शेरेबाजीमुळे आजूबाजूच्या मुलांना हसू अनावर होतं आणि ते बघून त्या व्रात्य मुलांना हर्षाच्या उकळ्या फुटत राहतात.

एखाद्या दिवशी त्या व्रात्य मुलांच्या अनुपस्थितीमुळे या गोष्टीत खंड पडला, तर वर्गातील मुलांना चुकल्याचुकल्यासारखं वाटतं. 'अरे, आज शाळेत काहीच मजा आली नाही,' असं ते म्हणतात. शिक्षक शिकवत असताना मुलांना कंटाळा येतो, तेव्हा त्या खोडकर मुलांच्या शेरेबाजीने किंवा उनाडपणामुळे मुलांना नकली आनंद मिळतो. शिक्षकांची नक्कल करणारी किंवा त्यांच्यावर शेरेबाजी करणारी मुलं अभ्यासाकडे लक्ष देण्याऐवजी आज कोणता जोक करायचा, आज काय खोड्या करायच्या, आज मुलांना हसवण्यासाठी काय गंमत करायची, याचाच विचार करत राहतात. ही मुलं कुठल्याही वर्गात असली, तरी अशा चेष्टामस्करीतच वेळ घालवतात. अभ्यासात त्यांना स्वारस्यच नसतं; त्यामुळे शिक्षणातून त्यांना ज्ञानसंपादनाचा निखळ आनंद कधी मिळतच नाही. केवळ शब्दांद्वारे, शेरेबाजीने किंवा उखाळ्यापाखाळ्यांद्वारे मिळणाऱ्या नकली आनंदातच ती मुलं व्यस्त राहतात. आपल्या या उनाडटप्पूपणामुळे आपण अधःपतनाकडे कसे ढकलले जात आहोत हे त्यांना कधी कळतच नाही. या वाईट सवयीमुळे ती मुलं आपलं अवघं भविष्यच बिघडवून टाकतात आणि नरकसदृश जीवन जगतात.

येथेही अतेज नातलग पाहुणा म्हणून कुटुंबात आल्यावर घरातील लोक त्याच्या टिंगलटवाळीच्या शाब्दिक करामतीतच धन्यता मानू लागले. आधी ते आपापसांत बोलत असत. परंतु त्या वेळी शब्दांवर लक्ष केंद्रित करण्याऐवजी शब्दांमागे असणाऱ्या अर्थाकडे, आशयाकडे ध्यान देत होते. 'शब्द ज्या अभिव्यक्तीसाठी तयार झाले आहेत, तो अर्थ लक्षात आला पाहिजे. शब्द म्हणजे रिकामे डबे; त्यात अडकून राहणं योग्य नाही,' याचं त्यांना भान असे.

एके दिवशी या कुटुंबातील काही सदस्य एकत्र उभे होते. वरच्या फळीवरून त्यांना एक वस्तू खाली काढायची होती. तेव्हा एक सदस्य दुसऱ्याला म्हणाला, 'अरे तू बुटका आहेस. तुला ती वस्तू काढायला जमणार नाही. त्या लंबूटांग्यालाच हे काम जमेल.' तेव्हा तो अतेज पाहुणा त्या ठेंगू सदस्याला म्हणाला, 'बघितलंस! हा बुटका म्हणून तुझा अपमान करत आहे. तुझ्याकडून काही हे काम होणार नाही म्हणून तुझा पाणउतारा करत आहे... वास्तविक त्याने तुला उद्देशून असं बोलायला नको होतं. त्याने फारतर असं म्हणायला हवं होतं, की तुझ्यापेक्षा तो उंचीने जरा जास्त आहे, तो करेल हे काम. त्या अतेज पाहुण्याचं हे बोलणं ऐकून त्या ठेंगूला वाटू लागलं, 'हा बरोबर बोलतोय. बुटका म्हणून माझी दुसऱ्याच्या तुलनेत अवहेलना करत आहे.' या विचाराने त्याला खूप दुःख होतं.

अनुमान हे असं बीज आहे, ज्याला पाणी द्यायची गरज नसते. मग अनुमानातून

संशय सुरू होतो. संशयालाही पाणी द्यावं लागत नाही. जसं बीज तसंच झाड. अनुमान आणि संशय हे स्वतःहूनच वाढत राहतात. हे बीज जेव्हा इतर व्यक्तींच्या अंतर्यामी रुजतं, तेव्हा त्या व्यक्ती एकमेकांकडे संशयाने आणि अविश्वासाने बघू लागतात; एकमेकांच्या हेतूंबद्दल शंका व्यक्त करू लागतात. ही दुसरी व्यक्ती माझ्याविषयी वाईट विचार करतेय, माझं अकल्याण व्हावं असं तिला वाटतंय, अशा समजुतीने नातेसंबंधात दुरावा निर्माण होतो.

या घटनेनंतर वर वर्णन केलेल्या कुटुंबात एक तेज नातलग येतो. तो कुटुंबातील सर्वांना आपले अनुभव सांगतो आणि सत्याकडे त्यांचं लक्ष वेधून घेतो. 'आपण शब्दांमध्ये फसून असली आनंद कशाप्रकारे गमावला, नकली आनंदातच कसे रममाण झालात आणि अस्सल गोष्टीवरचं म्हणजेच सत्यावरचं आपलं ध्यान कसं दूर झालं,' हे तो स्पष्ट करतो.

आता त्या तेज नातलगाच्या गोष्टी ऐकून आणि त्या आचरणात आणून ते कुटुंब खऱ्या आनंदाचा अनुभव घेऊ लागलं. शब्दाऐवजी त्याच्या अर्थाकडे लक्ष देऊ लागलं. त्यामुळे त्या कुटुंबात आपल्याला काहीही स्थान नाही हे त्या अतेज नातलगाला उमगतं आणि त्याला पळ काढणं भाग पडतं. परंतु त्याची अतेज वर्तणूक काही केल्या त्याला गप्प बसू देत नाही. दुसऱ्या एखाद्या कुटुंबात जाऊन आपली करामत दाखवावी म्हणून तो पुन्हा नवीन घर शोधू लागतो.

'कुठे तो अतेज नातलग आपल्या घरात तर आलेला नाही ना...' हे सर्वांनी जरा काळजीपूर्वक बघायला हवं.

धर्माधर्मातील काचेच्या भिंती हिंसेला जन्म देतात.
देशादेशातील काचेच्या भिंती युद्धांना कारणीभूत ठरतात.
या भिंती आजच उद्ध्वस्त करा आणि त्यांचा आवाज ऐका.
त्यानंतर सर्व विश्व एकच बनत असल्याचं दृश्य दिसेल.

अध्याय ७

समजदार कुटुंबाची सुखाकडे वाटचाल

कुटुंबातील तणावाच्या पातळीकडे लक्ष द्या

कच्च्या धाग्याने गुंफलेली नाती बेपर्वाईने अनेकदा तुटतात. याच कच्च्या धाग्याला जेव्हा जागरूकतेचं रसायन लावलं जातं, तेव्हा तो पतंगाच्या मांज्याप्रमाणे मजबूत होतो. त्यातून नाती बळकट होत जातात. कुटुंबातील एखादा सदस्य मानसिक पेचप्रसंगात असेल आणि त्या परिवारातील सर्व सदस्यांना त्याची कल्पना असेल तर ते त्याला त्यातून बाहेर काढण्याच्या दृष्टीने मदत करू शकतात.

प्रत्येक कुटुंबात, कौटुंबिक नात्यात शांती राखायची असल्यास तणावांचं स्वरूप माहीत असणं आवश्यक आहे.

कुटुंबातील सदस्यांच्या तणाव-पातळी तक्त्याच्या आधारे तणावाचं नेमकं स्वरूप ज्ञात होऊ शकतं.

घरातील सूचनाफलकावर दररोज तणाव-पातळीचा तक्ता लावल्यास पती-पत्नी, भाऊ-बहीण, आजी-आजोबा सर्व जण एकमेकांशी मोकळेपणाने चर्चा करू शकतील. परस्पर संवादातून, विचारांच्या देवाणघेवाणीतून एकाच व्यासपीठावर ते वैचारिक-मानसिकदृष्ट्या एकत्र येऊ शकतील. शिवाय सर्वांना एकमेकांच्या मानसिक अवस्थेची कल्पना असल्याने एकमेकांचा तणाव कमी करण्याच्या दिशेने योग्य ती पावलं टाकू शकतील.

यासाठी कुटुंबातील प्रत्येक सदस्याची मानसिक अवस्था जाणून घेणं आवश्यक आहे. एकमेकांच्या मानसिक अवस्थेची आणि अडचणीची कल्पना सुरुवातीपासूनच असेल, तर सर्व जण योग्य प्रकारे परस्परांना तणावातून बाहेर काढण्यासाठी मदत करू शकतील. तणावातून बाहेर काढणं कदाचित शक्य झालं नाही, तरी निदान ताण वाढू नये याची ते निश्चितच काळजी घेतील. तणाव पातळी विवरण तक्त्याच्या आधारेच कुटुंबातील सदस्यांच्या अपेक्षा व त्यांच्या ताणाची माहिती आपल्याला सहजपणे मिळेल.

कुटुंबातील सदस्यांना आपली मदत हवी आहे, सल्ला हवाय की आपलं प्रेम? किंवा दिवसभरातील घटनांबद्दल त्यांना आपल्याशी काही बोलायचं आहे, हे आपल्याला कसं समजणार? कदाचित त्यांना आपल्याकडून काही मार्गदर्शनही हवं असेल अथवा त्यांना आपल्या एखाद्या कृतीमुळे दुःखही झालं असेल. तर या सर्व गोष्टी जाणून पारिवारिक संबंधात निर्माण झालेला तणाव कमी होऊ शकतो. आनंदाचं वातावरण निर्माण करण्यासाठी आपण आपल्या घरातील सूचनाफलकावर तणावपातळी विवरण लावू शकता.

घरातील प्रत्येक सदस्याने ऑफिस, बाजार, शाळा किंवा महाविद्यालयातून घरी आल्यावर पहिल्यांदा हा सूचनाफलक बघावा. सूचनापटावर कुटुंबातील सर्व सदस्यांची नावं लिहिलेली असतील. त्या नावापुढे लाल, हिरवा किंवा पिवळा कागदाचा तुकडा चिकटवलेला असू शकतो. कधी दैनिकाचाही एखादा तुकडा लावलेला असेल.

कागदाच्या विविध तुकड्यांच्या आधारे त्या त्या सदस्याच्या मानसिक अवस्थेचा बोध होऊ शकेल. त्यावरून त्या सदस्याशी कसं वागायला हवं हेही लक्षात येईल.

तणावस्तर विवरण चार्ट			
HAPPY HOME		आजची तारीख : / /	
क्र.	कुटुंबातील सदस्यांची नावं	पेपर्स	अवस्था
१	W पत्नी/पती	लाल	रागात, गंभीर –छेडायचं नाही
२	X भाऊ, बहीण इत्यादी	पिवळा	लाल आणि हिरव्यातील अवस्था सर्वकाही ठीक आहे

३	Y	आई-वडील	हिरवा	आनंदी आणि ग्रहणशील आहे
४	Z	आजोबा	वर्तमानपत्र	अतिशय त्रस्त आणि विचारात मग्न आहेत
५		आपण स्वतः	?	-

कुटुंबातील सदस्य घरी आल्यावर या तक्त्याच्या आधारे, एखाद्या सदस्याची तणावपातळी कितपत गंभीर आहे? घरात तणाव किती प्रमाणात आहे हे सर्व पाहून कोणाशी कसं वागावं, काय प्रतिक्रिया द्यावी, हे ठरवू शकतील.

घरातील W या सदस्याच्या नावापुढील लाल तुकडा बघून तो रागात असल्याने त्याला उगाच छेडू नये हे लक्षात येईल. X च्या पुढे पिवळ्या रंगाचा तुकडा आहे, म्हणजे तो पूर्णतः स्वस्थ आहे, नॉर्मल आहे हे समजेल. Y च्या पुढे हिरव्या रंगाचा तुकडा असल्याने तो आनंदी, ग्रहणशील आहे. तो आपलं स्वागत करील; त्याला दिवसभरातील घटना सांगितल्यास ऐकून घेण्यासाठी राजी होईल. आपण त्याच्याबरोबर विचारविनिमय करून इतर सदस्यांचा तणाव कमी करण्यासाठीही योजना बनवू शकता, हे आपल्या लक्षात येईल.

सूचनाफलकावर Z नामक व्यक्तीपुढे दैनिकाचा तुकडा लावला आहे. त्यामुळे ही व्यक्ती खूप त्रस्त असून चिंतनात गढलेली आहे. तिला मौन पाळायचंय. म्हणून काही काळासाठी तिला एकटं राहू द्यावं.

सूचनाफलकात जर सर्वांच्याच नावापुढे पिवळे किंवा हिरवे कागद असतील तर सर्व जण आनंदात आहेत हे लक्षात येईल. मग आपणही स्वतःची मनोवस्था सांगणारा कागद आपल्या नावापुढे लावा.

अशा रीतीने सर्व जण एकमेकांना योग्य प्रकारे, वेळ न दवडता, आनंद न गमावता, कुठलाही त्रास न देता पूर्णपणे मदत करू शकतील.

बाहेरून येणाऱ्या सदस्याला हे सर्व बघून सर्वार्थाने खुलण्याची, अभिव्यक्तीची संधी जाणवते. मग अशा कुटुंबात आनंदाला उधाण येणार नाही तर काय? हा असा दिवस असेल जेव्हा प्रत्येक जण दिवाळीचा, होळीचा मनमुराद आनंद लुटेल. विचार करा, कुटुंबातील सर्व जण आनंदात असताना तो दिवस एखाद्या सणउत्सवापेक्षा कमी

कसा असू शकेल? आणि अशा कुटुंबानेही आपला आनंद प्रकट करण्यासाठी एखाद्या विशिष्ट सणाची प्रतीक्षा तरी का करावी? त्या कुटुंबातील सदस्य वर्तमानातच आपला आनंद अभिव्यक्त करू शकतात. केवळ एक तक्ता इतकं मोठं काम करू शकतो!

या अध्यायात तणावपातळी विवरण तक्त्यासहित सूचनापट दाखवला गेला आहे. याचा अर्थ आपण असाच तंतोतंत सूचनापट तयार करावा असा नाही. याच्या आधारे आपण एकमेकांत विचारविनिमय करून एखादी नवी कल्पनाही राबवू शकतो. कल्पनाशक्तीच्या आणि वेगळ्या शैलीच्या आधारेही आपण निरनिराळ्या आकृत्या, चिन्हं, चित्रं, शब्द किंवा सुविचार यांचा उपयोग करू शकाल.

नातेसंबंधातील तणाव नियंत्रित करण्यासाठी हे एक अत्यंत प्रभावशाली सूत्र आहे.

जीवन जसं आहे तसंच स्वीकारलं, तर अंतर्यामीचा उत्तम गुणी माणूस प्रकटेल आणि आपण सर्वोत्कृष्ट जीवनाच्या दिशेने वाटचाल कराल.

अध्याय ८

नातेसंबंध सुधारण्यासाठी स्वतःला सुधारा

नात्यांमध्ये 'माफी' मागा

'नातेसंबंध सुधारण्यासाठी जगाला सुधारा. सॉरी! जगाला नाही स्वतःला सावरा.' असं वाक्य उच्चारून वक्त्याने आपली चूक सुधारली! सॉरी म्हटल्यानंतर आपल्याला खरोखरच पश्चात्ताप होतो? नात्यांमध्ये माफी कधी व कशी मागावी? हे आपण जाणून घेऊया.

अशा एखाद्या कुटुंबाचं दृश्य डोळ्यांसमोर आणा जिथे अगदी हसतखेळत आणि योग्य प्रकारे कुटुंबातील सदस्य एकमेकांची माफी मागू शकतात. अशा घरात किती आनंद आणि प्रेम असेल! एरवी सॉरी म्हणणं कित्येकांसाठी अवघड असतं. कारण तसं म्हणताना त्यांच्या अहंकाराला धक्का लागतो आणि म्हणून ते माफी मागायची टाळून आपल्या अहंकाराची सेवा करतात. तेव्हा अहंकाराची सेवा थांबवून नातेसंबंध मधुर बनवा, योग्य प्रकारे माफी मागून अपराधबोधापासून मुक्ती मिळवा.

वेगवेगळ्या मुक्तिदात्यांनी प्रत्येक धर्मामध्ये अपराधभावनेतून मुक्त होण्यासाठी, नवजीवन जगण्यासाठी विविध उपाय सुचवले आहेत. येशू ख्रिस्त हे अशाच मुक्तिदात्यांपैकी एक होत. त्यांनी पापी, दुर्जन लोकांनाही आशीर्वाद देऊन अपराधभावनेतून मुक्त केलं. काही वारांगनांनाही येशूने पापमुक्त करून आशीर्वाद दिला. येशूंचा हा उदात्त भाव काहींना आवडला नाही. त्या लोकांना आपली भूमिका समजावून देण्यासाठी येशूंनी एक कहाणी सांगितली.

एका माणसाला दोन मुलं होती. धाकट्या मुलाने व्यसनांच्या आहारी जाऊन आपली सगळी संपत्ती उधळून टाकली. इतकं करून तो थांबला नाही तर वडिलांच्या संपत्तीत आपला हिस्सा मिळवण्यासाठी त्याने स्वतःच्याच पित्यावर खटला दाखल केला. त्याच्या या वागणुकीचा मोठ्या भावाला अतिशय राग आला. परंतु वडिलांनी मात्र त्याला शांतपणे त्याचा हिस्सा दिला. धाकटा मुलगा आपल्या वाट्याची संपत्ती घेऊन निघून गेला. त्यानंतर मध्ये बरीच वर्षं उलटली. धाकटा मुलगा आपली सर्व संपत्ती उधळून पुन्हा आपल्या गावी परतला. वडिलांना त्याच्या परतण्याची बातमी समजली, तेव्हा ते त्याला भेटायला गेले. मुलगा त्यांना म्हणाला, ''माझी चूक झाली. मी प्रायश्चित्त घेण्यासाठी आलो आहे.'' वडिलांनी जंगी मिरवणूक काढून, बँड लावून वाजतगाजत त्याला घरी आणलं. इतकंच नाही तर या आनंदाप्रीत्यर्थ त्यांनी सगळ्या गावाला ताबडतोब मेजवानीही दिली.

या घटनेदरम्यान मोठा मुलगा शेतात काम करत होता. आपला धाकटा भाऊ सर्व पैसा व्यसनात उधळून गावी परतल्याची आणि वडिलांनी तो परत आल्यामुळे गावजेवण दिल्याची बातमी त्याला कळली. ती ऐकून त्याला फार वाईट वाटलं. त्याच्या मनात विचार आला, 'माझ्यासाठी वडिलांनी अशी मेजवानी कधीच दिली नाही. मी तर नेहमी सद्वर्तनी राहिलो. वडिलांच्या आज्ञेचं पालन केलं. माझा भाऊ दुर्वर्तनी, अहंकारी आहे. त्याच्यासाठी एवढा सगळा डामडौल करण्याची काय गरज होती?'

शेतावरून घरी परतल्यावर त्याने वडिलांना विचारलं, ''आपण असं का वागलात? माझ्या धाकट्या भावाने आजपर्यंत इतकं वाईट वर्तन केलं. तरीही तो जेव्हा उजळ माथ्याने घरी परतला, तेव्हा तुम्ही हसतहसत त्याचं स्वागत केलं. सगळ्या गावाला मेजवानीही दिली. आजपर्यंत मी तर कधीच सदाचरण सोडलं नाही; तरी आपण माझ्यासाठी असं कधी केलं नाही. याला काय म्हणावं?''

वडील थोरल्या मुलाला म्हणाले, ''बाळ, तुला तर आनंद व्हायला हवा. तुझा मृतवत भाऊ जागृत होऊन परत आला आहे. (जो मायेमध्ये हरवला होता तो भानावर आला आहे.)'' ते ऐकून थोरला आश्चर्यचकित झाला. वडील पुढे म्हणाले, ''तू कायम माझ्या डोळ्यांसमोर होतास. त्यामुळे मी तुझ्यासाठी काही केलं नाही असं तुला वाटतंय. पण वस्तुस्थिती वेगळी आहे. तुला पितृहृदयाची कल्पना नाही. पित्याला जास्त काळजी कुणाची वाटते? जो दुर्वर्तनी, पापी आहे त्याची, की जो सदाचरणी आणि चांगला आहे त्याची?'' वडिलांची भूमिका थोरल्याच्या लक्षात आली. त्याची शंका दूर झाली. येशूची ही कथा ऐकणारे नागरिकही शंकामुक्त झाले.

पापी माणसाला देखील प्रायश्चित्त घेण्याचा हक्क आहे. नवजीवन जगण्याची संधी प्रत्येक माणसाला मिळायलाच हवी. येशू म्हणाले, ‘‘पापी माणसाने प्रायश्चित्त घेतलं, तर प्रभू परमात्मा प्रेमाने सर्व काही माफ करतो.’’ जे प्रायश्चित्त करतात, आपले अपराध कबूल करतात त्यांना प्रभू माफ करतो. ‘‘प्रभू, माझ्या पापांबद्दल मला क्षमा कर,’’ असं म्हणणं म्हणजे प्रायश्चित्त नव्हे. ‘प्रायश्चित्त करणं म्हणजे कपटमुक्त होऊन ईश्वराला आपण केलेल्या पापांची कबुली देऊन, लोकांना दिलेल्या त्रासाबद्दल क्षमायाचना करणं.’ आपल्या हातून घडलेल्या चुकीच्या कर्मांची कबुली ईश्वराला देऊन त्याच्याकडे क्षमायाचना करणं म्हणजेच खरं प्रायश्चित्त!

‘हे ईश्वरा, मला माझ्या पापांबद्दल क्षमा कर,’ अशी शाब्दिक प्रार्थना तर लोक करतात, परंतु तरीही ते सुधरत नाहीत. ते म्हणतात, ‘‘आम्ही जे काही केलं त्याची संपूर्ण कल्पना ईश्वराला आहेच. मग आम्ही त्या पापांबद्दलचे सगळे तपशील द्यावेत असा आग्रह कशाला?’’

याचं उत्तर पुढीलप्रमाणे समजून घ्या. आपला पश्चात्ताप भाव आणि शब्द या दोन्हींतून प्रकटला, विस्ताराने व्यक्त केला गेला, तर त्यातून बाहेर पडण्याची जबाबदारी देखील तुमची असेल. आपण जर वरकरणीच आपली चूक झालीय असं समजून चाललात तर काही उपयोग होणार नाही.

लोकांना आपल्या उत्तरदायित्वाची, जबाबदारीची जाणीव झाली, तर ते स्वतःमध्ये सुधारणा घडवून आणतील; अन्यथा लोक एकमेकांना त्रास देऊन केवळ सॉरी म्हणून मोकळे होतील. तोंडदेखलं सॉरी म्हणणं हे काही प्रायश्चित्त नव्हे. अशा प्रायश्चित्ताचा काहीही परिणाम होत नाही. केवळ सॉरी म्हणणं पुरेसं नसून आपल्या कृत्याबद्दल दिलगिरी व्यक्त करून समोरच्या व्यक्तीला स्पष्ट सांगायला हवं, ‘माझ्या वागण्यातून मी तुला दुःख पोहोचवलं. त्याबद्दल मला माफ कर.’ असे पूर्ण विधान केल्यास आपण आपल्या कृत्याची जबाबदारी स्वीकारली हे स्पष्ट होईल आणि समोरच्या व्यक्तीलाही त्याची खात्री पटेल. सॉरी किंवा माफ कर म्हणण्याची क्रिया ही एक यांत्रिक कृती नसावी. समोरच्या माणसाचं दुःख जाणून अंतःकरणापासून माफी मागायला हवी.

आपण माफी मागत असताना कदाचित समोरची व्यक्ती आपल्याला, ‘‘तुम्हाला प्रायश्चित्त घेण्याची काही गरज नाही. तुमच्या गैरव्यवहारामुळे मी दुःखी झालेलो नाही. तुम्ही त्याबद्दल खेद मानू नये.’’ असं सांगेल. तरीही आपण त्याला सांगा, ‘‘माझ्याकडून चूक झाली आहे. अशी चूक पुन्हा मी करणार नाही. माझ्याकडून अशा चुका पुढे पण

घडाव्यात असं ईश्वराला वाटत नाही. तेव्हा कृपा करून मला माफ करा. आपल्याला वाईट वाटलं किंवा नाही, यासाठी मी असं म्हणत नसून ईश्वराची माझ्याकडून तशी अपेक्षा आहे म्हणून मी माफी मागतोय. कृपया मला माफ करा.'' प्रायश्चित्त घेण्याचा हा योग्य मार्ग आहे.

प्रायश्चित्त म्हणून लोक आजही गंगाजल प्राशन करतात. आपल्या सर्व पापांचं क्षालन व्हावं म्हणून गंगेत स्नान करतात. गंगा नदीचं पाणी हे पवित्र आणि शुद्ध मानलं जातं. तिच्यात स्नान करताना पापांचं क्षालन झाल्याचा भाव मनात येऊ शकतो! याचाच अर्थ गंगाजल आपल्या मनातील अपराधभावना दूर करतं आणि आपल्याला नवे जीवन जगण्याची संधी देऊ शकतं. गंगेत स्नान करून माणूस म्हणू शकतो, ''आजपासून मी नवे पवित्र जीवन जगणार आहे.''

गंगा नदीत स्नान करून शुद्ध पाण्यात अंघोळ केल्याचा लाभ तर मिळतोच, शिवाय माणसाच्या मनातील अपराधभावही विलीन होतात. या छोट्याशा कृतीतून आपल्याला प्रायश्चित्त घेतल्याचा फायदा होऊ शकतो.

माणूस जेव्हा प्रायश्चित्त घेतो, तेव्हा तो नवा बनून पुन्हा पवित्र जीवन जगण्याचा आरंभ करतो. प्रायश्चित्त घेण्याची व्यवस्था पूर्वीच्या काळी गंगा नदीच्या माध्यमातून केली गेली आहे. लोकांनी लवकरात लवकर प्रायश्चित्त करून शील, सदाचाराचं नवं पर्व सुरू करावं अशी प्रेरणा त्यामागे आहे. प्रत्यक्षात आपण जिथे आहोत, तिथूनही – आपल्या घरात राहूनही मनात प्रेम, विश्वास आणि अपराधभावनेतून मुक्त होण्याचा ध्यास घेतला, तर त्यातून मुक्त होता येते. एका कागदावर आपल्या सर्व चुका लिहून काढा आणि तो कागद होळीत टाका. त्यामुळे मागील पापं संपुष्टात येऊन आपल्याला नवजीवन सुरू करणं शक्य होईल. कौटुंबिक पातळीवर काही प्रमाद घडला, तर माफी मागून सर्वांबरोबर योग्य प्रकारे सुसंवाद साधण्यासाठी हे नवजीवन योग्य, पोषक वातावरणाची निर्मिती करेल.

तुम्हाला जर दुःखी लोकांना मदत करण्याची इच्छा असेल,
तर किमान स्वतः तरी दुःखी होऊ नका.

भाग ३
नात्यांमधील सुयोग्य संवादासाठी...

असत्य, अप्रिय शब्द ज्याप्रमाणे सद्भावना निर्माण करत नाहीत, त्याचप्रमाणे वाईट हेतूने उच्चारलेले प्रिय शब्दही योग्य तो परिणाम साधू शकत नाहीत.

───────●───────

अध्याय ९

नातेसंबंधात माधुर्य आणा

मंद आणि मधुर स्वरांची जादू आत्मसात करा

भाषा शिकताना शब्दांच्या योग्य निवडीकडे आणि उच्चारांकडे लोक काळजीपूर्वक लक्ष देतात. परंतु तेच लोक नातेसंबंधात उपयोगात येणाऱ्या शब्दांकडे मात्र दुर्लक्ष करतात. असत्य, अप्रिय शब्द ज्याप्रमाणे सद्भावना निर्माण करत नाहीत, त्याचप्रमाणे वाईट हेतूने उच्चारलेले प्रिय शब्दही योग्य तो परिणाम साधू शकत नाहीत. त्यासाठी नातेसंबंधात शब्दांची निवड आणि त्यांचे उच्चारण यांवर ध्यान देण्याची नितांत आवश्यकता आहे.

नातेसंबंधातील तणावांपासून ज्यांना मुक्त व्हायचं आहे, त्यांनी काही पथ्यं अवश्य पाळायला हवीत. काही प्रतिज्ञा करायला हव्यात.

त्यातील पहिली प्रतिज्ञा, *''कुठल्याही परिस्थितीत काहीही घडलं ,तरी मी दुसऱ्यांच्या भावना दुखावणारे शब्द उच्चारणार नाही.''*

दुसरी प्रतिज्ञा, ''मी कोणाबद्दलही वाईट बोलणार नाही.''

नातेसंबंधात कुठल्याही कारणामुळे तणाव निर्माण झाला, तर कधीही उंच आवाजात न बोलता शांतपणे खालच्या आवाजात बोला. परिस्थिती कोणतीही असो, आपत्ती कितीही मोठी येवो, समोरच्या व्यक्तीला कधीही शिव्याशाप देऊ नका. तसं

केल्यास तणावाच्या स्थितीत आणखीच भर पडेल. तारस्वरात बोलल्याने, अपशब्द वापरल्याने परिस्थिती अधिक गंभीर होईल. एखादी लहानशी अप्रिय घटना घडली, तरी काही व्यक्तींच्या तोंडून सहजपणे शिवी उच्चारली जाते. लहानपणापासूनच त्यांना तशी सवय असते आणि आपण काही गैर करतोय, याची त्यांना जाणीवही नसते. ''तुम्ही असे अपशब्द वापरायला नको होते,'' असं जर कुणी त्यांना म्हटलं तर आश्चर्य वाटतं. ''मी चुकीचे शब्द वापरले कुठे?'' असा त्यांचा एकूण आविर्भाव असतो. अपशब्द वापरायची त्यांना इतकी सवय झालेली असते, की ही गोष्ट त्यांना अत्यंत सामान्य वाटते.

आपण एखाद्या व्यक्तीला दिलेली शिवी, तिचा केलेला अपमान किंवा मानखंडना, तिच्या संदर्भात केलेली निंदाजनक विधानं, तिच्याविषयी काढलेले अनुद्गार यांचा सल त्या व्यक्तीच्या मनात दीर्घकाळ राहतो. कधी कधी तर आयुष्यभर त्याचा विसर पडत नाही. आपल्या अपशब्दांनी त्या व्यक्तीच्या मनावर आघात झाला असल्यास मनात असूनही ती व्यक्ती वेळप्रसंगी मदत करायला पुढे येत नाही. त्यामुळे आपल्या नातेसंबंधात तणाव निर्माण होऊन एखादं काम अधिकच अवघड होऊन जातं. 'संकटं येतात तेव्हा एकटी येत नाहीत,' असं लोक म्हणतात. संकटाच्या वेळी लोक चुकीच्या सवयींमुळे जिभेवर नियंत्रण ठेवू न शकल्याने मूळ संकटाच्या जोडीनेच आणखी नव्या समस्या निर्माण करतात, या अर्थाने हे विधान सार्थ ठरतं.

कधी कधी आपत्तीच्या वेळी आपण असं काहीतरी बोलून जातो, ज्यामुळे समोरच्या व्यक्तीला राग येतो. ''मी तर अगदी सहजपणे तुम्हाला नाराज नाही ना, असं विचारत होतो आणि तुम्ही तर जणू शिवीगाळ केली अशा ढंगात माझ्यावर कटू शब्दांचा मारा करताय... आता तुमच्याशी मी बोलणार नाही. तुमच्याशी संबंध ठेवणार नाही. तुम्हाला मदत करणार नाही,'' अशी समोरच्या व्यक्तीची प्रतिक्रिया होते. रागाच्या भरात आपण काहीतरी बोलून जातो पण समोरची व्यक्ती मात्र दुखावली जाते. आपण आधीच वैतागलेले असतो, त्यात अधिकच भर पडते. आधीच रेंगाळलेलं काम आणखीनच लांबणीवर पडतं. तशात आपल्या बोलण्याने नाराज झालेले आप्तस्वकीयही मदतीऐवजी असहकाराचं धोरण स्वीकारतात. त्यामुळे आपला तणाव आणखीनच वाढतो. अशा प्रकारे तणाव आणि समस्या यांचं दुष्टचक्र चालूच राहतं. या दुष्टचक्रातून बाहेर पडायचं असल्यास आणखी एक निश्चय करायला हवा.

''जी व्यक्ती उपस्थित नसेल तिच्याविषयी तिच्या अपरोक्ष अनुद्गार वा अशिष्ट

भाषा मी वापरणार नाही, ('थर्ड पर्सन टॉक' मी करणार नाही). कुठल्याही परिस्थितीत अशा व्यक्तीवर दोषारोप वा तक्रार करणार नाही, निंदाजनक बोलणार नाही. तिऱ्हाईत व्यक्तीबद्दल तिच्या अनुपस्थितीत बोलायचं झाल्यास चांगलंच बोलेन,'' अशी प्रतिज्ञा आपण केली तर तणावाच्या परिस्थितीतही आपला तोल ढळणार नाही आणि आपल्या हातून तणाव वाढवणारे प्रमादही टळतील.

नातेसंबंध सुधारण्यासाठी आणखी एक प्रतिज्ञा घेण्याचीही गरज आहे.

'जे शब्द लिहिल्यानंतर त्याखाली सही करताना मला संकोच वाटेल, असे शब्द मी उच्चारणार नाही.'

असा निश्चय केल्याने आपण प्रत्येक क्षणी जागरूक राहाल. जाणीवपूर्वक मन ताळ्यावर ठेवून शब्दांची निवड आणि वापर कराल. त्यामुळे नातेसंबंधात गैरसमज होण्याची संधीच मिळणार नाही.

जो स्वतःला क्षमा करू शकतो, तो इतरांनाही क्षमा करू शकतो.
दुसऱ्यांच्या चुकांवर हसणं सोपं असतं
परंतु आता चुका माफ करायलाही शिका.

अध्याय १०

नात्यांमध्ये चुकीचा संदेश रोखा

नात्यांमधील गैरसमज दूर करा

एखाद्या व्यक्तीची समजूत काढणाऱ्याच्या पदरी कधी अपयशही येतं. कारण समोरची व्यक्ती समजून घेण्याच्या मनःस्थितीत नसते. त्यासाठी एखाद्या व्यक्तीला समजवण्याआधी ती समजून घेण्याच्या मनःस्थितीत आहे की नाही, हे जाणून घेणं आवश्यक आहे. समजावणारा आणि समजून घेणारा दोघांना अजाण मानता कामा नये. बहुतेक वेळा समजून घेणारी व्यक्ती गैरसमजाची बळी असते.

वरील विधानं वाचून आपण एखादी आत्मविकासाची किंवा मनोविकासाची मार्गदर्शक पुस्तिका वाचतोय की काय, असा आपला गैरसमज होऊ शकेल.

कुटुंबातील सदस्य जेव्हा एकमेकांची समजूत घालण्यासाठी चर्चा करतात, तेव्हा त्या क्रियेला संप्रेषण* (कम्युनिकेशन) असा शब्द आपण वापरतो. संप्रेषणाची कला अवगत नसल्यामुळे नातेसंबंधातील दुरावा वाढत राहतो. तेव्हा कुटुंबातील गैरसमज दूर करण्यावर कटाक्ष हवा.

माणसाला संवाद, संप्रेषण, संज्ञापन (कम्युनिकेशन) यांशिवाय जगताच येणार नाही. कारण माणूस हा समाजात राहतो. आपलं शरीर, आपली वाणी, आपले हावभाव यांच्या आधारे तो इतरांशी सतत संवाद साधत असतो. हा संवाद साधण्यात काही वेळा

नकळत त्रुटी राहतात आणि त्यातून गैरसमज निर्माण होतो. चुकीच्या किंवा सदोष संप्रेषणामुळे (मिसकम्युनिकेशन) समोरच्या व्यक्तीला अर्धवट किंवा चुकीचा संदेश मिळतो आणि त्यामुळे नातेसंबंधात तणाव निर्माण होतो. कुटुंबातील एखादी व्यक्ती तणावाखाली असेल, तर तिच्या बोलण्यामुळे दुसरी व्यक्तीही प्रभावित होते आणि तिचाही तणाव वाढतो. अशा प्रकारे चुकीच्या संप्रेषणामुळे अनेकदा नात्यांमध्ये बेबनाव आणि कडवटपणा येऊ शकतो.

'अमुक असं वागतो, तसं बोलतो, त्याच्या वागण्याबोलण्यात काही मेळच नसतो,' अशा अनेक तक्रारी नात्यांतील व्यक्तींबद्दल सुरू असतात. अशा तक्रारी ऐकून आपलाही तणाव वाढू शकतो. आपल्यालाही टेन्शन येऊ शकतं. ज्याच्याबद्दल तक्रार केली जाते अशी व्यक्ती प्रत्यक्षात भेटली, तर आपल्या कपाळावर आठ्या पडतात. त्या व्यक्तीबद्दल मनात राग उफाळून येतो. तिच्याविषयी ऐकलेल्या सगळ्या नकारात्मक बाबी आठवतात. या तक्रारी कानावर येण्यापूर्वी त्या व्यक्तीबद्दल आपल्या मनात आदरभाव असल्याने आपण तिच्याशी आत्मीयतेने, आपुलकीने संवाद साधत होतो हेही आठवतं. परंतु त्यानंतर कानावर आलेल्या नकारात्मक बाबींमुळे आपल्या मनात तिच्याबद्दल नाराजी, द्वेष, तिरस्कार, संताप अशांसारख्या भावना मूळ धरतात. त्यामुळे आता ती व्यक्ती दिसल्याबरोबर तिच्याबद्दलचा तिटकारा आपल्या वागण्याबोलण्यातून आपोआप प्रकट होतो. अशा प्रकारे कुटुंबात एकमेकांविषयी गैरसमज, द्वेष वाढत जातो.

अशा प्रकारचा नकारात्मक संवाद आपल्या हातून नकळतही होता कामा नये. आपण सहजपणे चर्चा करत असतो; परंतु वास्तवात तर आपली तक्रार सुरू असते. नकारात्मक दृष्टीने एखाद्यावर टीकाटिप्पणी चाललेली असते. तक्रारी, निंदानालस्ती, चहाड्या, पाणउतारा करण्याची आपल्याला सवयच लागून जाते. त्या सवयीचा त्याग करा. तक्रार करणं वा ऐकणंही टाळा. त्या सवयीचा त्याग केल्याने नातेसंबंध सुरळीत राहतील, बिघडणार नाहीत. दुसऱ्यांचा तणाव आपल्या मानगुटीवर ठिय्या देऊन बसणार नाही, आपलं मन:स्वास्थ्य बिघडवणार नाही.

नातेसंबंधात तणाव वाढल्यास काही लोक मौनव्रत पाळणं पसंत करतात. यालाच गैर-संप्रेषणापासून न-संप्रेषण (मिस-कम्युनिकेशन ते नो-कम्युनिकेशन) असे म्हणता येईल. 'मौन पाळणं म्हणजे एक प्रकारचा वार्तालापच' याची कल्पना त्यांना असतेच असं नाही. मौन पाळून, न बोलून ते याबाबत आपण नाराज आहोत हे सूचित करत असतात. समोरची व्यक्ती अशा वेळी विचारते, 'आपण काहीच बोलत नाही, माझ्यावर

नाराज आहात का? झालं तरी काय?' अशावेळी मौन पाळणारी व्यक्ती चिडते आणि काहीतरी टोचून बोलून जाते. त्यामुळे तणाव आणखीच वाढतो.

वेगवेगळ्या कारणांनी आणि भिन्न परिस्थितीमुळे लोक गैरसमजाचे बळी ठरतात. त्यामुळे अनेक कुटुंबांमध्ये बेबनाव होतो, विघटन होतं. दूरचित्रवाणीवरच्या अनेक मालिकांमध्ये अशा वेगवेगळ्या घटना बघायला मिळतात. मालिकेतील अनेक पात्रांचे परस्परांबद्दल गैरसमज होतात आणि त्यातून कुटुंबाचं स्वास्थ्य व स्थैर्य धोक्यात येतं. आपल्या जीवनात असे गैरसमज आणि विसंवाद निर्माण होऊ नयेत या दृष्टीने या मालिकांकडे बघायला हवं.

अशा मालिकांमध्ये किंवा चित्रपटांत गैरसमजामुळे होणारे अनर्थ जसे दाखवतात, तसेच ते दूर करण्याचे मार्गही योग्य प्रकारे दाखवले, तर आपण चित्रपटांपासूनही बोध घेऊ शकाल.

दोन मित्रांनी परस्परांमधील गैरसमज कशा प्रकारे दूर केले, असे एका चित्रपटाचे कथासूत्र असते. या चित्रपटातील दोन मित्रांमध्ये काही कारणांमुळे बिनसतं. तेव्हा त्यातला एक मित्र दुसऱ्यापुढे जाण्याचं टाळतो, त्याच्या नजरेला नजर देणं त्याला जमत नाही. तेव्हा तो त्याला एक पत्र लिहितो. त्या पत्रात मित्राच्या सर्व गुणांची स्तुती करतो आणि तू माझा शुभचिंतक आहेस असं सांगून त्याच्याशी बेबनाव होण्याची पूर्वपीठिका स्पष्ट करतो. ते पत्र वाचून दुसऱ्या मित्राचा गैरसमज दूर होतो. दोघांची मनं साफ होतात. त्यांची दिलजमाई होते. हा चित्रपट बघून आपल्यालाही अशा प्रकारे समस्या सोडवता येतील का, असा विचार प्रेक्षकांच्या मनात येऊ शकतो. लेखी संवादाची जादू अनोख्या ढंगात काम करते. कुटुंबातील एकात्मता वाढवण्यासाठी पत्रं आणि भेटकार्डं यांची देवाणघेवाण होत राहणं उपयुक्त ठरतं.

अर्थात असे प्रयोग करताना योग्य ती दक्षता घेणं इष्ट ठरतं. त्यासाठी थोडं मनन करायला हवं. कुठल्या गोष्टी सुधारायला हव्यात यावर थोडा विचार केल्यास सगळं स्पष्ट होतं. दोन व्यक्तींत गैरसमज व्हायला लहानसहान, क्षुल्लक कारणंही पुरेशी ठरतात. काही वेळा आपण एखाद्याला काय बोललो किंवा त्याने आपल्याला काय सांगितलं, याचं विस्मरण घडतं आणि त्यामुळे गैरसमज होतात. विचारविमर्श करताना कित्येकदा समोरच्या माणसाला आपण काय बोलतोय, हेच कळत नाही. शिवाय 'तुमचं बोलणं मला कळत नाही,' असं स्पष्ट सांगण्याचं धारिष्ट्यही त्याच्यात नसतं. त्यामुळे गैरसमजाला आणखी वाव मिळतो.

बोलताना एक जण कामात मग्न असल्यास समोरच्याचे म्हणणे अर्धवटच ऐकतो; शंका-कुशंका विचारून विषय नीट समजावून घेत नसल्याने त्याच्या मनात काही संभ्रम कायमच राहतात. ऐकणारा व बोलणारा यांच्या भाषांचा (बोलण्याच्या पद्धतीचा) एकमेकांशी मेळ नसेल किंवा परस्परांच्या भाषा संकल्पनांशी ते परिचित नसतील तरी गोंधळ होतो. एकाच शब्दाचे अर्थ वेगवेगळे असतात आणि संदर्भानुसार ते घ्यावे लागतात. असं झालं नाही तर गैरसमज अटळच!

अनेकदा लोकांना एखाद्या विषयाची अर्धवट किंवा चुकीची माहिती असते; त्यामुळे ते इतरांचीही दिशाभूल करतात. चुकीच्या माहितीमुळे गैरसमज होणं स्वाभाविकच!

कधीकधी संबंधित व्यक्तीला एखाद्या कामाबद्दलची माहिती पूर्णपणे देण्याची गरज वाटत नाही. त्यामुळे काम करताना अनपेक्षित अडचणी उद्भवू शकतात. आपल्याला क्षुल्लक वाटणारी एखादी बाब काम सुरळीत होण्याच्या दृष्टीने महत्त्वपूर्ण असते; परंतु ती सांगितली न गेल्याने ते काम रखडतं किंवा बिघडतं. म्हणून कुठल्याही कामाबद्दल संबंधित व्यक्तीला संपूर्ण माहिती देण्याची सवय ठेवायला हवी. त्यासाठी फोन, ई-मेल, एसएमएस यांचाही उपयोग आवश्यकतेप्रमाणे करायला हवा.

लोकांबद्दल आपण चुकीचे ग्रह करून घेतो; त्यामुळेही गैरसमजाला वाव मिळतो. 'त्या व्यक्तीने असा निर्णय घेतला याचं कारण अमुक अमुक असावं,' असं आपण गृहीत धरतो. ते अनुमान चुकीचंही असू शकतं. पण तेच अनुमान इतरांना सांगत राहिल्याने त्यांचीही दिशाभूल होते. जोवर एखादी बाब स्पष्ट होत नाही, तोवर चुकीच्या अनुमानावर विसंबून राहू नये.

कधी कधी आपण एखाद्या व्यक्तीशी बोलत असतो; परंतु आपल्या मनात काहीतरी वेगळाच विचार सुरू असतो. त्यामुळे समोरच्या व्यक्तीच्या बोलण्याकडे आपलं लक्षच नसतं. आपण चुकीचं वा अर्धवट काहीतरी लक्षात ठेवतो आणि गैरसमजाला वाव मिळतो.

चर्चा करताना आपण काही मुद्दे मांडतो; परंतु ते समोरच्या व्यक्तीला व्यवस्थित समजले आहेत की नाही हे पडताळून घेत नाही. समोरच्या व्यक्तीने काही शब्दांचा विपर्यास केला आहे की काय, तेही कळत नाही. त्यामुळे आपल्या व त्याच्या आकलनात फरक पडतो. त्यातून अटळ असे गैरसमज होतात.

मुंगीपासून बचाव करण्यासाठी लोक कधी कधी चित्त्याला आमंत्रण देतात. गैरसोय टाळण्यासाठी लोक काही गोष्टी सांगण्याचं टाळतात; त्यामुळे भविष्यात अनेक समस्या उद्भवतात. अपेक्षा व्यक्त करताना समोरच्याला अप्रिय वाटलं तरी स्पष्ट बोलावं. समोरच्याने विरोध केला, तर त्याबाबत त्याला स्पष्ट संदेश द्यावा, ज्यायोगे भविष्यातील समस्यांपासून सुटका होईल.

गैरसमज दूर करण्याचे मार्ग

गैरसमज आणि त्यातून निर्माण होणाऱ्या समस्या टाळण्यासाठी नेहमी योग्य वेळी, योग्य प्रकारे संबंधित व्यक्तीला योग्य ती माहिती देण्याची गरज असते. त्यासाठी आपण आधीच निश्चित केलेले शब्द किंवा मुद्रा यांचा वापर करावा; जेणेकरून आपण नाराज नाही हे समोरच्या व्यक्तीला समजावं.

आपल्याला काही वेळा मौन पाळण्याची गरज भासत असेल, तर विशिष्ट हस्तमुद्रेद्वारे समोरच्या व्यक्तीला मुद्रा करून तसा इशारा द्या. त्यामुळे तेवढा वेळ तो आपल्याला एकटा सोडेल.

गैरसमज हा एक आजार आहे. तो बरा करण्यासाठी सर्वप्रथम त्याची कारणं दूर करायला हवीत.

या अध्यायात सांगितलेल्या सर्व कारणांवर मनन करून त्यासाठी एक कार्य-योजना बनवा. लोकांशी वार्तालाप कसा करावा, याची पद्धत ठरवा. कारणंच दूर झाली तर गैरसमजाला वाव राहणार कसा? मग सापही राहणार नाही व काठीही तुटणार नाही.

✓ मुद्रेचा उपयोग व विविध मुद्रा पाहा : पृष्ठ क्रमांक ८६ व ८७ वर

अध्याय ११

न बोलता विचार करू नका, विचार न करता बोलू नका

नात्यांमध्ये समस्यांचं मूळ कारण – 'तू म्हणजेच मी'

बोलसोच आणि सोचबोल नावाची दोन माणसं एकाच घरात खेळीमेळीने राहू शकतील का? हा प्रश्न वाचून आपण कदाचित विचारात पडला असाल किंवा बोलल्यानंतर विचार करण्यासाठी समोर कोणी श्रोताच नाही. या क्षणी केवळ हे पुस्तक तर आपल्या समोर नाही? चला तर मग रहस्य प्रकट करू या. बोलसोच याचा अर्थ, जो आधी बोलतो व मग विचार करतो असा माणूस. तर सोचबोल म्हणजे जो अगोदर विचार करून नंतर बोलतो.

प्रत्येक घरात दोन वेगवेगळ्या विचारसरणीचे लोक राहात असतात. एक माणूस आधी विचार करून बोलतो; तर दुसरा आधी बोलतो, मग विचार करतो. अगोदर बोलून नंतर विचार करण्याची सवय सर्वसाधारणपणे महिलांमध्ये सर्वत्र आढळते. आज कोणकोणती कामं करायची आहेत, याबद्दल विचार करण्याची वेळ आली, तर ती स्त्री बोलता बोलता विचार मांडते. 'कपड्यांना इस्त्री करायची आहे... मुलांचा डबा करायचाय... सगळा स्वयंपाक अजून व्हायचाय... कधी होणार ही सगळी कामं... हे असं किती काळ चालत राहणार...' असे विचार तिच्या मनात येत असतात आणि त्याचवेळेस ती उत्तरही शोधत असते. थोडक्यात, बोलता बोलता विचार करणं आणि त्यातच आपल्या समस्येचं उत्तर गवसणं अशी तिची कामाची पद्धत असते. परंतु याच्या

विपरीत जर 'अगोदर विचार करून समस्येचं उत्तर शोध, मनातल्या मनात त्यावर विचार कर आणि मगच बोल,' असं सांगितलं तर ते तिला जमत नाही. तिला कोणीतरी सतत ऐकणारं हवं असतं. एखादा श्रोता समोर असला, तर ती बोलतच राहते आणि बोलता बोलताच समस्येच्या उत्तरापर्यंतही पोहोचते.

अशाप्रकारे गृहिणी असणाऱ्या महिला बोलत असताना विचार करतात. त्यांच्या बोलण्यामुळे आजूबाजूच्या लोकांना तणाव येतो. बोलसोचच्या गोष्टी ऐकून घरात खूप काही ताणतणाव आहेत असा त्यांचा गैरसमज होतो. त्या महिलेला मात्र बोलता बोलता विचार करणं ही अगदी सहज कृती वाटते. इतरांना आपल्या बोलण्यातून येणाऱ्या तणावाची तिला अजिबात कल्पना नसते. ती आपली स्वतःशीच बोलत असते, 'ही वस्तू इथं कुणी ठेवली... कुठं काय ठेवावं एवढं साधं कळत नाही का... पडदे मळले आहेत... कपाटावर धूळ साठली आहे... तिथं किती कचरा आहे... उद्या त्या शेजाऱ्याकडे लग्नाला जायचंय... काय बरं अहेर द्यावा...' असा तिच्या तोंडाचा पट्टा अखंड चालूच राहतो. कारण बोलता बोलता विचार करणं जणू तिच्या अंगवळणीच पडलेलं असतं.

बोलसोच लोक घरी आल्यानंतर लगेच तोंडाची टकळी सुरू करतात. "आज मुलं शाळेतून लवकर कशी आली... शाळेतून पळून तर आली नाहीत ना... सदानूकदा काहीतरी सबब सांगून बुट्टी मारायला तयार असतात... इतक्या वेळा सांगितलं पण वेळेवर काम होईल तर शपथ!... धड ऐकतच नाहीत..."

मग मुलांना बोलावून वडील दम भरतात, "तुम्हाला शाळेतून लवकर घरी यायला काहीतरी निमित्तच लागतं... त्यामुळे अभ्यासात तुम्ही 'ढ'च राहता... एवढी फी भरून चांगल्या शाळेत पाठवलंय पण तुमच्या उनाडक्या चालूच... कसं रे होणार पुढं तुमचं?..."

या सरबत्तीने मुलं जाम वैतागतात. ती वडिलांना सांगतात, "बाबा, तुम्ही नेहमी आम्हालाच नावं ठेवता... तुमचा आमच्यावर विश्वासच नाही. जरा हे घड्याळ तर बघा. तुमच्या त्या घड्याळात बघू नका, ते आता बंद पडलेय. आमची शाळा तर वेळेवरच सुटली... शाळा सुटल्यावरच आम्ही घरी आलोय... कुठल्याही उनाडक्या केलेल्या नाहीत."

घड्याळाकडे लक्षपूर्वक बघितल्यावर त्यांना आपली चूक समजते आणि तिच्यावर पडदा टाकण्यासाठी ते पत्नीला म्हणतात, "तुझं लक्ष कुठं असतं गं? माझं घड्याळ बंद पडलंय अन् तुला त्याची कल्पनाही नाही? मुलं काय करतात, कुठं जातात, काही तरी

पत्ता आहे का तुला? त्यांचा अभ्यास तरी वेळेवर घेतेस का कधी?''

आता नाराज झालेली पत्नी पतीला म्हणते, ''आजकाल तुम्ही तरी माझ्याकडे लक्ष देता का? तुमचीही काही जबाबदारी आहे की नाही? जेव्हा बघावं तेव्हा मलाच फैलावर घेता... मुलं काय माझी एकटीची आहेत? त्यांच्याकडे बघता का कधी?''

विचार न करता बोलणाऱ्या लोकांच्या मनात जे काही येतं, ते सगळं बोलून मोकळे होतात. मग मनात आलेलं अगदी अर्थहीन असलं तरी! अशा लोकांची बडबड ऐकून समोरच्या माणसाला वाटतं, ''हा माणूस माझ्यावरच आरोप करतोय.'' खरंतर तो आरोप करत नसतो; फक्त आपल्या मनात असलेलं फाडफाड बोलतो. त्याच्या वाणीला बोलता बोलता विचार करायची सवय जडलेली असते; विचार करून बोलणं त्याला जमतच नाही. अशा लोकांमुळे खूप अफवा पसरतात, इतरांची दिशाभूल होते, गैरसमज वाढतात.

विचार करून बोलण्याची पद्धत नसल्यामुळे बोलसोच कुटुंबात खूप समस्या आढळतात. 'उचलली जीभ लावली टाळ्याला' हाच तिथला नियम असतो. अशा कुटुंबातील लोकांची बडबड अखंड चालूच असते. ते जिथे जातील तिथे त्यांची रेकॉर्डेड कॅसेट तयारच असते. ते समोरच्याला सगळ्या घटना पुन:पुन्हा साग्रसंगीत सांगत राहतात. बोलसोच लोकांनी एकदा बोलायला सुरुवात केली की ते थांबायचं नावच घेत नाहीत.

विचार करून बोलणारे लोक - सोचबोल

बोलता बोलता विचार करणाऱ्या बोलसोच लोकांचा विरुद्ध प्रकार म्हणजे विचार करून बोलणारे सोचबोल लोक! हे लोक आधी मनातल्या मनात विचार करून नंतर बोलतात. ते नेहमी बुद्धीचा वापर करतात. आधी खूप विचार करून नंतर मोजकंच बोलतात. ते बोलायला कधी सुरुवात करतील याची लोक प्रतीक्षा करत असतात. कारण असे लोक काही बोलतच नाहीत; बोलतात तेव्हाही फार थोडं बोलतात. कुटुंबातील इतर व्यक्ती त्यांच्याशी बोलू पाहतात, त्या वेळीही ते स्वतःच्याच विचारांमध्ये गर्क असतात. शिवाय बऱ्याच वेळाने प्रतिसाद देतात, त्यामुळे लोक अतिशय वैतागतात.

बोलसोच आणि सोचबोल ही दोन टोकं झाली. ही दोन्ही टोकं टाळून आपल्याला मध्यम प्रतिसाद द्यायचा आहे. बोलसोच लोक जेव्हा टोकाची भूमिका घेतात, तेव्हा ते नुसतेच बोलत राहतात, विचार करतच नाहीत. तर सोचबोल लोक नुसता विचार करत राहतात, लवकर बोलायला धजत नाहीत.

कुटुंबात पती–पत्नीचे स्वभाव भिन्न असल्याचे दिसून येतात. काही घरात पती नेहमी विचार करून बोलणारा असतो तर पत्नी बोलत बोलत विचार करणारी असते. त्यामुळे घरात समस्या निर्माण होतात. पतिपत्नीत वादविवाद चालू राहतो. त्या दोघांमध्ये एक प्लॅटफॉर्म (संवादमंच) तयार होतच नाही. त्याचा परिणाम त्यांच्या आयुष्यावर तसेच मुलांवरही होतो. आपल्या कुटुंबात शांती राखण्यासाठी पती आणि पत्नी दोघांनाही एकमेकांच्या स्वभावाची जाण असायला हवी.

मनोवृत्तींतील वेगळेपणामुळे दोघांच्याही आचारविचारात बरीच तफावत दिसते. स्त्री आणि पुरुष हे दोघंही जीवनाचा अर्थ वेगवेगळ्या प्रकारे लावून आयुष्य व्यतीत करत असतात. स्त्री आणि पुरुष एकत्र राहतात, तेव्हा स्वभावभिन्नता, आचारविचारांतील तफावत आणि कामाच्या पद्धतीतील फरक यांमुळे त्यांच्यात वाद सुरू होतो. आपल्या पत्नीने आपल्यासारखाच विचार करावा ही पुरुषाची अपेक्षा असते; परंतु दोघांमधील स्वभावभिन्नतेची जाणीव झाल्यावर तो या अपेक्षेला मुरड घालतो. पत्नीला याचं ज्ञान होताच पतीनेही आपल्यासारखंच भावनाप्रधान बनून विचार करावा अशी अपेक्षा ती ठेवत नाही.

‘समोरची व्यक्ती आपल्यासारखी नाही, तिची स्वभावधारणा वेगळी आहे.’ या वस्तुस्थितीकडे आजवर आपण फारसं लक्ष दिलेलं नाही. या वास्तवाबद्दल कुटुंबातील बहुतेक सदस्य अनभिज्ञ असतात. कुटुंबातील परस्परकलहाचं हे मुख्य कारण आहे. एकमेकांच्या स्वभावाची कल्पना नसल्याने आपण दुसऱ्या व्यक्तीने आपल्यासारखाच विचार करावा, आपल्या मताचीच री ओढावी अशी अपेक्षा करतो. म्हणजे ‘तू माझ्यासारखा हो, तू म्हणजे अगदी मीच वाटायला हवा,’ अशी इच्छा बाळगतो. ‘कुठलीही समस्या मी जशी हाताळतो, तशीच तूही हाताळावीस; मी वस्तू जशा जागच्या जागी नीटनेटकेपणाने ठेवतो, तशाच तूही ठेवाव्यास, मी जसा मुलांशी गप्पा मारतो, तशाच तूही माराव्यास, मी मुलांना जसं धाकात ठेवतो, तसंच तूही ठेवावंस, मी जसा विचार करून बोलतो अगदी तसंच तूही करावं,’ अशी आपली धारणा असते.

नातेसंबंधाकडे नव्या प्रकाशझोतात बघितलं तर मूळ समस्या काय आहे, ते माणसाला उमगतं. ‘तू माझ्यासारखा बन. माझ्यासारखा विचार कर, माझ्यासारखं आचरण कर,’ अशी अपेक्षा बाळगणं ही प्रत्यक्षात मूळ समस्या आहे.

कुटुंबाच्या संदर्भात ही नवी जाणीव नातेसंबंधांना बळ देणारी आहे.

हे रहस्य जाणून घेतल्यावर आपण बोलसोच आणि सोचबोल अशा टोकाच्या

भूमिका टाळून, मध्यममार्ग स्वीकारून विचारपूर्वक प्रतिसाद द्यायला हवा. विचार न करता बोलणारे आणि न बोलता विचार करणारे असं बनणाऱ्यांऐवजी आवश्यकतेनुसार आंतरिक भावना प्रकट करून लगेच पूर्णता करा.

बेहोशीच्या अवस्थेत जडणारी नाती मानवी जीवनात
एखाद्या मादक द्रव्याप्रमाणे अनिष्ट कार्य करतात.

अध्याय १२

नातेसंबंधात परिपूर्णता आणण्यासाठी...

व्यक्त करा मनातील गुजगोष्टी

नातेसंबंधात जेव्हा अपूर्णतेचा गोंधळ सुरू होतो, तेव्हा पूर्णतेची शांती नात्यांचा त्याग करून नष्ट होते.

नात्यांमध्ये लोक जेव्हा आपल्या अंतरीचं हितगुज प्रकट करू शकतात, समजावून सांगू शकतात, तेव्हा त्यांना मौनाचा आनंद मिळतो. आपल्या मनातील गुज प्रकट करता आलं नाही, तर शब्दांचं वादळ आतल्या आत थैमान घालत राहतं.

नातेसंबंधात जेव्हा मनातली गोष्ट बोलून आपण पूर्णत्व मिळवतो, तेव्हा आपल्याला आनंद आणि समाधान लाभतं.

असं समाधान जे तुम्हाला हाती घेतलेल्या कोणत्याही कामाच्या शेवटच्या, निर्णायक टप्प्यावर पोहोचल्यावर मिळतं. याउलट एखादं काम अपूर्ण राहतं, तेव्हा आपल्याला अंतर्यामी रुखरुख लागून राहते आणि यालाच अपूर्णतेची जाणीव म्हणतात.

जीवनातील प्रत्येक कार्य हे पूर्णत्वाला जावं अशी आपली इच्छा असते. एखादं कार्य जेव्हा पूर्ण एकाग्रतेने आणि सर्व इंद्रियांच्या सहकार्याने योग्य प्रकारे पूर्ण होतं, तेव्हा आपल्याला पूर्णत्वाची जाणीव होते. विचार करा, आपलं एखादं काम अपूर्ण राहिलं असेल, तर कामाचा विचार मनात पुन:पुन्हा येत राहतो. अशी कितीतरी कामं पूर्णत्वासाठी

आपल्या जीवनात आजही आपल्याला आवाहन करत असतील.

जीवनात आपण पूर्णत्वाची कला आत्मसात केल्यास येणारा मृत्यू हा इतर लोकांसारखा नसेल. जे लोक अपूर्णतेची सल उरी बाळगून प्राणत्याग करतात त्यांना केवळ दुःखच मिळतं. एक गृहस्थ मृत्युशय्येवर असताना, ''माझ्या मुलीला बोलवा. माझ्या मुलाला बोलवा. भाऊ कुठे दिसत नाही; जावईबापूंना तार करा.'' असा लकडा लावतो; सर्व जण समोर उभे राहिलेले बघितल्यावर मात्र तो म्हणतो, ''अरे, तुम्ही सगळे जण इथे आहात; तर दुकान कोण चालवणार? जा जा, दुकानावर जा.'' मृत्युसमयी देखील त्याला दुकानच दिसत असतं.

अशा अपूर्णतेच्या घटना अनेकांच्या जीवनात घडत असतात. एखाद्या व्यक्तीशी कधीतरी भांडण होऊन संबंधात कडवटपणा आला, तर माणूस मृत्यूच्या वेळी त्या माणसाकडे क्षमायाचना मागतो. एखाद्याने अडचणीच्या वेळी मदत मागितली व समोरच्याने ती करण्याची टाळली, तर मृत्युशय्येवर त्या माणसाला याची रुखरुख लागून राहते. मदत न करणारी व्यक्ती म्हणते, 'त्या वेळी तुला मदत करणं जमलं नाही… पण आज मी ही प्रचंड संपत्ती सोडून जातोय. तुझ्या नावावर इच्छापत्रात काही रक्कम मुद्दाम ठेवली आहे.' मृत्यूच्या वेळी माणसाला जीवनातील त्या सगळ्या अपूर्ण गोष्टी आठवतात. 'या सर्व गोष्टी मी आयुष्यात आधीच करायला हव्या होत्या… त्या केल्या असत्या, तर मनात कोणतीही हळहळ उरली नसती,' असं त्याला वाटतं.

जीवनातील अपूर्णत्व प्रत्यक्षात कोणालाच आवडत नाही. छोट्या मुलालाही अर्धा लाडू दिला, तर तो हिरमुसतो. पण त्याच अर्ध्या लाडवाचा पुन्हा पूर्ण, गोलाकार लाडू करून दिल्यास ते मूल खूश होतं. कारण आपल्याला मिळालेली वस्तू आता पूर्ण आहे, अर्धी नाही याची त्याला मनोमन खात्री पटलेली असते.

पूर्णत्वाचं महत्त्व जाणून घ्या आणि या क्षणापासूनच आपल्या आयुष्यात अपूर्ण राहून गेलेल्या गोष्टी पूर्ण करण्यासाठी तत्पर व्हा. अनेक गोष्टी अपूर्ण राहिल्यात याची तुम्हाला कल्पनाही नसेल; कदाचित त्यामुळे त्या पूर्ण करण्याचा विचार तुमच्या मनात आला नसेल. लोकांबरोबर आपला जो संबंध येतो, त्यात कुठे अपूर्णता आहे का, ते जाणून घ्या.

सकाळपासून रात्रीपर्यंत आपण ज्या गोष्टी करत असतो, त्यातील कितीतरी कामं अर्धवट राहतात. अशा कामांची स्वप्नं आपल्याला पडतात आणि तिथे त्या कामांना पूर्णत्व दिलं जातं. अर्थात स्वप्नातही सर्व कामं पूर्ण होतातच असं नाही. त्यातही काही

अपुरी राहतात. मनुष्य मृत्यूच्या क्षणापर्यंत आपली अपूर्ण राहिलेली कामं पूर्ण करण्यातच व्यग्र असतो.

ही अर्धवट राहिलेली कामं आपल्या झोपेचं आणि सुखाचं खोबरं करतात की निश्चिंत मनाने झोपू देतात, असा प्रश्न स्वतःलाच विचारा. सकाळी उठताना आपली झोप पूर्ण झालेली असते, की वेगवेगळ्या गोष्टींची अपूर्णता आपल्याला झोपेत त्रस्त करत राहते?

पूर्णत्वासाठी योग्य, समर्पक शब्दांत मोकळेपणाने वार्तालाप करणं आवश्यक असतं. पूर्णत्वाचा प्रयत्न करण्याआधी समोरच्या व्यक्तीला स्पष्टपणे विचारा, *"मला व्यवस्थित बोलता येत नाही. तर मी बोलू, थांबू की मनातल्या गोष्टी मनातच ठेवू?"* ती व्यक्ती यावर उत्तर देईल, "ठीक आहे. तुम्हाला जे काही सांगायचं आहे ते तुमच्या शब्दात, तुमच्या शैलीत सांगा." एखाद्या जवळच्या नातलगाशी किंवा मित्राशी आपले संबंध दुरावले असतील, तर तो दुरावा दूर करण्यासाठी त्याच्याशी दिलखुलासपणे बोला. एखाद्या व्यक्तीबद्दल आपल्या मनात काही गैरसमज असेल, तर त्याला सांगा, "तुमच्याबद्दल माझ्या मनात बऱ्याच दिवसांपासून अमुक अमुक पूर्वग्रह होता. त्याबद्दल आधी बोलण्याचा प्रसंग आला नाही पण आता मात्र त्याबद्दल कोणतंही शल्य मनात राहू नये यासाठी बोलावंसं वाटतं."

आपल्या मनातील गोष्ट स्पष्ट करताना अशीही प्रस्तावना करता येईल... *"मी आपल्याला दोष देऊ इच्छित नाही; पण माझ्या मनातील भावना आपल्यापर्यंत पोहोचवण्याची इच्छा आहे, कदाचित मी म्हणतो ते चुकीचंही असेल परंतु माझ्या बाजूने मी या प्रकरणाला पूर्णत्व, पूर्ण विराम देऊ इच्छितो."* असं सुरुवातीला सांगून आपण मनात दडपून ठेवलेली बाब उघड करू शकता.

अशा तऱ्हेने पूर्णत्व गाठल्यावर त्या गोष्टीचं ओझं उतरल्यामुळे हलकं हलकं वाटेल. त्या विशिष्ट माणसाला भेटताना कपटनीती वापरावी लागणार नाही; खोटं वा गुळमुळीतही बोलावं लागणार नाही.

प्रत्येक व्यक्तीच्या इच्छा आणि गरजा वेगवेगळ्या असल्याने बऱ्याच वेळा त्या पूर्ण होत नाहीत. त्यांना पूर्णत्व मिळण्यासाठी प्रयत्न करा. त्यासाठी पूर्णत्वाची कला जर आत्मसात केली तर आपलं मन भूतकाळ व भविष्यकाळात भटकणं बंद करेल आणि वर्तमानात रमेल. वर्तमानात मनाला असं काही मिळेल, जे पूर्ण आहे.

पूर्णत्वाची कला शिकण्यासाठी तुम्ही एक पाऊल पुढे टाका. समजा, 'क्ष' या

व्यक्तीशी दहा वर्षांपूर्वी तुमचं भांडण झालं होतं. आता तुम्ही त्याला भेटून त्या भांडणाला पूर्णत्व द्या. त्याला सांगा, ''माझ्या मनात तुझ्याबद्दल जे नकारात्मक भाव होते; ते आता उरलेले नाहीत. आज मी आपल्या भांडणाला विराम देऊ इच्छितो. यापुढे माझ्या मनात तुमच्याबद्दलच्या त्या भांडणाच्या विचारांना थारा नाही. तुम्हाला माझ्याबाबत काही सांगायचं असल्यास जरूर सांगा. त्यामुळे तुम्ही देखील या विषयावर पडदा टाकू शकाल.'' अशा रीतीने तुम्ही 'क्ष'लाही पूर्ण बनण्याची संधी देऊ शकता; त्यायोगे तोही आपल्या परीने पूर्णत्वाचा आनंद मिळवू शकेल. कारण जो स्वतः पूर्ण असतो तोच इतरांना पूर्ण करतो. जो अपुरा असतो तो दुसऱ्यालाही अपूर्ण ठेवतो.

आपल्या हातून झालेल्या चुकांनाच केवळ पूर्णत्व द्यायचं असतं असा समज असेल तर तो योग्य नाही. अपूर्ण राहिलेल्या चांगल्या गोष्टीही पूर्ण करायला हव्यात. एखाद्या व्यक्तीतील सकारात्मक पैलू आपल्याला आकर्षक वाटले असतील, तर त्याबद्दल त्या व्यक्तीला जरूर सांगा. इतरांच्या अंगचे अनेक गुण आपल्याला जन्मभर प्रेरक वाटत आलेले असतात; त्याबद्दल त्या व्यक्तींची मोकळेपणाने, तोंडभरून प्रशंसा करा.

आपल्या घरातील नोकर घर स्वच्छ ठेवतो, तेव्हा तुमच्या मनात त्याच्या कामसूपणाबद्दल चांगले भाव असतात. परंतु आपण कधी ते शब्दातून व्यक्त करत नाहीत. त्यामुळे आपल्या या भावनेला अपूर्णतेची सल जडलेली राहते. या अपूर्णतेतून बाहेर येण्यासाठी इतरांच्या ज्या गोष्टी किंवा गुण आपल्याला आवडतात, त्याविषयी त्यांना आवर्जून सांगा, तोंड भरून कौतुक करा. काही गोष्टी खटकत असतील, तर त्याही योग्य शब्दात, न दुखावता सांगून त्यांना पूर्णत्व द्या. मात्र पूर्णतेच्या या प्रक्रियेत आपल्या व्यवहारज्ञानाचा, कॉमनसेन्सचा, वापर जरूर करा.

एखाद्या व्यक्तीशी आपला वार्तालाप झाला, तर स्वतःलाच विचारा, 'आज हा जो वार्तालाप झाला तो पूर्ण झाला की नाही?' तो वार्तालाप जर पूर्ण झाला नाही असं आपल्याला जाणवलं, तर त्या व्यक्तीला थांबवून सांगा, ''हे बघा, मी आज जे काही म्हणालो ते आपल्याला गैर वाटलं असल्यास त्याबद्दल मला क्षमा करा.'' समोरच्या व्यक्तीला आपलं म्हणणं योग्य वाटलं की नाही ते जरूर विचारा. आपलं हे बोलणं ऐकून, आपलं पूर्णत्व बघून कदाचित समोरची व्यक्ती म्हणेल, ''असा काही प्रकार नाही. मीही आपल्या जागी असतो, तर कदाचित असेच विचार मांडले असते,'' अशा प्रकारे येथे वार्तालापाची सांगता होईल. आता त्या व्यक्तीच्या मनात आपल्याबद्दल

कुठलाही नकारात्मक भाव राहणार नाही आणि आपणही त्या व्यक्तीबाबत काही चुकीचे ग्रह बाळगणार नाही. दोघांनीही त्या घटनेवर त्याच ठिकाणी पडदा टाकलेला असेल. त्या घटनेला पूर्णत्व देऊन तो विषय तेथेच संपवलेला असेल.

प्रेमपूर्वक उच्चारलेला एखादा शब्दही कोणाला प्रेरणा देऊ शकतो. हा प्रेममय संकेत आपल्या आणि इतरांच्या जीवनात आनंद आणू शकतो.

भाग ४
कुटुंबातील नातेसंबंधांची वीण घट्ट करण्यासाठी...

प्रेम आणि द्वेष या दोहोंच्याही पलीकडे जे असतं ते तेजप्रेम होय. त्या प्रेमात कपट, ईर्षा, अहंकार, फसवणूक, वंचना यांना स्थान नाही.
ते प्रेम निष्कपट, निरपेक्ष, निःस्वार्थी आणि निरलस असेल.

अध्याय १३

पती, पत्नी आणि मुलं

विवाहाचे उद्दिष्ट

नातीगोती, विवाह यांच्यामागचं मूळ उद्दिष्ट, आत्मसाक्षात्कार प्राप्त करणं हे आहे. या नात्यातून दोन व्यक्तींचं, पती-पत्नीचं मीलन व्हावं आणि त्यायोगे सत्यप्राप्तीसाठी ते परस्परांना निमित्त बनावेत, हा त्यामागचा मूळ हेतू.

आजच्या युगात ही महत्त्वपूर्ण समज विस्मृतीत गेली आहे. आज लोक विवाह करतात, विवाह घडवून आणतात; परंतु त्यांना वर दिलेल्या उद्दिष्टाची जाणीव करून दिली जात नाही. विवाह करणारे लोक मुलांप्रमाणे भांडतात आणि अनभिज्ञतेने मुलांना जन्मही देतात. मग या मुलांचं पालनपोषण ते कसं करतील? पती-पत्नीच्या पवित्र नात्यात विवाहाचा मूळ उद्देश लुप्त झाल्याने आज या नात्याचा खरा अर्थ मागे पडत चालला आहे.

ईश्वराने स्त्री आणि पुरुष यांचे देह कुठल्या उद्देशाने बनवले? विवाह कोणाचा आणि कुणाबरोबर होतो? तो का होतो? पृथ्वीवर माणूस कशासाठी येतो? विवाह केला, मुलांना जन्म दिला, त्यांना मोठं केलं, त्यांची लग्नं लावून दिली, त्यांच्या मुलांना वाढवलं आणि वृद्धावस्था आल्यावर शरीराचा त्याग केला... संपलं आयुष्य! केवळ हेच सर्व करण्यासाठी माणूस पृथ्वीवर येतो का?

मानवी देह, मग तो स्त्रीचा असो वा पुरुषाचा, हा केवळ निमित्तमात्र, साधनरूप आहे. परंतु मनुष्य केवळ शरीरातच गुंतून राहतो. त्याचं सगळं आयुष्य हे फक्त भोगविलास आणि मोहमायेत व्यतीत होतं. ज्या उद्देशाने आपण पृथ्वीवर येतो, तो कधी पूर्ण होणार? शरीर तर केवळ निमित्तमात्र असून त्यालाच आत्मसाक्षात्काराचं कारण बनवायचं आहे. या गोष्टीचाच माणसाला विसर पडला आहे.

ज्यांना सत्यज्ञानाची प्राप्ती नाही व असे ज्ञान देणारे कोणी गुरू भेटलेले नाहीत, अशा स्त्री-पुरुषांचीही लग्न होतात; पण त्यांना होणारी मुलं कुठल्या वृत्तिप्रवृत्तींची असतील? अशा मुलांमध्ये अनेक प्रकारच्या समस्या आढळतात. जे पती-पत्नी कुटुंबात मुलांप्रमाणे भांडत राहतात, त्यांच्या भांडणाचा, विसंवादाचा मुलांवरही वाईट परिणाम होतो.

एका कुटुंबात पती आपल्या पत्नीवर खूप नाराज असतो. तो न्यायालयात घटस्फोटासाठी खटला भरतो. "माझी पत्नी मला कुत्रा समजते म्हणून मला घटस्फोट हवा," असं कारण तो देतो. न्यायाधीश त्याच्या पत्नीला विचारतात, "तुम्ही तुमच्या पतीला कुत्रा समजता का?" तेव्हा पत्नी पतीकडे रागाचा कटाक्ष टाकत त्याला धमकावते, "ठीक आहे. यापुढे मी तुम्हाला कुत्रा समजणार नाही पण आता भुंकणं बंद करा."

कुटुंबात होणाऱ्या भांडणांची बाह्य कारणं माणसाच्या सहजपणे लक्षात येतात. उदाहरणार्थ, एखादं फूल किंवा गजरा आणला असता, तर पत्नीची कळी खुलली असती... सॉरी म्हटलं असतं तर भांडण लवकर संपलं असतं... प्लीज म्हटलं असतं तर पत्नीने आपल्या मित्रांचं आदरातिथ्य उत्तमप्रकारे केलं असतं... माझी चूक झाली असं म्हटलं असतं, तर पत्नी माहेरी निघून गेली नसती...इत्यादी. परंतु पती-पत्नीमधील बेबनावाची गंभीर कारणं समजून घ्यायला वेळ लागतो.

कुटुंबातील वेगवेगळ्या विसंवादी घटनांची कारणं जाणून त्यांचं निवारण करण्यासाठी हे पुस्तक आहे. प्रत्येक घटना आपल्याला काही ना काही शिकवत असते; त्या अनुभवाचा फायदा कसा घ्यावा, हे माणसानं शिकायला हवं.

आपण रस्त्याने चाललो असताना अचानक ठेच लागून पडलो, तर अगोदर स्वतःला सावरण्याचा प्रयत्न करतो; नंतर उठण्याचा प्रयत्न करतो. परंतु उठताना रिकाम्या

हाताने उठत नाही. उठताना आजूबाजूला काही नाणी तर पडलेली नाहीत ना, हे बघून नाणी पडलेली दिसली, तर ती घेऊनच उठू असा विचार करतो. याचाच अर्थ, प्रत्येक घटना आपल्याला काहीतरी अनुभव देत असते. कुटुंबात जर भांडणतंटे होत असतील, तर त्यातूनही आपल्याला खूप काही शिकायला मिळतं. नातेसंबंधात तणाव असेल, तर तोसुद्धा काही अनुभव देतो. आपण त्यापासून काय बोध घेतो? या घटनांमधून आपण काय बघतो, काय घेऊन उठतो? आपण त्यापासून काही न घेता उठत असाल, तर आयुष्यभर भांडणतंटे चालूच राहतील.

अशा वातावरणात आपली मुलं मोठी होत असतील, तर त्यांच्या मनात न्यूनगंड (इन्फिरिऑरिटी कॉम्प्लेक्स) किंवा अहंगंड (सुपीरिऑरिटी कॉम्प्लेक्स) निर्माण होणारच. ज्या मुलांमध्ये न्यूनगंड असतो, ती स्वतःला इतरांपेक्षा कमी व क्षुद्र समजतात; आणि ज्या मुलांमध्ये अहंगंड असतो, ती स्वतःला इतरांपेक्षा अधिक हुशार, शक्तिशाली मानतात. वास्तवात ती दोन्ही मुलं अपरिपक्व आहेत. अशी मुलं जर जगात जन्माला येत असतील, तर भावी काळात त्या मुलांचं, समाजाचं, देशाचं आणि अखेर या विश्वाचं भवितव्य काय असणार, याचा अंदाज बांधणंही दुरापास्त ठरेल. हीच मुलं पुढे मोठं झाल्यावर मुलांना जन्म देणार; तेव्हा हे जग किती निकोप असेल?

आपल्या मुलामुलींचं भविष्य उज्ज्वल व्हावं म्हणून त्यांना कोणतं शिक्षण द्यावं, याचा विचार प्रत्येक पालकाने करायला हवा. आपल्या मुलांमध्ये आपण जसं बीज पेराल तशीच झाडाची फळं आपल्याला मिळणार, हे निश्चित. त्यासाठी आज आपण जे कर्म करत आहात, ते कर्म समज ठेवून, जाणीवपूर्वक करा.

पती-पत्नीच्या गटामध्ये संवादमंच तयार व्हायला हवा. प्रत्येक पती-पत्नीने एकमेकांशी योग्य शब्दांत संवाद साधायला हवा. उदाहरणार्थ, आज दिवसभरात काय काय घडलं? आज काही ठिकाणी चुकीचा प्रतिसाद कसा दिला गेला, आज ठरवलेल्या काही गोष्टी पार पडू शकल्या नाहीत; काही कामं अर्धवट राहिली, अशा स्थितीत पुढं काय करायला हवं इत्यादी. अशा प्रकारच्या अनुभवांचं शेअरिंग, विचारांची देवाण-घेवाण दोघांमध्ये दिवसाच्या अखेरीस व्हायला हवी. दररोज अशा स्वरूपाचा वार्तालाप कुटुंबात होत राहिला, तर पती-पत्नीमध्ये एक उत्तम संवादमंच तयार होईल.

आपण या पृथ्वीवर जे अनुभव घ्यायला आलो आहोत, ते अनुभव अधिक

महत्त्वपूर्ण आहेत, अशी खूणगाठ पती-पत्नींनी मनाशी पक्की बांधून ठेवायला हवी. पती जो अनुभव घेण्यासाठी पृथ्वीवर आला आहे, त्याला तो अनुभव प्राप्त करण्यासाठी पत्नीने मदत करावी आणि पत्नी जो अनुभव घेण्यासाठी या पृथ्वीवर आली आहे, त्यासाठी पतीने मदत करावी. दोघांनाही या गोष्टीचं जर समुचित भान असेल, तर त्या दोघांमध्ये जे प्रेम निर्माण होईल ते तेजप्रेमच असेल. प्रेम आणि द्वेष या दोहोंच्याही पलीकडे जे असतं ते तेजप्रेम होय. त्या प्रेमात कपट, ईर्षा, अहंकार, फसवणूक, वंचना यांना स्थान नाही. ते प्रेम निष्कपट, निरपेक्ष, निःस्वार्थी आणि निरलस असेल, अशा प्रेमाचा प्रभाव मुलांवर अत्यंत सकारात्मक होतो.

पती किंवा पत्नी यांपैकी कोणीतरी एक जण जेव्हा मुलाला रागावतो, तेव्हा त्या मुलाला रागावणाऱ्याचा दुसऱ्याला राग येतो. खरंतर या दोघांनी मुलांना कधी रागवावं, कधी प्रेमानं जवळ घ्यावं, याबाबत काही संकेत ठरवले तर कुटुंबात सामंजस्य आणि ताळमेळ राहील. परस्परांविरुद्ध भूमिका घेण्याची गरजच पडणार नाही. दोघांच्या भूमिका योग्य वेळी योग्य प्रकारे होत राहिल्या, तर मुलांचं संगोपनही उत्तम प्रकारे होईल.

दोघांपैकी एकाच्या हातून काही प्रमाद घडला, तर त्यांनी एकमेकांना त्याबद्दल सांगावं की नाही याचे काही संकेत पती-पत्नीनी अगोदरच ठरवून घ्यायला हवेत. आपल्या अपत्यांचं संगोपन कशा प्रकारे करायचं याबद्दलही त्या दोघांनी परस्परांशी विचारविनिमय करून निर्णय घ्यावा. नातेसंबंधात या सर्व गोष्टींची समज राखून, घरसंसार चालवणाऱ्यांना सफल दांपत्य असे म्हणतात.

मुलांना समज देण्याच्या नावाखाली मातापिता त्यांच्यावर आपली मतं लादत असल्याचं नेहमी आढळून येतं. त्याच पूर्वग्रहांना, मतांना प्रमाण मानून मुलं त्यानुसार वाटचाल करतात. मातापित्यांना जीवनात काही कडूगोड अनुभव येतात. त्यावरून जगातील सगळीच माणसं वाईट असतात, हे जग वाईट आहे असं त्यांना वाटतं. पण ते त्यांचे स्वतःचे अनुभव असतात. तेच अनुभव ते आयुष्यभर उराशी कवटाळून जगतात. त्याच अनुभवांवर आधारलेली मतं ते मुलांवर लादतात. मग मुलांचा विकास होणार तरी कसा? कारण अशी मुलं आपल्या मातापित्याच्या नजरेतूनच जगाकडे बघणार.

वस्तुस्थिती काय आहे? खरोखर हे जग वाईट आहे का? जगातले सगळे लोक वाईट असतात का? जे जग आपल्याला वाईट वाटतं, तेच इतर काही जणांना सुंदर

वाटतं. आपल्या मुलांनी स्वतःच्या नजरेने जगाकडे बघावं, स्वतःच्या अनुभवाच्या आधारे निर्णय घ्यावा असं स्वातंत्र्य आपण त्यांना द्यायला हवं. मातापित्यांनी आपल्या अनुभवांवर आधारलेली मतं मुलांवर जबरदस्तीने लादू नयेत. मुलांना स्वतःचा मार्ग निवडण्यास मोकळीक द्यावी. त्यांना निर्णय घेण्याच्या प्रक्रियेत मदत अवश्य करावी परंतु आपले निर्णय त्यांच्यावर लादू नयेत. अशा तऱ्हेने त्यांना नवं जीवन, नवा प्रकाश देऊन परस्परांना सहकार्य करत आनंदी, खेळकर आयुष्यासाठी योजना आखाव्यात.

कुटुंबाचा पाया जेव्हा अनेकांच्या संघटित खांद्यांवर उभा असतो, तेव्हा तो खूप मजबूत असतो. बाहेरचा कोणताही शत्रू तो पाया हलवू शकत नाही.

अध्याय १४

मिळून मिसळून जगण्याची योजना आखा

कुटुंबाने आपला एक गट बनवावा

संपूर्ण कुटुंबाची भिस्त कर्त्या पुरुषावर टाकणं हे त्याच्यासाठी तसेच पुढे जाऊन सर्वांसाठी हानिकारक ठरू शकतं.

कुटुंबाची इमारत जेव्हा अनेकांच्या खांद्यांवर उभी राहते, तेव्हा तिचा पाया मजबूत बनतो. त्यानंतर कोणत्याही बाह्य शत्रूला ती नष्ट करता येत नाही.

आपणही सर्व जण एकत्र येऊन, मिळून मिसळून कौटुंबिक जीवन व्यतीत करण्याची योजना बनवून सौख्याचा आनंद घेऊ या.

कुटुंबाचा पाया भक्कम करण्यासाठी आपलं कुटुंब म्हणजे एक ग्रुप, एक गट, संघ आहे असं समजून चला. अशा कुटुंबात कर्ता पुरुष (पती) आणि पत्नी हे केंद्रस्थानी असतात. त्यांची मुलं, त्यांची भावंडं आणि आई-वडील असे सर्व जण त्या कुटुंबाचे सदस्य असतात. या सर्व सदस्यांचा मिळून एक संघ, टीम तयार होते. कर्ता पुरुष आणि त्याची पत्नी यांच्यात प्रेम व विश्वास असल्याने संपूर्ण कुटुंबाचा गट किंवा संघ हा सामर्थ्यशाली, बलवान, कार्यक्षम आणि परिणामकारक होऊ शकतो. कुटुंबातील सर्व सदस्यांचा परस्परांवर विश्वास असल्याने त्याचा पाया मजबूत होतो. अशा प्रकारे कौटुंबिक गट तयार झाल्याने कुटुंबप्रमुख दांपत्य सदैव सुखी आणि समाधानी जीवन जगू शकतात.

कौटुंबिक गटांमध्ये सर्व सदस्य मिळून मिसळून जीवन जगण्याची एखादी योजना

बनवण्यास चालना देऊ शकतात. कर्ता पुरुष समंजसपणे आणि विचारपूर्वक आपल्या आयुष्याची जोडीदारीण निवडतो. तिलाही आपल्या गटामध्ये सामील करून घेतो. आपल्या लहान-मोठ्या भावंडांना आणि आई-वडिलांना त्या गटाचे सदस्यत्व देतो. पुढे आपल्या पोटी जन्मलेल्या मुलामुलींनाही कौटुंबिक गटाचे सदस्य बनवतो. अशा रीतीने आपल्या घरात, आपल्या कुटुंबात तो सर्व सदस्यांच्या संघटित शक्तीला, आध्यात्मिक शक्तीला सक्रिय करतो; नातेसंबंधात निखळ-निरपेक्ष प्रेम, आनंद आणि नवचैतन्य अनुभवण्यासाठी ही सर्व शक्ती, ऊर्जा श्रेयस्कर ठरते.

कौटुंबिक गट स्थापन केल्यामुळे कुटुंबातील सर्व सदस्यांना एकमेकांबद्दल सहानुभूती, प्रेम आणि विश्वास वाटतो. त्यामुळे प्रत्येकाला प्रेम, आनंद आणि सफलता सहजपणे मिळू शकते. पती आणि पत्नी परस्परावरील प्रेमामुळे ते स्वेच्छेने एकमेकांची कामं करू शकतात. प्रेमात प्रचंड ताकद असते. प्रेमासाठी माणूस आपल्या इच्छा, मार्ग बदलू शकतो. प्रेमाची शक्ती माणसाला कुठल्याही व्यसनाचा त्याग करायला शिकवते. प्रेमाच्या आणाभाका घेतल्यावर माणूस मोठमोठ्या अडचणींनाही धैर्याने तोंड देण्यास सिद्ध होतो.

कौटुंबिक गट तयार झाल्याने जेवणाच्या वेळी सर्व सदस्य रोज एकमेकांना सहजपणे भेटतात आणि आपल्या कुटुंबाच्या विकासाच्या दृष्टीने विचारविमर्श करत राहतात. दैनंदिन चर्चांमुळे प्रत्येक सदस्याला आपलं विशिष्ट कार्य करण्याची, उद्दिष्ट पूर्ण करण्याची प्रेरणा मिळत राहते.

मोठमोठ्या औद्योगिक कुटुंबांत हा गटनिर्मितीचा संकेत अमलात आणला जातो. परिवारातील सर्व सदस्य नियमितपणे भेटत राहतात. या भेटीगाठींतून, बैठकांतून त्यांना आपलं काम पुढे नेण्याची आणि विकासाची चालना मिळत राहते.

गटाचं महत्त्व जाणून घेऊन कुटुंबातील सदस्यांनी परस्परांमध्ये ताळमेळ राहण्यासाठी संवादमंच (प्लॅट्फॉर्म) बनवला असेल, तर त्या कुटुंबात संघर्ष वा कलह होण्याची शक्यता फारशी राहणार नाही. अशा परिवारातील आनंद आणि प्रेम बघून शेजारीपाजारीही आपापल्या कुटुंबाचा गट बनवण्यास प्रवृत्त होतील. अशा प्रकारे एका दांपत्याच्या पारिवारिक गटाच्या प्रभावाने एक कुटुंब, कुटुंबापासून समाज, समाजापासून देश आणि देशापासून आनंदी जग अशी शृंखला बनत जाते.

एक आनंदी परिवार बघून अनेक परिवारांना आनंदाने जगण्याची प्रेरणा मिळू शकते. एका परिवारामुळे जगात आनंदाची शक्यता निर्माण होत असेल, तर त्याच्या लहरी ब्रह्मांडात सगळीकडे पसरत राहतील आणि हे विश्व सुंदर बनेल. मग या जगात

युद्ध वा दंगली यांना स्थानच राहणार नाही. प्रत्येकाला विकासाची, फुलण्याची आणि आनंद घेण्याची पूर्ण संधी मिळेल. अशा प्रकारे नात्यांचे गट विविध शक्यतांना पूर्ण संधी देऊन विश्वाचं स्वरूपच आमूलाग्र बदलण्यासाठी कार्य करू शकतील.

पारिवारिक गट आपल्या सर्व सदस्यांमध्ये एकाच चेतनेचे विचार पसरवतील. त्यामुळे सर्व सदस्यांमध्ये प्रेम, सहकार्य आणि सद्‌भाव वाढून कुठल्याही अडीअडचणींना परस्पर सहकार्याने, संघटितपणे तोंड देता येईल.

पारिवारिक गटाचे सदस्य एकत्र येऊन एकमेकांना सजग करू शकतील; भविष्यातील कामाच्या दृष्टीने सूचना, स्मरण देऊ शकतील. सामाईक विचारमंच बनवण्याची किंवा स्मरण देण्याची प्रक्रिया सुरू करताना मात्र योग्य ती खबरदारी घ्यायला हवी. रागाच्या भरात किंवा वादावादी चालू असताना असे विषय काढू नयेत. मतभेद किंवा वादविवादाला आरंभ होण्याआधीच ते टाळण्यासाठी योग्य नियम व संकेत ठरवणं इष्ट असतं. परस्परांशी विचारविनिमय करून वेगवेगळ्या संभाव्य समस्या हाताळण्याचे संकेत आणि सूत्रं निश्चित करायला हवीत. यासाठी देहबोलीचा आणि हस्तमुद्रांचाही उपयोग सहजतेने व प्रभावीपणे होऊ शकतो. उदाहरणार्थ, कोणी रागाच्या भरात तारस्वरात बोलू लागला, तर त्याला शांत करण्यासाठी विशिष्ट हस्तमुद्रांद्वारे स्मरण द्यावे. हे पूर्वनिर्धारित संकेत वा इशारे अपेक्षित उद्दिष्ट साध्य करण्यास उपयुक्त ठरतात. असे इशारे, हस्तमुद्रा म्हणजे टीका नव्हे वा एखाद्याचं उणंदुणं काढणं नव्हे. ''तू असाच आहेस... वेळेवर कामं करत नाहीस... मग अंगाशी आल्यावर त्रागा करतोस... तुझ्यामुळे सगळेच अडचणीत येतात...'' असं काही बोलून कोणाही सदस्यावर टीका करू नये.

आपल्याला कुठलंही काम करताना अनेक हातांची आवश्यकता असते. हे सहकार्य मिळवण्यासाठी टीकेपेक्षा प्रशंसाच कामी येते. मधाने आपलं काम होत असेल, तर विषाची गरजच काय? आपल्या परिवारातील सदस्यांच्या गुणांची प्रशंसा करा आणि त्यातून त्यांचं कौशल्य वाढवण्यासाठी अप्रत्यक्ष मदत करा. जगण्याची नवी योजना कार्यान्वित करण्यासाठी सर्वांनी मिळून मिसळून उच्चस्तरीय संवादमंच निर्माण करा.

पुढील अध्यायात हा संवादमंच कसा निर्माण करायचा हे आपण जाणून घेऊ या.

लोकांनी आपल्याशी जसं वागावं अशी आपली अपेक्षा असते,
त्यानुसारच आपण त्यांच्याशी वागायला हवं.

अध्याय १५

कुटुंबात तीन उच्चस्तरीय संवादमंच कसे बनवाल

उच्चतम नातेसंबंधांचा पाया

मोठ्या यंत्राचे वेगवेगळे लहान भाग आपापली कामं चोख बजावतात पण त्या मोठ्या यंत्राच्या कार्याचा भाग म्हणूनच. ते स्वतःचं वेगळं अस्तित्व दाखवत नाहीत. परंतु अज्ञानवश जर हे छोटे भाग म्हणू लागले, की आम्ही आमचं काम तेवढं करतो. या मोठ्या यंत्रापेक्षा आम्ही वेगळे आहोत तर...? परंतु त्यांचं हे म्हणणं खरं नाही हे आपल्याला ठाऊक असतं. कारण आपण ते मोठं यंत्र पूर्णत: एकसंध असल्याचं बघत असतो. मशिनच्या उदाहरणावरून ही गोष्ट स्पष्ट होते, की *संपूर्ण जग हेच एक कुटुंब आहे!*

या जगात प्रत्येक व्यक्तीला कुणाला तरी मदत करण्याचा विचार येतोच. कदाचित एखाद्याचा असा विचार थांबला, तर दुसऱ्याचा तो ताबडतोब सुरू होतो. जसं, एखाद्या मातेने अपत्याला जन्म देऊन त्याला अनाथाश्रमाच्या किंवा मंदिराच्या पायरीवर सोडलं तर त्या अपत्याच्या संगोपनाबद्दलचे तिच्या मनातले विचार थांबतात. मग दुसऱ्या कोणाच्या तरी मनात त्या बाळाच्या लालनपालनाचे विचार सुरू होतात. याचाच अर्थ, हे सगळं विश्व म्हणजे एक परिवार आहे. अशा प्रकारे पूर्ण विश्वाची काळजी वाहिली जाते.

आपल्या कुटुंबातील प्रत्येक कामात सर्व सदस्यांचं सहकार्य आपल्याला अपेक्षित असेल, परस्परांत उत्तम सुसंवाद हवा अशी इच्छा असेल, कुटुंबाचा सर्वांगीण उत्कर्ष, सर्वांमध्ये प्रेम आणि आत्मीयता हवी अशी आपली भावना असेल, तर आपण कुटुंबात

उच्च संवादमंच तयार करायला हवा.

आजवर आपल्या घरात असा संवादमंच सुरू झालेला नसेल, कुटुंबातील सर्व सदस्य एकत्र बसून काही विचारविनिमय करत नसतील, तर हे पुस्तक वाचून संवादमंच सुरू करण्याच्या विचाराला अग्रक्रम द्या.

घरात भांडणतंटे वा वादविवाद सुरू झाले म्हणजे एकत्र येऊन परस्परांशी मनमोकळेपणाने बोलण्यासाठी एखाद्या व्यासपीठाची निकड जाणवते. हे म्हणजे, तहान लागल्यावर विहीर खणायला प्रारंभ करण्यासारखं आहे. प्रत्यक्षात तहान लागण्यापूर्वीच विहीर खणली तर वेळेवर, हवं तेव्हा पाणी मिळेल, नाही का?

आजारी पडल्यावर इलाज करण्यापेक्षा आजारी पडण्याची वेळच येणार नाही असा उपाय आपण आधीच का शोधून काढू नये? आधीपासूनच वक्तशीर व्यायाम, आहारविहारावर नियंत्रण, आरोग्याची पथ्यं पाळणं हे त्या दृष्टीने उपयुक्त ठरते. आपण आधीच आजारी असाल, शरीरात त्राण नसेल तर व्यायाम करण्याचा विचार मनात येऊनही प्रत्यक्षात कृती घडणार नाही. कारण आजारामुळे व्यायाम करण्याची ताकदच शरीरात उरणार नाही. म्हणून आजारी पडण्याअगोदरच व्यायाम सुरू करा. व्यायामाने आपलं शरीरस्वास्थ्य उत्तम राहील; वरचेवर आजारी पडण्याची पाळी तुमच्यावर येणार नाही आणि यदाकदाचित आजारी पडलाच, तर अल्पावधीतच आपण ठणठणीत बरे व्हाल.

आपल्या कुटुंबात वादविवादाची ठिणगी पडण्याआधी, कुठल्याही समस्येने डोकं वर काढण्यापूर्वी, उच्च संवादमंच बनवा. कुटुंबातील सर्वच सदस्यांच्या चेतनेचा स्तर उच्च असेल, तर सर्वांनी मिळून किमान तीन वेगवेगळे संवादमंच बनवायला हवेत.

पहिला संवादमंच - स्वतःविषयी

पहिला संवादमंच हा स्वतःसाठी हवा. दररोज दैनंदिनीच्या माध्यमातून हा मंच स्वतःसाठी चालवायचा आहे. *'कुटुंबात आनंद व सौख्याचं वातावरण राहण्यासाठी आपण कोणत्या गोष्टी करायला हव्या? आपल्या कोणत्या सवयींमुळे कुटुंबातील इतर सदस्यांना त्रास सोसावा लागतो?'* अशा बाबी दैनंदिनीत लिहा.

आपल्याला सगळ्या चुकीच्या सवयी, अपप्रवृत्तीतून मुक्त व्हायचं आहे. आपण लहानसहान गोष्टींवर संतापत असाल, इतरांना अद्वातद्वा बोलत असाल, आपल्या रागीट स्वभावामुळे जवळची माणसं दुरावली असतील, कामं बिघडली असतील तर हे लक्षात ठेवा. आपल्या मनाप्रमाणे एखादं काम झालं नाही, कोणी आपली आज्ञा पाळायचं

टाळलं, कोणी तुमची उपेक्षा केली, अनादर दाखवला आणि त्या व्यक्तीबद्दल आपल्याला तिरस्कार वाटत असेल... तर अशा सर्व गोष्टी या दैनंदिनीत लिहा. त्या वाईट सवयी (पॅटर्न), अपप्रवृत्ती दूर कशा करता येतील, यावर विचार करून काही उपाय शोधा.

आपल्या कुटुंबाच्या सुखासाठी काहीतरी करण्याची हीच वेळ आहे. पहिला प्लॅटफॉर्म, संवादमंच बनवताना एक निर्णय घ्या.

''मला स्वतःमधील हे दोष घालवायचे आहेत आणि परिवारातील सर्व सदस्यांना समान संवादमंचावर आणायचे आहे.''

आपल्यातील दोषांचं निराकरण करण्यासाठी कुठलीही जोरजबरदस्ती करण्याची गरज नाही. हे काम प्रेमानं, स्वेच्छेने करायचं आहे. स्वतःपुरता हा पहिला संवादमंच बनवणं शक्य झाल्यास आपल्या कुटुंबाला आपण दिलेली ती एक उत्तम भेट असेल.

दुसरा संवादमंच - कुटुंबीय सदस्यांचा

दुसरा संवादमंच हा आपल्या कुटुंबातील सर्व सदस्यांचा मिळून बनवायचा आहे.

एखाद्या घटनेत किंवा तणावाच्या अवस्थेत आपण कसं वागावं, याबद्दल सर्व सदस्यांनी आधीच काही मार्गदर्शक सूत्रं ठरवून ठेवावी. एखादा सदस्य संतापलेला असेल तर त्याच्याशी कशा प्रकारे बोलायचं आणि आपण रागात असाल, तर समोरच्याने काय प्रतिक्रिया द्यावी हे सर्वांनी मिळून आधीच ठरवावं. ''तुझ्या अमुक सवयीमुळे मला त्रास होतो, तर तू त्याबाबत काय करायला हवं? माझ्या वागण्यातील एखादी गोष्ट तुला खटकत असेल, तर मी त्याबाबत काय करायला हवं?'' याविषयी सर्व सदस्य एकमेकांशी मोकळेपणाने चर्चा करू शकतात. कुटुंबाला एखादी समस्या भेडसावत असेल, तर सर्व जण मिळून तिचं निवारण कसं करू शकतील? त्यासाठी कोण काय करेल? मग ती समस्या आर्थिक, मुलाच्या अभ्यासाची अथवा कुणाच्या स्वभावदोषाशी निगडित असो, सर्वांनी मिळून काही उपाय शोधून काढावा.

परिवारातील सर्व सदस्यांच्या सल्ल्याने आपण काही संकेत (रिमाइंडर) ठरवू शकतो. प्रत्येक व्यक्तीच्या आवडीनिवडी, स्वभाव, विचारधारा वेगवेगळ्या असतात. जीवनाकडे पाहण्याची दृष्टी वेगळी असते. एकाला आवडणारी गोष्ट दुसऱ्यालाही आवडतेच असं नाही. एखाद्याकडे बघून आपण हसलात, तर त्याच्यासाठी तो एक चांगला रिमाइंडर असेल तर दुसऱ्याला तीच गोष्ट अपमानास्पद वाटेल. अशावेळी तो म्हणू शकतो, ''आधीच मी फार वैतागलोय आणि तू दात दाखवून उडव माझी टर!''

यासाठी संकेत (रिमाइंडर) हे अगोदरच निश्चित करा. समोरच्या व्यक्तीला विचारून ठेवा, ''तुला कुठला संकेत आवडेल?'' समंजसपणे घेतलेल्या अशा भूमिकेमुळे त्याचा उत्साह वाढेल. त्याच्या हातून चुकांची शक्यताही कमी होईल.''

आपल्या हातून चुकीने वा नकळत एखादा प्रमाद घडत असेल, तर समोरच्या व्यक्तीच्या केवळ नेत्रकटाक्षाने, हस्तमुद्रेनेही आपल्याला त्याची जाणीव होऊ शकते. त्यामुळे पुढे होणारा मन:स्ताप, तणाव, नात्यातील दुरावा, गैरसमज वगैरे दुष्परिणामांपासून आपण आणि इतर सर्व सुरक्षित राहाल.

एखादी व्यक्ती तणावात असताना तिची चूक दाखवली तर तिचा पारा चढू शकतो. असं काही घडू नये म्हणून दुसरा संवादमंच बनवताना काही संकेत निश्चित करावेत. शब्दांनी बोलण्यापेक्षा हस्तमुद्रेने वा नजरेने आपण इशारा करू शकतो. त्यासाठी आधीच त्या व्यक्तीला विचारा, ''तुझं काही चुकत असल्यास किंवा वागणं योग्य नसल्यास ते आम्ही तुला कसं सूचित करावं? त्यासाठी अशी कुठली हस्तमुद्रा वा खूण करावी, जी तुला अवमानकारक वाटणार नाही? जी तुला आवडेल आणि उमजेल?'' अशा प्रकारे तिने निवडलेल्या हस्तमुद्रेच्या अथवा खुणेच्या माध्यमातून ती व्यक्ती नाराज होणार नाही.

एखादी व्यक्ती रागात असेल आणि तिला त्याबद्दल इशारा, स्मरण द्यायचं असेल तर तिला सांगा, ''तू जर अगोदरच याबाबत सावध असशील, तर माझ्या इशाऱ्याकडे दुर्लक्ष कर.'' नाहीतर ती व्यक्ती राग आटोक्यात आणत असेल आणि त्याचवेळी तिला कोणी राग आवर असा इशारा दिला तर तिची आणखी चिडचिड झाल्याशिवाय राहणार नाही.

दुसऱ्यांना इशारा करताना आणखी एक चूक होण्याची शक्यता असते. समोरच्या व्यक्तीशी बोलताना आपण तिच्या सवयी किंवा स्वभावाबद्दल बोलता बोलता तिच्यावर टीका करू लागतो, ''तू असाच आहेस, तसाच आहेस, नेहमीच चुका करत राहतोस, तुझ्यामुळे कामं वेळेवर होत नाहीत.'' टीकेचा हा भडिमार ऐकून ती व्यक्तीही संतापते आणि आपल्या दोषांचा पाढा वाचत आपल्यावरही

टीकाटिप्पणी करू लागते. "माझ्या हातूनच सगळ्या चुका घडतात का? तू काय कमी चुका करतोस? तुझ्यामुळे आम्हाला सगळ्यांची बोलणी खावी लागतात. मोठा शहाणा लागून गेलास. उगाच आपली अक्कल पाजळू नकोस..."

असं काही घडतं तेव्हा कुटुंबाला एका समान संवादमंचावर आणून परस्परांमध्ये प्रेम आणि आनंद निर्माण करणं या आपल्या मूळ उद्देशापासून आपण दूर जातो. तसं होऊ नये म्हणून काळजी घ्यायला हवी.

प्रेमाने उच्चारलेला एक शब्दही एखाद्याला उत्तमप्रकारे संकेत देऊ शकतो. हा प्रेमपूर्ण संकेत समोरच्या व्यक्तीच्या जीवनात आनंद आणू शकतो. विशिष्ट गोष्टीची वा चुकीची जाणीव करून देण्यासाठी आपण वेगवेगळे संकेत तयार करून आपल्या जीवनाची दिशा बदलू शकतो. हस्तमुद्रांच्या स्वरूपातील काही संकेत येथे देण्यात आले आहेत.

आपल्या घरातील एखाद्या सदस्याला फोनवर खूप बोलण्याची सवय असेल आणि इतरांना ती पसंत नसेल, तर फोनवर एक स्टिकर लावू शकता. 'आपण फोनवर कामापुरता बोलता की उगाच पाल्हाळ लावता?' अशी जाणीव त्याला करून देण्यासाठी या स्टिकरवर 'आवश्यकता' की 'इच्छा' या आशयाकडे लक्ष वेधण्यासाठी 'आ की इ' (need or want) असे शब्द लिहू शकता. त्या अक्षरांकडे लक्ष जाताच आपल्या अती बोलण्याची जाणीव होऊन ती व्यक्ती आपोआपच बोलणं आटोपतं घेईल. अशा प्रकारे मुद्रा आणि लेखी संकेतांचा लाभ घेणं सोयीचं ठरतं.

तिसरा संवादमंच - मुलांसाठी

आपल्या घरातील मुलांशी मातापित्यांचा आणि इतरांचा संवाद सतत व्हायला हवा. मुलांशी आपण मनमोकळेपणाने बोललं पाहिजे. मुलांनाही आपल्याशी बोलताना संकोच वा भीती वाटता कामा नये. आपले अनुभव, आपल्या समस्या, विचार व्यक्त करण्याची संधी मुलांना सतत मिळायला हवी. मुलांशी सतत संवाद साधण्यासाठी आपल्या घरात तिसरा संवादमंच हवा.

आपल्या भावना, विचार, अनुभव मुलांना सोप्या भाषेत सांगण्याची कला मातापित्यांनी आत्मसात करायला हवी.

मुलं खोड्या करतात, अभ्यासाची टाळाटाळ करतात तेव्हा पालकांना काय वाटतं? त्यावर काय उपाययोजना करायला हवी? मुलं खूप हट्टीपणा करतात, अमुक गोष्ट हवी म्हणजे हवीच म्हणून हटून बसतात; नीट खातपित नाहीत, मातीत खेळतात, खेळण्यांची मोडतोड करतात, अशा कितीतरी गोष्टी पालकांना खटकतात. या सर्व समस्या मुलांशी मोकळेपणाने बोलून आटोक्यात आणता येतात.

मुलांनी परीक्षेत जर चांगले गुण मिळवले नाहीत, तर मातापित्यांना वाईट वाटतं. ते आपलं दुःख मुलाला रागावून किंवा मारून प्रकट करतात. ''अरे गाढवा, भरपूर डोनेशन देऊन तुला चांगल्या शाळेत घातलंय... एवढ्या भारी वह्या-पुस्तकं घेऊन दिली आहेत...शाळेत जायला रिक्षा लावलीय... तरी तुझं अभ्यासाकडे दुर्लक्ष? तुला एवढे कमी मार्क्स कसे पडतात? बाकीच्या मुलांकडे बघ. त्यांना तर एवढ्या सोयीसुविधा नाहीत. पण त्यांचा परीक्षेत नंबर येतो आणि तू? तू कसाबसा काठावर पास होतोस. बिनडोक कुठला!''

खरंतर अशा प्रकारे मुलावर दोषारोपण करणं योग्य नाही. त्याचा मुलांवर नकारात्मक परिणाम होतो आणि तोही कायमचा. अशा परिस्थितीत मुलाला प्रेमाने जवळ घ्यावं. त्याच्याशी शांतपणे बोलावं. ''कुठला विषय तुला अवघड वाटतो? कुठल्या विषयात तुला जास्त मार्क मिळतात? कुठल्या शिक्षकांचं शिकवणं तुला समजत नाही?'' हे सर्व त्याच्याकडून नीट समजून घ्यावं. ''तू टेन्शन घेऊ नकोस. आपण त्या अवघड वाटणाऱ्या विषयावर जास्त लक्ष देऊ... तुझ्या अडचणी दूर करू. तू हुशार आहेस. तुला तर हे सर्व सहज समजेल. तू फक्त न समजणाऱ्या विषयाकडे थोडं अधिक लक्ष दे म्हणजे झालं...'' मुलांवर असा विश्वास दाखवणं म्हणजे अडीअडचणीतही आपण त्यांच्या पाठीशी आहोत असा दिलासा देण्यासारखं असतं. विश्वासाच्या पायावरच नात्यांची उभारणी मजबूत होते. मग मुलं आपल्याशी आपल्या अडीअडचणींबाबत, आपल्या समस्यांबाबत न बुजता, न घाबरता बोलू लागतील. मुलं आणि आपण दोघं मिळून त्या समस्यांवर तोडगा काढू शकाल. त्यामुळे मुलांना वाटणाऱ्या समस्या तर सुटतीलच शिवाय अभ्यासात त्यांची प्रगती होऊन परीक्षेत चांगले गुणही मिळतील.

''मुलं म्हणजे आपली संपत्ती नाही; आपण मुलांचे मालक नाही. आपण सर्व एकमेकांना पृथ्वीलक्ष्य प्राप्त व्हावे यासाठी निमित्तमात्र आहोत,'' हे प्रत्येक मातापित्याला समजायला हवं.

आपण लवकर मोठं व्हावं, असं प्रत्येक मुलाला वाटतं. 'मोठं झाल्यावर

आपल्याला आपल्या मनाप्रमाणे सगळं काही करता येईल, हवं ते विकत आणता येईल, इतरांना आज्ञा देता येतील, आपल्याला कोणीही अडवणार नाही...' असे कितीतरी विचार या 'मोठं' होण्यामागे असतात. खरंतर मुलाला वाटत असतं, 'मी लहान आहे, त्यामुळे दुबळा आहे. हे लोक मोठे आहेत, ते सामर्थ्यवान आहेत. त्यामुळे त्यांच्या इच्छेप्रमाणे वागावं लागतं. त्यांचं ऐकलं नाही तर मार खावा लागतो किंवा बोलणी ऐकून घ्यावी लागतात.' आपण अगदी असहाय आहोत असं त्याला वाटतं. त्यामुळे त्याच्यातील आत्मविश्वास ढासळतो; आपण काहीच करू शकत नाही, आपल्या हातात काही नाही अशी न्यूनत्वाची भावना त्याच्यात निर्माण होते. अशावेळी संवादमंचाची खरी गरज असते; परंतु ती भावना ते शब्दांत व्यक्त करू शकत नाहीत.

मुलांना त्यांचं स्वतःचं असं व्यक्तिमत्त्व, अस्तित्व असतं. त्यांनाही भावना, मतं, आवडीनिवडी, इच्छाअपेक्षा, आपल्या भावना प्रकट करण्याचा अधिकार असतो. त्यामुळेच छोट्या छोट्या गोष्टींबाबतही त्यांचं मत विचारायला हवं. मग ते मत योग्य असो अथवा नसो, परंतु त्यांनाही त्यांचं मत व्यक्त करण्याची संधी दिली जावी. जेणेकरून स्वतःच्या प्रत्येक प्रश्नाचा विचार करून त्यानुसार निर्णय घेण्याची क्षमता त्यांच्यात विकसित व्हावी.

मुलांबरोबर संवादमंच तयार करणाऱ्या मातापित्यांनी आपल्या मुलांच्या समस्या सोडवण्याबाबतही त्यांच्याशी विचारविनिमय करायला हवा. स्वतंत्र व्यक्तिमत्त्व म्हणून त्यांनी मुलांना आदर देऊन, त्यांच्यासह तिसरा संवादमंच घरात सिद्ध करायला हवा.

कुटुंबातील सदस्यांमध्ये जर खूप मतभेद असतील, तर सर्वांनी मिळून 'या वर्षी आपल्या घरात विश्वासार्ह संवादमंच तयार करायला हवा,' असं उद्दिष्ट ठरवून त्यानुसार आपलं 'ध्येय' (इन्टेन्शन) निश्चित करायचं आहे, इन्टेन्शन ठेवलं तर सगळं काही साध्य करता येतं. ज्यामुळे सर्वांचं कल्याण होईल असं काम आपल्याला करायचं आहे. 'ज्या कामाने फक्त एखाद्याच व्यक्तीचं कल्याण होईल अशी भावना असते, त्या कामाचे परिणाम दिसायला जास्त वेळ लागतो. ज्या कामाने सर्वांना फायदा होईल; सर्वांचं कल्याण होईल त्या कामाचे परिणाम त्वरित दिसतात.'

भाव, विचार, वाणी आणि क्रिया यांच्यात एकवाक्यता असणारा माणूस कोणतंही काम लपूनछपून करायचं नाही याबाबत दक्षता बाळगतो.

अध्याय १६

घरालाच स्वर्ग बनवा

सासू-सुनेच्या नात्यात जपा माय-लेकीचे भाव

माणूस ज्या ठिकाणी राहतो, त्याच ठिकाणी तो स्वर्ग निर्माण करू शकतो. एक पुरुष आपल्या कार्यालयाला स्वर्ग बनवू शकतो. कारण दिवसाचा बहुतांश वेळ तो तिथेच असतो. स्त्रिया आपल्या घरात स्वर्ग निर्माण करू शकतात. कारण त्या अधिक वेळ घरातच असतात.

ज्या घरात आपण राहतो, त्या घरात परतल्यावर आपल्याला जर प्रसन्न वाटत नसेल, तर ते घर आपल्याला नरकसदृश वाटेल. घरी गेल्यावर बायकोच्या तक्रारींचा पाढाच ऐकावा लागणार अशी भीती वाटत असलेला पती घरी जाण्याचं टाळतो. असा माणूस रस्त्यात भेटणाऱ्या एखाद्या परिचिताबरोबर किंवा मित्राबरोबर अधिकाधिक वेळ घालवतो. कारण जितक्या उशिरा घरी जाऊ तितकी आपल्यामागची भुणभुण कमी होईल हे त्याला ठाऊक असतं. घरी जाऊन ज्या तक्रारी आणि आरोप ऐकून घ्यावे लागतात, त्यांचा अतिशय त्रास होतो; हे तर कित्येकांना अनुभवातून समजलंच असेल!

आज बहुतांश घरांमध्ये ही स्थिती आहे. कारण आपली प्रत्येक तक्रार आणि प्रत्येक शंका घराला नरक बनवत असते याची कल्पना स्त्रीला नसते. परंतु आता घरात संवादमंच बनवण्याच्या दिशेने पावलं टाकली, तर घराचा स्वर्ग बनायला वेळ लागणार नाही. छोट्या छोट्या पावलांच्या आधारे संवादमंचाची निर्मिती होऊ शकते. घराची

स्वामिनी आपल्या पतीशी आठवड्यातल्या कोणत्या दिवशी कोणत्या विषयावर बोलायचं, याची कार्यसूची तयार करू शकते. घरातील सर्व सदस्यांना एकत्र आणून आठवड्यातील एकाच दिवशी योग्य प्रकारे सगळ्या तक्रारींचा पाढा वाचला, तर घरातलं वातावरण चांगलं होऊ शकतं. घरातील वातावरण बिघडवायचं असेल किंवा घराचा नरकच बनवायचा असेल, तर आठवड्यातील फक्त एकच दिवस त्याच्यासाठी द्यावा. दररोज तक्रार करत राहिल्यास कायम तक्रार करण्याचीच सवय होऊन जाते. तक्रारी ऐकणारा सतत तेच ते ऐकून संवेदनाहीन होऊन जातो.

घरातील प्रत्येक सदस्याची देखभाल महिला करत असल्यामुळे घराला स्वर्ग बनवण्याची किमया त्या करू शकतात. घराला स्वर्ग बनवण्यासाठी घरातील सर्व गोष्टींची त्यांना माहिती असायला हवी. घरात येणारे लोक कोणत्या मानसिक वा शारीरिक अवस्थेत येतात, उपाशीपोटी येतात की पोटपूजा करून... कार्यालयातून वैतागून येतात की थकून भागून... मुलं शाळेतून येतात तेव्हा "आई, भूक लागलीय," असा कालवा करतच असतात... या सर्व गोष्टींची कल्पना घरच्या महिलांना असायला हवी. घरात येणाऱ्या प्रत्येक सदस्याच्या अवस्थेनुसार काही पूर्वतयारी त्या निश्चितच करून ठेवू शकतात. थकूनभागून आलेल्या पतीचा थकवा दूर व्हावा म्हणून घरात काय हवंय याची तरतूद आधीच करून ठेवू शकतात. ज्या घरात अशी तयारी आधीपासूनच केलेली असते, ते घर त्या सदस्याला आपोआप स्वर्गासमान वाटू लागतं.

घरची स्वामिनीच जर वैतागलेली, त्रासलेली असेल, तर घराला स्वर्ग बनवण्याचा विचारही तिच्या डोक्यात येणं दुरापास्त. उलट आपला वैताग आणि चिंता इतर सदस्यांवरदेखील ती लादू पाहणार. यासाठी घरातल्या इतर सर्व सदस्यांनीही एकत्र बसून आईला किंवा पत्नीला कामात कशा प्रकारे मदत करता येईल याचा विचार आधीच करून ठेवायला हवा. महिन्यातून किमान एकदा तरी घरातील सर्व सदस्य स्वच्छता मोहिमेत सहभागी होऊ शकतात. आवश्यक त्या वस्तू योग्य प्रकारे ठरलेल्या जागी सहजपणे सापडतील असा ठेवण्याचा परिपाठ ठेवला, तर सगळी कामं वेळेवर होऊ शकतील. मग घर स्वर्गासारखं आनंदी वाटू लागेल. वस्तू वेळेवर सापडली नाही, घरात अस्ताव्यस्त पसारा असेल, तर ते नरकसदृशच भासेल ना?

घराला स्वस्थ आणि स्वर्ग बनवण्यासाठी सर्व सदस्यांनी दिवसभरातील कामांची सूची बनवून आपापसात वाटणी करून घ्यावी. कामांची योग्य प्रकारे वाटणी केली, तर एकाच व्यक्तीवर सगळ्या कामांचा बोजा पडत नाही. प्रत्येकाच्या वाट्याला थोडं थोडं काम येतं.

सासू-सून या नात्याचा अंत

'प्रत्येक घर हे मंदिर (स्वर्ग) बनू शकतं,' असं आपलं घर पाहून सर्वांना जाणवावं, प्रेरणा मिळावी. लग्नानंतर मुलगी जशी आपल्या आईच्या गळ्यात प्रेमाने पडते तशीच ती आपल्या सासूच्याही गळ्यात पडू शकते. पण सासूबद्दल जर त्या मुलीच्या मनात भीतीची भावना असेल, तर तिने ती नष्ट करायला हवी. सासू या शब्दामुळे जे भय उत्पन्न होतं त्याचा अंत होऊन त्याची जागा प्रेम आणि आदर यांनी घ्यावी. म्हणजे सासूला तिने आपली आई मानायला हवं. सासूच जेव्हा राहणार नाही तेव्हा सून कुठे उरणार?

'प्रेमानं गळ्यात पडणं' हाही एक प्रकारचा संवाद आहे. कधी कधी माणसाला आपले भाव व्यक्त करण्यासाठी शब्द मिळत नाहीत, तेव्हा गळामिठीच उपयोगी ठरते. तिच्यामुळे भीती संपुष्टात येते आणि सासू-सून या दोघी एकमेकींसाठी निमित्त बनून घराला स्वर्ग बनवण्यासाठी सिद्ध होतात.

ज्या ठिकाणी सासू-सुना एकमेकींना अशा गहिऱ्या स्पर्शातून भेटतात, लहान-मोठे एकमेकांबद्दल आदरभाव बाळगतात, मोठी माणसं मुलांना आशीर्वाद देतात, सर्व वस्तू जागच्या जागी नीटनेटकेपणाने ठेवल्या जातात, सर्व लोक मिळून-मिसळून कामं वाटून घेतात आणि पार पाडतात, सण उत्सव योग्य प्रकारे साजरे केले जातात, नातेसंबंधात कपट, अहंकार, आसक्ती, संशय, संभ्रम, हेत्वारोप, तक्रारी यांना स्थान नसतं, कुटुंबातील सर्व सदस्य परिवारातील तणावपातळीबद्दल सजग असतात, लोक नात्यातील पूर्णत्व संपादन करून गैरसमजांना वाव देत नाहीत. सर्व जण आपल्या मनातल्या भावना शांत, मंद स्वरांत मोकळेपणाने व्यक्त करू शकतात. कुटुंबात तीनही संवादमंच कार्यरत असतात. सर्व जण एकमेकांच्या भावभावनांची योग्य ती जाणीव बाळगतात, त्या ठिकाणी नातेसंबंधातील प्रेम, घरामध्ये स्वर्ग आणि अंत:करणात नवप्रकाश उजळून निघतो. आनंद ओसंडून वाहतो.

सर्व वस्तू योग्य प्रकारे, सुयोग्य ठिकाणी ठेवण्याची चांगली सवय विकसित केल्यास आपल्या नातेसंबंधातही दृढता येईल.

भाग ५
असा आणावा नात्यांमध्ये नवप्रकाश...१

सर्वसाधारण माणूस आपल्या विचारक्षमतेचा वा कौशल्याचा एक सहस्रांश एवढाच भाग वापरतो; तरीही तो शिक्षणात सक्षम असल्याचं आढळून येतं.

अध्याय १७

जादूचं पहिलं पाऊल :

आपण ज्याचे चिंतन करतो तेच बनतो

निरीक्षणकलेद्वारा गुणवंत बना

नातेसंबंधातील वास्तव जाणून घेण्यासाठी सर्वांत आधी निरीक्षणाची कला आत्मसात करा. निरीक्षण म्हणजे काय, असा प्रश्न कोणी विचारला, तर सरळ उत्तर द्या, ''मी निरीक्षण करणं म्हणजे काय ते जाणतो. मला निरीक्षण करता येतं.'' निरीक्षण म्हणजे वस्तूंकडे ध्यान देऊन बघणं असा लोकांचा दृष्टिकोन असतो. खरंतर जगातील सर्वच लोक विचार करत असतात; वेगवेगळ्या वस्तूंचं निरीक्षण करत असतात. निरीक्षणाशिवाय जग चालूच शकत नाही. परंतु निरीक्षण करण्याची जी कला आहे, तिला सामान्य व साधीसोपी समजू नका. मानवी जीवनातील अत्यंत महत्त्वाचं साधन म्हणजे निरीक्षण करण्याची क्षमता.

जगात सगळे लोक विचार करत असतात; दररोज विचार करत असतात; परंतु त्यांना 'कुठल्या गोष्टींचं निरीक्षण करत आहात,' असं विचारलं तर बहुतेक लोक दुसऱ्यांच्या त्रुटींचाच विचार करत असल्याचं दिसून येतं. इतरांच्या समस्या ते सहजपणे सांगू शकतात. आपल्याला परिचित असणाऱ्या व्यक्तींमधील गुण-दोषांची त्यांना कल्पना असते. दुसऱ्यांच्या दुर्गुणांवर विचार करण्यात लोकांना खूप आनंद मिळतो. इतरांच्या वाईट गोष्टींचा विचार करण्यात ते स्वतःला व्यस्त ठेवतात. ते विचार करत असतात यात शंकाच नाही परंतु बहुतांशी अशा गोष्टींचा विचार करतात, ज्यांची त्यांना गरजच नसते.

लहान मूलही विचार करत असते. कसं चालायचं, कसं बोलायचं, नमस्कार कसा करावा, हसावं कसं, वस्तू कशा व कुठे ठेवाव्यात अशा गोष्टींचा विचार तेही करत असतात. या सर्व गोष्टी ते विचारांच्या आधारेच कुठल्याही शाळेत न जाता सहजपणे आत्मसात करतात.

सर्वसाधारण माणूस आपल्या विचारक्षमतेचा वा कौशल्याचा एक सहस्रांश एवढाच भाग वापरतो; तरीही तो शिक्षणात सक्षम असल्याचं आढळून येतं.

आपल्याला पाहिजे असणाऱ्या वस्तूची नक्कल करण्यात माणूस वाकबगार असतो. आपल्या स्वतःच्या निरीक्षणशक्तीची क्षमता जाणून घेण्यात तुम्हाला स्वारस्य आहे का? स्वतःच्या निरीक्षणशक्तीचा स्तर जाणून घेण्याची खरोखर आपल्याला इच्छा असेल, तर येथे एक मिनिट थांबा आणि पुढे दिलेले प्रश्न स्वतःला विचारा. एवढं केल्यास आपल्या निरीक्षणशक्तीची क्षमता लक्षात येईल.

१) एक कोरा कागद घ्या आणि वर्षानुवर्षं आपण वापरत असलेल्या, मनगटावर बांधत असलेल्या घड्याळाबद्दल लिहिण्यास आरंभ करा. लिहिण्याआधी त्या घड्याळाकडे बघूही नका. घड्याळाच्या डायलचा रंग, डायलमधील अंकांचा रंग, अक्षरांची लिपी, घड्याळातील डायमंड्सची संख्या, घड्याळाची कंपनी, डायलची बॉर्डर वगैरे तपशील लिहा. नंतर प्रत्यक्ष घड्याळाशी ते ताडून पाहा. आपल्या निरीक्षणशक्तीचा स्तर त्यावरून कळू शकेल.

२) आपण ज्या गल्लीतून नेहमी ये-जा करता त्या गल्लीचं निरीक्षण करा. त्या गल्लीतील प्रत्येक दुकानावर आणि इतर वैशिष्ट्यपूर्ण बाबींवर लक्ष केंद्रित करायचं आहे, हा विचार ठेवून जेव्हा गल्लीचं निरीक्षण कराल, तेव्हा ज्या गोष्टींकडे आजवर कधी लक्षच गेले नव्हते अशा अनेक गोष्टी आपल्या दृष्टीस पडतील.

निरीक्षण सर्वांत मोठं हत्यार

निरीक्षणरूपी सर्वांत मोठं अवजार मनुष्यजातीला वरदान म्हणून मिळालेलं आहे. हे साधन सतत कार्यरत असतं. आपण त्याला सहजपणे निष्क्रिय करू शकत नाही. ही गोष्ट लक्षात घेऊन निरीक्षणरूपी अवजाराचा योग्य प्रकारे वापर करा. निरीक्षण आपलं काम करत असते आणि तपशील स्मृतिकोशामध्ये आपल्या उपयोगासाठी नोंदवत राहते. जे काही आपल्या स्मृतिकोशात आहे, त्याचा उपयोग करण्यासाठी आपण बांधील आहात.

खाली दिलेल्या उदाहरणांवरून हे विस्ताराने समजून घेऊ या.

बिंब – प्रतिबिंब :

१) आपला मित्र एखादं गाणं म्हणतो, तेव्हा काही क्षणानंतर अचानक आपणही ते गाणं गुणगुणू लागता.

२) कॉलेजमधला आपला एक मित्र मोठ्याने हसत असतो. त्याच्या त्या हास्यशैलीचे वरचेवर निरीक्षण केल्यानंतर आपणही त्याच प्रकारे हसण्याचा ढंग आपल्यात विकसित करता.

३) आपल्या आवडत्या चित्रपट अभिनेत्याच्या चालण्याच्या ढंगाने प्रभावित होऊन आपणही चालण्याची ती लकब कोणताही अभ्यास न करता अगदी नकळत अंगीकारतो.

४) आपल्या एखाद्या मित्राला चुटके सांगण्याचा नाद असल्यास कालांतराने आपणही सहजपणे चुटके सांगू लागतो.

५) जेवताना आपला मित्र चमच्याचा आवाज करताना दिसला; तर आपणही काही काळानंतर तशाच पद्धतीने चमच्याचा आवाज करत खाऊ लागतो.

६) आपला भाऊ बाथरूममध्ये शिटी वाजवताना पाहून ऐकून आपणही त्याचे अनुकरण करतो.

७) आपले वडील चहा पिताना फुर्र... फुर्र... आवाज करताना बघून आपणही काही दिवसांनी तसं करू लागतो.

८) आपला मित्र एखादा चुकीचा शब्द तोंडातून निघाला, तर जीभ बाहेर काढून चक् करतो; तर आपणही तसे करू लागतो.

९) आपली आई बोलताना हात हालवत असेल, तर तिची ती कृती आपल्यातही नकळत उतरते.

१०) आपले एखादे शिक्षक प्रत्येक वाक्यानंतर समजलं का, असा प्रश्न विचारत असतील, तर आपल्याही बोलण्यात प्रत्येक वाक्यानंतर 'समजलं का?' असं येऊ लागतं.

निरीक्षणाची कार्यपद्धती

प्रत्येक माणूस विशिष्ट सवयी कशा आत्मसात करतो, वेगवेगळे गुण कशा प्रकारे अंगीकारतो आणि आपल्या संस्कृतीचा विकास कशा प्रकारे करतो, हे या उदाहरणांवरून

लक्षात येईल. हे करण्यासाठी त्याला जास्त परिश्रम घ्यावे लागत नाहीत. उलट अधिकांश गोष्टी तो कमीतकमी प्रयत्नांनी साध्य करू शकतो. कारण त्याचं निरीक्षणाचं अवजार कार्यक्षमतेचं काम करतं.

आपण ज्या सवयींचं निरीक्षण करतो त्या आपल्यातही येण्याची शक्यता असते, हे निरीक्षणाच्या अवजाराचं वैशिष्ट्य आहे. मग त्या आपल्या पसंतीच्या असोत अथवा नसोत; त्या सवयी आपल्याला लागतातच. बेसावध किंवा असजगतेच्या अवस्थेत केल्या गेलेल्या निरीक्षणामुळे आपल्यात नकारात्मक सवयी येण्याची बरीच शक्यता असते.

खालील उदाहरणांवरून या प्रक्रियेवर आणखी प्रकाश पडेल.

१) आपल्या एखाद्या मित्राला नखं कुरतडण्याची सवय असते. ही फार वाईट सवय असल्याचं तुम्ही त्याला पुनः पुन्हा बजावत राहता. परंतु काही काळानंतर तुम्ही स्वतःच अचेतन अवस्थेत नकळत नखं कुरतडू लागल्याचं दिसून येतं.

२) आपल्या सासूची ऊठसूट आरडाओरडा करण्याची सवय सुनेला आवडत नाही. परंतु काही दिवसांनी ती सूनही आपल्या मुलांवर सासूप्रमाणेच ओरडत असलेली आढळते.

३) वादविवाद करताना आपला मित्र हात मागेपुढे करत असतो हे आपल्याला खटकते. परंतु चर्चा करताना आपलेही हात तसेच हलू लागले आहेत हे जाणवून आपण हैराण होतो.

४) फुर्र फुर्र आवाज करत चहा पिणाऱ्या मित्राला आपण गावंढळ म्हणतो. परंतु कालांतराने आपणही फुर्र फुर्र करत चहा पिऊ लागतो.

५) बोलताना तुम्हाला खांदे उडवण्याची सवय असेल. तर निश्चितच ही सवय आपल्याला जवळच्या एखाद्या मित्रामुळे किंवा घरातील सदस्यामुळे लागलेली असते.

६) आपल्याला सिगारेट पिणं आवडत नाही; तरीही आपण सिगारेट ओढू लागता. त्यामागेही असाच कोणीतरी मित्र असणार, ज्याचं निरीक्षण करत राहिल्याने आपल्याला ही सवय लागलेली असेल.

७) सुवाच्च आणि वळणदार अक्षराकडे आपला कटाक्ष असतो. तरीही एखाद्याला घाईघाईने लिहिताना आणि वेडेवाकडं अक्षर काढताना पाहिल्यामुळे आपल्या

हातालाही तसं वळण लागण्याची शक्यता आहे.

८) बोलताना ओठाला मुरड घालणाऱ्या मित्राला बघून आपणही तसं करू लागता.

९) काही लोकांना प्रत्येक वाक्यागणिक शिवी किंवा अपशब्दाचा वापर करण्याची सवय असते. अशा लोकांच्या संगतीत राहून आपलं काय होणार, याची कल्पना न केलेलीच बरी...

या सर्व सवयींमध्ये मुख्य प्रभाव निरीक्षणाचा आहे. आपण ज्याचं निरीक्षण करतो, त्याचंच अनुकरण आणि त्यानुसार वर्तन आपल्याकडून होऊ लागतं. निरीक्षणाच्या आधारावरच आपली चर्चा होते. निरीक्षणाच्या अवजाराने आपण काही प्रयास न करता कमीतकमी वेळात कुठलीही गोष्ट आत्मसात करू शकतो. यासाठीच निरीक्षण करताना सावध राहायला हवं. *'ज्या सवयी आपल्याला लागाव्यात असं वाटतं, त्याच सवयींचं निरीक्षण करा. ज्या सवयी आपल्याला लागू नयेत असं वाटतं, त्यांचा कधी विचारही करू नका किंवा त्यांचं निरीक्षणही करू नका.'*

निरीक्षणाच्या अवजाराचा उपयोग आपल्या फायद्यासाठीच करायला हवा. आपल्या नुकसानीसाठी, अवगुण प्राप्त करण्यासाठी नाही. आपले मित्र काय म्हणतील, याची बिलकुल पर्वा करू नका. आपल्या गरजेनुसारच मित्रांच्या संगतीत राहा; त्यांच्या चुकीच्या सवयींनी तुमचं नुकसान होऊ शकेल. संगत चांगली असेल, तरच चांगल्या सवयी लागतील. यासाठी चांगल्या सवयींचं, आपल्याला आवडणाऱ्या सवयींचंच निरीक्षण करा. आपल्याला व्यावसायिक यशाची आकांक्षा असेल, तर यशस्वी व्यावसायिकांच्या संगतीत राहा. नोकरांच्या संगतीत राहू नका. आपल्याला संगीतात नाव मिळवायचं असल्यास क्रीडापटूंच्या सहवासात का गुंतून राहता? प्राध्यापक बनायचं असल्यास प्राध्यापकांच्या सहवासात राहा. त्या सहवासाचा आपल्याला फायदा होईल. आपल्याला आंतरराष्ट्रीय क्रीडापटू म्हणून मान्यता मिळवण्याची महत्त्वाकांक्षा असेल, तर राजकीय नेत्यांच्या नादी लागून काही साध्य होणार नाही. निरीक्षणाच्या अवजाराचं वैशिष्ट्य आणि लाभ जाणून घेतल्यावर आवश्यकतेनुसार आपल्या संगतीत बदल करा. योग्य मित्रांची संगत आपल्याला अपेक्षित यशासाठी पोषक ठरेल. अर्थात नवे मित्र मिळवताना आपल्याला काही अडचणीही भेडसावतील. नवे मित्र जोडताना कदाचित जुने मित्र नाराज होतील; स्वार्थी म्हणतील. पण त्याची चिंता करू नका. कारण आपल्याला पोहता येत नसेल, तर आपण इतरांना पोहायला कसं शिकवू शकणार, बुडणाऱ्याला कसं वाचवू शकणार? आपल्याजवळ संपत्ती नसेल, तर आपल्या गरीब

मित्रांना मदत कशी करू शकणार? जोपर्यंत आपण श्रीमंतांच्या गोटात प्रवेश करून त्यांच्या यशाचं तंत्र आणि मंत्र जाणून घेऊन त्यावर विचार करणार नाही, तोवर आपल्याला धनार्जन करणं कसं जमणार? *''गरिबांना मदत करण्याची जर आपली इच्छा असेल, तर किमान आपण गरीब बनू नये,''* अशा आशयाची म्हण अर्थपूर्ण आहे.

संगत बदलून आपण इतर लोकांपुढे एक आदर्श ठरू शकाल. पुढे ते लोक नि:संदेह आपली स्तुती करतील. भविष्यात आपण जर अद्वितीय यश मिळवलं, तर लोकही आपलं अनुकरण करू लागतील. कारण आपण त्यांचे पूर्वाश्रमीचे मित्र होता म्हणून त्यांनाही आपल्यासारखी यशस्वी होण्याची आकांक्षा असणारच! म्हणून आधी आपण स्वतःचं हित साधा, मग समाजाचं. त्यासाठी आपण तेजस्वार्थी बना. प्रथम आपला फायदा बघा आणि नंतर इतरांचाही फायदा व्हावा असा प्रयत्न करा. प्रथम स्वतः पोहायला शिका, मग बुडणाऱ्याला वाचवा. यामध्ये आपल्याला गैर वाटतं का?

आता आपण एका मोठ्या कामगिरीवर निघाला आहात. स्व-उन्नतीसाठी एका नव्या सान्निध्यात आपण प्रवेश करत आहात. येथे आपल्याला आणखी एक माइलस्टोन, मैलाचा दगड पार करायचा आहे.

कल्पना करा, आपण एक सामान्य विद्यार्थी असून मेरिटमध्ये कधीच चमकलेला नाहीत आणि आपल्याला हुशार विद्यार्थ्यांची संगत हवी आहे. तेज विद्यार्थ्यांच्या संगतीत राहिल्यानंतर, त्याच्या आणि आपल्या सवयींच्या स्तरांमध्ये फरक असल्याने आपल्याला आधी जड जाऊ शकतं. तेज विद्यार्थी म्हणतो, ''काल मी पुढचे काही धडे वाचून त्यांच्या नोट्सही काढल्या आहेत.'' पण तुम्ही तर कालचा संपूर्ण दिवस टीव्हीवर मॅच बघण्यात मग्न असल्याने तुम्हाला वर्गात झालेल्या धड्याच्याही नोट्स काढायला वेळ मिळालेला नसतो. तेज, हुशार विद्यार्थ्यांची तयारी बघून आपल्या मनात न्यूनगंडाची भावना उफाळून येऊ शकते. परंतु तेज विद्यार्थ्यांची संगत कधीही सोडू नका. त्यांच्या संगतीतच राहिल्याने हळूहळू आपलीही जागरूकता वाढत जाईल. 'आपणही वेळेच्या आधीच नोट्स पूर्ण करू या. आता निरर्थक गोष्टींत वेळ वाया दवडण्यात काही अर्थ नाही,' असं आपल्याला वाटेल. अशा तऱ्हेने पूर्ण जागृत राहून आपल्या या तेज विद्यार्थिमित्रांबरोबर कोणत्या बाबीवर विचारविनिमय करावा, याबद्दलचं चिंतन करण्यास आपण सिद्ध व्हाल.

आपण तेज विद्यार्थी नसाल, तर अभ्यासात कमकुवत असणाऱ्या आणि टिवल्याबावल्या करत वेळ घालवणाऱ्या, सामान्यबुद्धीच्या विद्यार्थ्यांच्या संगतीत राहणं

अधिक पसंत कराल अशीही शक्यता आहे. सामान्य विद्यार्थी आणि आपण दोघांच्या गप्पाही समान पातळीवर होतील. त्यामुळे त्याच्या संगतीत समाधान वाटेल. न्यूनगंड वाटणार नाही. आदल्या रात्री बघितलेल्या नव्या चित्रपटावरच्या गप्पांमध्ये दोघांनाही धन्यता वाटेल. टीव्हीवरील एखाद्या मालिकेबद्दलच्या चर्चेतही दोघांना स्वारस्य वाटेल...अशा संगतीत कुणाचीच बौद्धिक प्रगती होणं शक्य नाही. कारण चर्चा होणार ती व्यर्थ, करमणुकीच्या, अनावश्यक बाबींवर! त्यात जागरूकता, ज्ञानाची झेप नसेल. उच्चतम आकलन म्हणून संगत पारखूनच घ्यायला हवी. ''जे लोक आपल्यापेक्षा पुढे आहेत, प्रगत आहेत, त्यांच्याबरोबर राहा,'' असं सांगितलं जातं ते यासाठीच! एवढ्या साध्या परिवर्तनानेही आपल्यात सुधारणा होऊ लागेल. आपण प्रगती करू लागाल.

एक सुमार कुवतीचा विद्यार्थी प्रत्येक परीक्षेत काठावर कसाबसा पास व्हायचा. परंतु 'जे लोक आपल्यापेक्षा पुढे आहेत, हुशार आहेत त्यांच्याबरोबर राहा,'' हे सूत्र लक्षात ठेवून त्याने तशा विद्यार्थ्यांशी मैत्री केली. त्यामुळे अंतिम परीक्षेत त्याला ८३ टक्के गुण मिळाले. त्याचा आत्मविश्वास वाढला. त्याने हॉटेल मॅनेजमेंटचा कोर्स पूर्ण केला. पंचतारांकित हॉटेलमध्ये त्याला जॉब मिळाला. उत्तम काम करून त्याने बढत्या मिळवल्या. आज तो परदेशातील एका प्रतिष्ठित हॉटेलचा व्यवस्थापक आहे. प्रत्येक कामात उत्तम यश मिळवणं हा त्याचा स्वभावच बनला आहे.

अशी शेकडो यशस्वी मुलं आहेत, ज्यांना या सूत्राचा वापर केल्याने असामान्य यश लाभलंय.

आणखी एक महत्त्वाचं सूत्र लक्षात ठेवायला हवं.

आपण गिर्यारोहण करत आहात. उंच शिखर पादाक्रांत करण्याची आपली आकांक्षा आहे. अशावेळी शिखरावरून खाली येणाऱ्या गिर्यारोहकाशी हस्तांदोलन करू नका. अन्यथा वर चढण्याऐवजी आपण खाली येण्याची दाट शक्यता असते.

शिखरावर चढणं कष्टपूर्ण असलं तरी खाली उतरणं मात्र सोपं असतं, आरामदायक असतं. सोपी कामं करण्याकडे माणसाचा कल असतो. अवघड कामं टाळण्याची त्याची प्रवृत्ती असते. आराम प्रिय असणाऱ्या व्यक्तींकडून अवघड कामं पूर्ण होण्याची अपेक्षा करणंच व्यर्थ ठरतं.

संगतीचा प्रभाव

ऑक्सिजन आणि हायड्रोजन यांच्या संयोगाने आपल्याला प्राणरक्षक पाणी मिळतं. त्याच हायड्रोजनचा संपर्क क्लोरिन या वायूशी आला, तर आपल्याला हायड्रोक्लोरिक

ॲसिड मिळतं. हायड्रोजन एकच; परंतु संगत बदलली की त्याचं रूप बदलतं, याचं हे उदाहरण आहे. पाण्याने लोकांचे प्राण वाचतात तर हायड्रोक्लोरिक ॲसिडने प्राणावर बेतू शकतं. हायड्रोजन न्यूट्रल असतो. तो ज्याच्याशी संयोग पावतो त्याप्रमाणे त्याचा व्यवहार होतो. आपल्या समाजात आज गुन्हेगारी प्रवृत्तीचे लोक मोठ्या प्रमाणावर आढळतात. ते जन्मजात गुन्हेगार आहेत का? नाही. त्यांचं संगोपन चोऱ्या, खून, लूट, उचलेगिरी करणाऱ्यांच्या सान्निध्यात झाल्यामुळे नकळत ते गुन्हेगारीकडे ओढले गेले एवढंच. जशी संगत तशीच रंगत, तशाच वृत्ती घडत जातात.

आपण स्वतः जेव्हा चांगल्या, सत्प्रवृत्त लोकांच्या संगतीत प्रवेश मिळवू पाहतो, तेव्हा काही अडचणी आणि अडथळे जाणवतील. कारण उच्च श्रेणीचे लोक कनिष्ठ श्रेणीच्या लोकांमध्ये मिसळण्यास तयार नसतात. श्रीमंत माणूस एखाद्या गरीब व्यक्तीशी दोस्ती करायला तयार नसतो. कारखान्याचा महाप्रबंधक सामान्य कामगाराबरोबर येणंजाणं पसंत करत नाही. परंतु आपण मनापासून प्रयत्न केला, श्रेष्ठ लोकांना महत्त्व दिलं, त्यांची रास्त प्रशंसा केली, तर हळूहळू दुरावा कमी होऊ शकतो. महाविद्यालयाच्या पहिल्या सत्रात वरिष्ठ आणि नवीन विद्यार्थ्यांमध्ये अंतर असतं; परंतु हळूहळू त्यांची मैत्री झाल्याचं आपल्याला आढळतं.

आपण आपल्यापेक्षा हुशार आणि प्रगत व्यक्तींच्या संगतीत राहू इच्छितो. कारण आपल्याला त्यांचा आदर्श समोर ठेवून, त्यांच्याप्रमाणे प्रगती करण्याची इच्छा असते. ते आपल्या क्षेत्रात कसे तरबेज बनले, याचं निरीक्षण करून आपण त्यावर विचार करण्यास सिद्ध होतो. त्यांच्याबद्दलच आपण सतत विचार करत राहतो आणि कळत-नकळत त्यांच्यासारखे होऊ लागतो. त्याबाबत एक सूत्र सांगता येईल.

"ज्या विषयावर आपल्याला विचार करण्याची इच्छा असते, त्याच विषयावर आपण विचार करतो."

या सूत्राचे वेगवेगळे पैलू काही उदाहरणांद्वारे समजून घेऊ या.

१) एका कुटुंबातील सदस्य बाजारात जाण्यासाठी बस स्टॉपवर बसची वाट बघत उभे असतात. त्या वेळी कुटुंबप्रमुख असणारे दादासाहेब 'भाड्याने देणे आहे,' असा फलक लावलेल्या दुकानाच्या गाळ्याचे निरीक्षण करत होते. त्याचवेळी त्यांची पत्नी शोकेसमध्ये लावलेल्या साड्यांचं निरीक्षण करत असते. त्यांचा मोठा मुलगा नवीन चित्रपटाच्या अवाढव्य पोस्टरवरील नटनट्यांकडे टक लावून बघत असतो. धाकटा मुलगा समोरच्या रस्त्यावर कबुतरं हवेत सोडणाऱ्या आणि

त्यांना परत बोलावणाऱ्या तरुणाकडे टकामका पाहात असतो. आपणही कबुतरं पाळायला हवीत, खूप मजा येईल असा विचार त्याच्या मनात घोळत असतो. अशा प्रकारे कुटुंबातील प्रत्येक व्यक्तीने स्वत:ला रस असणाऱ्या गोष्टींवर लक्ष केंद्रित केलेलं असतं.

२) एका घरात टीव्ही सुरू असून गंगूबाई तो बघत आहे. टीव्हीवर बातम्या चालू असून हेडलाइन्स सांगण्यात येत आहेत. तेवढ्यात त्यांचे यजमान येतात. हेडलाइन काय आहे, असं विचारतात. गंगूबाई काहीच उत्तर देत नाहीत. कारण टीव्हीवरच्या बातम्यांकडे त्यांचं लक्षच नसतं. त्यांचं सगळं लक्ष बातम्या सांगणाऱ्या तरुणीच्या भरजरी शालूकडे आणि नाकातील नथीकडे असतं. गुढी पाडव्यानिमित्त नटलेल्या त्या निवेदिकेला पाहून, आज आपणही शालू, नथ घालायला हवी असा विचार त्या वेळी त्या करत असतात.

३) भरपूर कमाई असणाऱ्या उद्योगपतीची श्रीमंती दिवसागणिक वाढतच जाते. कारण तो सारखा पैशांचीच उलाढाल करत असतो. व्यवसायवृद्धीच्या अनेकविध योजना त्याच्या डोक्यात असतात; त्यासाठी पैसा उभा करणं हा त्याच्या दृष्टीने अगदी किरकोळ मुद्दा असतो...दुसरा एक नोकरदार कायम पैशाचीच चिंता करत असतो. आता जरी पगार हाती पडला, तरी महिनाअखेरीस चणचण भासणारच म्हणून तो विमनस्क असतो. त्यामुळे कायमच त्याच्या जीवनात पैशाचा खडखडाट असतो.

हे उदाहरण समजून घेण्यासाठी लमाण किंवा वंजारी कुटुंबाची जीवनशैली बघा. हा भटका माणूस शहरातल्या एका मुख्य रस्त्याजवळच्या गल्लीमध्ये राहतो. त्याची एक लहानशी झोपडी असते. परंतु कुटुंबाचे सर्व व्यवहार उघड्यावरच चालतात. बाहेरच्या मोकळ्या जागेत तो काम करतो, चार घास खातो, आल्या गेल्याशी दोन शब्द बोलतो. त्याचं लग्नही त्या गल्लीतच होतं; मुलंबाळं तेथेच खेळतात...लहानपणापासून वंजारी लोकांचं जीवन असं खुल्या आकाशाखालीच विस्तारतं. आपण चांगल्या सुखसोयी असलेल्या घरात राहावं, स्वत:साठी घर बांधावं असा विचारही त्याच्या मनात येत नाही. शेकडो वर्षे भटक्याचं जीवन जगणाऱ्या वंजारी जमातीत स्थिर घराची व एकाच ठिकाणी वास्तव्याची कल्पनाच आतापर्यंत रूढ नव्हती. त्यांच्या जीवनशैलीची मानसिकता हेच यामागचं एकमात्र कारण होय.

ही सगळी उदाहरणं समजून घेताना आपल्या मनात एक प्रश्न निर्माण होईल,

"हेच जर जग असेल, श्रीमंतच अधिक श्रीमंत होणार असतील, लमाण उघड्यावरच जीवन जगणार असेल, तर एखादा गरीब माणूस श्रीमंत कसा होऊ शकेल? त्याच्याजवळ जर पैसेच शिल्लक राहात नाहीत, तर तो भरपूर पैशांचं निरीक्षण करणार तरी कसा?" हा प्रश्न निश्चितच विचारांना चालना देणारा आहे. एखाद्या गरीब माणसाने इतर लोकांनी संपादित केलेल्या संपत्तीकडे बघून मनोमन आनंद आणि संतोष मानला तर तोही श्रीमंत होऊ शकतो. *दुसऱ्याजवळ अमाप संपत्ती आहे म्हणून त्याच्याबद्दल द्वेष किंवा मत्सर मनात न बाळगता, त्याचा हेवा न करता, त्याने मिळवलेल्या दौलतीबद्दल कौतुकाची भावना ठेवा.* आपल्या विचारपद्धतीत परिवर्तन करून एखादा गरीब माणूस जेव्हा श्रीमंतांचा हेवा करणं थांबवतो, तेव्हा तो काही काळाने का होईना, निश्चितपणे धनद्रव्य मिळवू शकतो.

लोकांच्या निरीक्षणाची पद्धत

आतापर्यंत आपण निरीक्षणाशी निगडित असणाऱ्या गोष्टी जाणून घेतल्या. आता आपल्याला निरीक्षणतज्ज्ञ बनायचं आहे. स्वतःचंच निरीक्षण कसं करावं याचं प्रशिक्षण आपल्यासाठी आवश्यक आहे. आपल्या अवतीभवतीच्या उत्तमोत्तम वस्तूंच्या निरीक्षणाची कला आत्मसात करून विकसित केली पाहिजे, निरीक्षणाची क्षमता अंगी बाणवली पाहिजे.

एके दिवशी कडक उन्हात दोन मित्र एका निंबोणीच्या झाडाखाली सावलीत बसले होते. त्या झाडाकडे नजर टाकत एक मित्र म्हणाला, "हे झाड एकदम निकृष्ट आहे. याला गोड, रसाळ फळं लागत नाहीत. त्याचा काही उपयोगच नाही." दुसरा मित्रही त्याच्या मताला दुजोरा देत म्हणाला, "खरंच की, या झाडाला रंगीबेरंगी फुलंही येत नाहीत."

त्या झाडाखाली बसलेला दुसरा एक प्रवासी त्यांचं बोलणं ऐकून म्हणाला, "माफ करा, पण तुम्ही आता या झाडाविषयी जी शेरेबाजी केली ती मला काही योग्य वाटत नाही. एक तर अशा कडक उन्हामध्ये भर दुपारी तुम्ही या झाडाखाली आरामात बसलाय. शिवाय त्याच्या गार सावलीचं निरीक्षण करण्याऐवजी त्याच्याकडून न मिळणाऱ्या फळाफुलांविषयी बोलण्यात व्यस्त आहात. या झाडाकडून काय मिळत नाही, ते पाहण्याऐवजी याच्याकडून आपल्याला काय मिळत आहे, त्याच्याकडे लक्ष द्या ना!" त्या प्रवाशाचं हे बोलणं उचितच होतं. सकारात्मक गोष्टींकडे लक्ष दिल्यानेच आपल्यात त्या दृष्टीने बघण्याची क्षमता वृद्धिंगत होत जाते. नकारात्मक विचार करणारे लोक प्रत्येक

बाबतीत नकारात्मक गोष्टींवरच लक्ष केंद्रित करतात. अवतीभवतीच्या सकारात्मक गोष्टींकडे ते लक्षच देत नाहीत. वास्तविक या गोष्टींचे निरीक्षण करण्याचं प्रशिक्षण त्यांनी घ्यायला हवं. त्यामुळे त्यांची निरीक्षणशक्ती निकोप होईल.

निकृष्ट, बेकार, क्षुल्लक वस्तूंमधूनही काही चांगल्या गोष्टी शोधणाऱ्या एका गृहस्थाला हसणारी व्यक्ती एक आजारी कुत्रा दाखवून म्हणाली, ''या कुत्र्यात तुम्हाला काय चांगलं दिसतंय ते सांगा.'' तो गृहस्थ कुत्र्याचं निरीक्षण करत म्हणाला, ''त्याचे दात बघा. किती चमकदार आहेत.''

एखाद्या पांढऱ्याशुभ्र चादरीवर जर काळा डाग असला, तर आपलं लक्ष वारंवार त्या डागावरच जातं. संपूर्ण चादर किती पांढरीशुभ्र आहे हे आपण बघतच नाही. त्यासाठी चादरीच्या शुभ्रपणाकडे बघण्याचं प्रशिक्षण स्वतःला द्यायला हवं.

बंद पडलेल्या एका घड्याळाकडे सकारात्मक दृष्टीने बघणारा माणूस चांगलं काय ते शोधू शकतो. तो म्हणतो, ''हे घड्याळ दिवसातून किमान दोनदा तरी बरोबर वेळ दाखवत असतं.''

अशाप्रकारे आपणही निरीक्षणतज्ज्ञ बनू शकता. त्यासाठी फार परिश्रम करण्याची गरज नाही. केवळ आपण आपल्या दृष्टीची, विचारशैलीची, विवेकबुद्धीची जी अँटेना (संदेशग्रहण) आहे, तिची दिशा बदलायला हवी. तसं केल्यास आपल्याला सहजपणे चांगल्या गुणांचं योगदान प्राप्त होऊ शकेल.

हे आहे जादूचं पहिलं पाऊल. निरीक्षणाच्या कलेने गुणवान बनून आपण त्याचा लाभ घेऊ शकतो. जादूच्या दुसऱ्या पावलावर आपण इतरांचा लाभ कसा होईल यासाठी मनःपूर्वक प्रयत्न करणार आहोत.

वैयक्तिक लाभाच्या संदर्भातील आपल्या गोष्टी ऐकण्यात लोकांना काहीही स्वारस्य नसतं; ज्याचा फायदा सर्वांना होतो अशा कामाबद्दलच्या गोष्टी ऐकण्यातच सर्वांना रस असतो. म्हणून अवैयक्तिक जीवन जगा.

अध्याय १८

जादूचं दुसरं पाऊल :
दुसऱ्यांची प्रशंसा मुक्तपणे करा

लोकांच्या गुणवत्तेत वाढ करा

जादूच्या पहिल्या पावलावर आपण स्वत: गुणवान बनलो आहोत. आता या दुसऱ्या पावलावर आपल्याला इतरांचा लाभ कसा होईल, हे समजून घ्यायचं आहे. अर्थात हे करताना आपलं काहीही नुकसान होणार नाही, आपल्या हातून काहीही निसटणार नाही याची खात्री बाळगा.

आपल्याला दुसऱ्यांना काय द्यायचं आहे? तर कौतुकाचे शब्द... प्रोत्साहन... शाबासकीची थाप... अंत:करणापासून आपुलकीची साद...

आपण दुसऱ्यांची प्रशंसा करण्याची गरजच काय, असा प्रश्न कदाचित आपल्याला पडेलही. पण प्रशंसा, स्तुती, कौतुक यांसारखी लहानशी बाब, आपल्या नात्यांमध्ये आमूलाग्र परिवर्तन घडवून आणू शकते, हे आपल्याला ठाऊक आहे का?

आजवर आपण आपल्या नातलगांचे, मित्रांचे, सहकाऱ्यांचे जवळून निरीक्षण केले असेल, त्यांचे अनेकविध गुण बघितले असतील, त्यांपैकी काही चांगले गुण आपल्या अंगी बाणवण्याचा प्रयत्नही केला असेल. ज्या लोकांकडून आपण चांगल्या गोष्टी आत्मसात केल्या आहेत, त्यांच्याशी संवाद साधणं आपल्याला लाभदायक ठरेल.

समजा, शिक्षण संपवून आपण एखादा व्यवसाय सुरू केलाय आणि या व्यवसायात

आपण अगदी नवखे आहात. त्यामुळे त्यातल्या खाचाखोचा किंवा तांत्रिक ज्ञान अजून पूर्णत: आपल्याला आत्मसात करता आलेलं नाही. निरीक्षणाच्या पहिल्या सूत्रानुसार आपल्याला अनुभवी व्यावसायिकांचं निरीक्षण करायचं आहे. अशा चांगल्या यशस्वी व्यावसायिकांशी आपले संबंध दृढ करायचे आहेत. त्यांच्याशी संबंध आणि संपर्क वाढवल्याने त्यांची काम करण्याची पद्धत आणि ग्राहकांशी व्यवहार करण्याचं त्यांचं तंत्र आपल्याला जाणून घेता येतं. प्रत्येक अनुभवी व्यावसायिकाला आपला गुरू (शिक्षक) माना; त्याच्याकडून त्या व्यवसायाची पथ्यं, आव्हानं, अडचणी यांची माहिती मिळवा. हळूहळू त्या व्यवसायातील बारकावे आपल्या लक्षात येतील आणि आपल्या व्यवसायाची भरभराट होऊ लागेल.

आपल्याला मार्गदर्शक व प्रेरक ठरणाऱ्या व्यावसायिकांना भेटून आपण धन्यवाद दिले, त्यांच्या व्यावसायिक कौशल्याची प्रशंसा केली, त्यांच्या सहकार्याबद्दल कृतज्ञता व्यक्त केली, तर त्यांना निश्चितच आनंद वाटेल. ''आपण खूप श्रेष्ठ आणि विधायक वृत्तीने काम करणारे उद्योजक आहात,'' असे आपण कौतुकादाखल पण मनापासून बोललात तर त्यांनाही बरं वाटेल आणि एक व्यावसायिक म्हणून ते आपली प्रतिमा आणखी उत्तम व्हावी यासाठी प्रयत्नशील राहतील. आपलं कार्यकौशल्य वाढवतील आणि विशेष म्हणजे आपल्याला त्यांच्या निकटवर्ती विश्वसनीय वर्तुळात स्थान मिळेल. एवढंच नव्हे, तर त्या व्यवसायातील आणखी काही गोपनीय गोष्टी तुम्हाला ते सहजपणे सांगतील.

अशा तऱ्हेने आपण इतरांच्या कार्यकौशल्यातही सुधारणा करण्यास निमित्त ठरू शकाल.

एखाद्या मुलाचं अक्षर वळणदार असेल, तर त्याचं कौतुक केल्याने त्याच्या लेखनाच्या गुणवत्तेत आपण भर टाकू शकतो.

एका कॉलेजमधील प्राध्यापक विद्यार्थ्यांमध्ये फार लोकप्रिय होते. त्यांची लेक्चर्स मुलांना खूप आवडत. एकदा एक स्कॉलर विद्यार्थी त्यांना म्हणाला, ''सर, तुम्ही लेक्चरमध्ये जे विनोदी चुटके किंवा किस्से सांगता, त्यामुळे तुमची लेक्चर्स फार परिणामकारक आणि मनोरंजक होतात. इतर प्राध्यापकांना हे फारसं जमत नाही. काही नावाजलेल्या वक्त्यांची भाषणं मी ऐकली आहेत; त्यातले काही वक्ते भाषणात विनोदही सांगतात; परंतु आपण ज्या कौशल्याने आपला विषय आणि विनोद यांची सांगड घालता तो प्रकार विलक्षण म्हणावा लागेल.'' आपल्या या वैशिष्ट्याची कल्पना त्या

प्राध्यापकालाच नव्हती. त्या स्कॉलरने सांगितल्यावर ती त्यांच्या लक्षात आली आणि पुढे ते आपल्या लेक्चर्समध्ये समर्पक चुटक्यांचा वापर अधिक प्रमाणात करू लागले. त्यामुळे त्यांची लेक्चर्स आणखीनच रंगतदार होऊ लागली. इतर वर्गातले विद्यार्थीही त्यांच्या लेक्चर्सना गर्दी करू लागले. पुढे जाऊन त्या प्राध्यापकांनी नाटकाचा प्रयोग स्नेहसंमेलनासाठी बसवला. ते नाटक पूर्णत: चुटक्यांवर आधारित असल्याने चुटक्यांद्वारेच संपूर्ण कथानक फुलवलं होतं. त्यामुळे तो प्रयोग अभूतपूर्व ठरला. त्या नाटकाला पुरस्कारही मिळाला.

आपल्या अवतीभवतीही अनेक गुणसंपन्न माणसं असतील. कोणाचं अक्षर सुंदर असेल, कोणाला संगीतात गती असेल, कोणी उत्तम क्रीडापटू तर कोणी कुशल संघटक असेल... अशा व्यक्ती हेरून त्यांच्या चांगल्या गुणांची प्रशंसा करण्याचा उमदेपणा दाखवा; त्यामुळे लोकांकडे पाहण्याच्या आपल्या मानसिकतेत बदल घडून येईल. सकारात्मक गोष्टींकडेच आपलं अधिक लक्ष वेधलं जाईल. त्याबद्दलचेच विचार मनात अग्रक्रमाने येतील. आपल्या अंगी असलेल्या गुण हेरण्याच्या आणि विचार करण्याच्या कौशल्यात वृद्धी होईल. कोणत्याही व्यक्तीला भेटताच आपल्या मनात विचार येईल, 'हा माणूस मला आवडतो, कारण तो गोड हसतो, अनौपचारिकपणे बोलतो, तो स्मार्ट आहे, आस्थेने विचारपूस करतो, सदैव मदतीला तयार असतो, आपली मतं स्पष्टपणे मांडतो, छक्केपंजे त्याला ठाऊक नाहीत...' अशा प्रकारे आपली निरीक्षणशक्ती वाढेल.

'आपल्या अमुक अमुक गुणांमुळे किंवा कार्यामुळे मला आपल्याविषयी आदर आणि आपुलकी वाटते,' असं आपण बोलण्याच्या ओघात जेव्हा एखाद्या व्यक्तीला सांगतो, तेव्हा त्या व्यक्तीबद्दल आपल्याला आस्था वाटते हे नकळत सूचित करत असतो. साहजिकच ती व्यक्तीही आपल्याबद्दल आस्था बाळगू लागेल आणि आपल्या जनसंपर्काची व्याप्ती वाढेल. शिवाय आपल्या लोकसंग्रहात भर पडेल ती वेगळीच. कोणा व्यक्तीच्या एखाद्या गुणाच्या मनःपूर्वक केलेल्या प्रशंसेने आपण गुणवत्तेचा विकास तर घडवून आणतोच; आपल्या जनसंपर्काचीही व्याप्ती वाढवतो. प्रशंसेचं हे आयुध म्हणजे जादूचं एक अस्त्र आहे. असं असूनही या अस्त्राचा वापर लोक फार कंजुसीने करतात याचं आश्चर्य वाटतं. दुसऱ्यांच्या गुणवत्तेवर प्रकाशझोत टाकल्याने आपण स्वतःचं महत्त्व कमी करतोय, असं ते समजत असल्याने दुसऱ्यांचे दोष शोधण्यावरच भर देतात. दुसऱ्यांचे दोष अतिरंजित स्वरूपात सर्वांसमोर मांडून ते नवनवीन वादांना जन्म देतात आणि स्वतःचं महत्त्व वाढल्याची मनोमन शेखी मिरवतात. असं करून खरंतर ते नातेसंबंध पार बिघडून टाकतात.

नातेसंबंधाबाबत एक सोनेरी नियम आहे. *'लोकांनी आपल्याशी जसं वागावं असं आपल्याला वाटतं , तसं आपण लोकांशी वागावं.'* दुसऱ्यांच्या ज्या व्यवहारामुळे आपल्याला मनस्ताप होतो, तसा व्यवहार आपण कदापि करता कामा नये. प्रत्येक धर्म, प्रत्येक संत, प्रत्येक महापुरुषाचा हाच पहिला संदेश आहे.

यासाठी दुसऱ्यांची प्रशंसा करताना कधी कंजूसपणा दाखवू नका. समोरची व्यक्ती प्रशंसेला पात्र आहे असं वाटलं, तर संधी मिळताच तिची प्रशंसा करा. कदाचित तिच्यात काही दोष असतीलही, परंतु त्या दोषांचाच गाजावाजा करत राहू नका. दुसऱ्यांना मार्गदर्शन करण्याची कला आत्मसात करा. मात्र हे मार्गदर्शन 'क्रिटिगाइड' स्वरूपाचं हवं. क्रिटिसिझम आणि गायडन्स या दोन्हीची योग्य सांगड घालायला हवी. एखाद्या दिवशी वरणात मीठ कमी असतं किंवा चहात साखर जास्त पडते; तर त्याबद्दल लगेच पत्नीला धारेवर धरण्याऐवजी मौन पाळलं तर काय फरक पडतो? कारण आपली पत्नीही तेच खाणार आहे किंवा तोच चहा पिणार आहे. परंतु आपल्याला जर सांगण्याचा मोह आवरत नसेल, तर स्वयंपाकातील काही चांगल्या पैलूंची प्रशंसा करा आणि त्यानंतर भविष्यात या पदार्थांत होणारी सुधारणाही सुचवा. हा 'काही न बोलण्याचा' जो प्रकार आहे तो प्रत्यक्षात खूप प्रभावी ठरतो. म्हणूनच तुम्ही उच्चारलेल्या शब्दांकडे नेहमी लक्ष द्या. तुम्ही केलेली प्रशंसा किंवा उच्चारलेले अपशब्द हे कायम इतरांच्या लक्षात राहतात.

दुसऱ्यांवर टीका करून आपण त्यांना सुधारू शकतो असा आपला समज असल्यास तो चुकीचा आहे. टीकेच्या हत्याराने कोणी सुधारत नाही; कदाचित तो आणखीच जास्त बिघडण्याचा संभव असतो. सर्वसामान्यपणे आपण नेहमी दुसऱ्यांच्या चुकांवरच बोट ठेवतो; त्यांचे दोषच दाखवत राहतो. असं करून त्यांच्या सवयी सुधारण्याऐवजी अधिकच बिघडवत जातो. आपण दुसऱ्यांना अधोगतीकडे ढकलत राहतो आणि स्वतःचंही नुकसान करून घेतो. टीकेने सुधारणा होते अशा भ्रमात राहू नका. टीकेने जरी सुधारणा झाली, तरी पुढे ती नरकच तयार करते.

- हिटलरवर तो लहान असल्यापासूनच नेहमी टीका होत असे. तोच हिटलर मोठेपणी जगाच्या विध्वंसाला कारणीभूत ठरला. बालपणात त्याला जे मिळालं तेच त्यानं जगाला दिलं.
- ज्या सुनेला सासूकडून केवळ शिव्याशापच मिळतात, ती सून सासू बनल्यावर आपल्या सुनेला तशाच शिव्याशाप देत राहते.
- ज्या विद्यार्थ्याला शिक्षकांनी छडी मारून शिकवलं असेल, तो विद्यार्थी

यदाकदाचित शिक्षक बनला, तर तोही आपल्या विद्यार्थ्यांबरोबर तसाच व्यवहार करण्याची दाट शक्यता असते.

- वडिलांच्या कडक देखरेखीखाली मोठा होणारा मुलगा जेव्हा पिता बनतो, तेव्हा तोही आपल्या मुलांना, कायम धाकाखाली ठेवण्याची शक्यता असते.

म्हणूनच माणसाच्या जीवनात खो-खोच्या खेळाप्रमाणे चाललेलं, दुसऱ्यांवर टीका करण्याचं हे जे चक्र आहे ते थांबवायला हवं.

एकदा एका कंपनीच्या मॅनेजरला रस्त्यात कुत्रा चावला. त्यामुळे ऑफिसमध्ये जायला त्याला उशीर झाला. उशिरा आल्याबद्दल बॉसने मॅनेजरला बोलावून त्याची चांगली खरडपट्टी काढली. बॉस रागावला म्हणून मॅनेजरलाही त्याचा राग आला. मॅनेजरने आपल्या सहायकाला झापलं. त्या सहायकाने हेडक्लार्कवर तो राग काढला. हेडक्लार्कने क्लार्कला फैलावर घेतलं. क्लार्कने स्टेनोला टायपिंगमध्ये चुका केल्या म्हणून फैलावर घेतलं. स्टेनोने चुकीच्या फायलीत कागद टाकल्याबद्दल चपराशाला धारेवर धरलं. चपराशाने घरी जाऊन बायकोला दम भरला. चपराशाच्या पत्नीने चॉकलेटसाठी हट्ट करणाऱ्या आपल्या मुलाला झोडपून काढलं. मुलगा रडत रडत घरातून बाहेर आला. गल्लीत हिंडताना त्याला समोर एक कुत्रा दिसला. त्या मुलाने एक दगड घेऊन कुत्र्याला मारला. कें कें करत कुत्रा पळत सुटला. त्या मॅनेजरला चावणारा कुत्रा तोच होता. दगड लागल्याने कुत्राही आता संतापला. समोर कोणी माणूस आला की त्याचा चावा घेऊन आपला तणाव दूर करण्याच्या प्रयत्नाला तो लागला.

संतापाचं असं हे दुष्टचक्र सतत चालूच राहतं. त्याला कधी अंतच नसतो. या जगात प्रत्येक व्यक्ती स्वतःला महत्त्वपूर्ण मानते. आपलं सर्व बरोबर असतं; कधीच चुकत नाही; सर्वांनी सदासर्वदा आपली प्रशंसा करावी; कोणी आपल्यावर टीका करण्याची गरजच काय, असं प्रत्येक व्यक्तीला वाटत असतं.

या जगात आपण शांतिपूर्वक जीवन जगण्याची इच्छा बाळगत असाल, तर दुसऱ्यांची वस्तुनिष्ठ, सत्याधिष्ठित प्रशंसा करा आणि दुसऱ्यांचे चांगले गुण अंगी बाणवा.

आपल्या अवतीभवती, आपल्या कुटुंबात, आपल्या आप्तस्वकीयात विविध गुणांनी संपन्न असणाऱ्या अनेक व्यक्ती असतात. त्यांपैकी कोणाचाही एखादा गुण आपल्याला आवडला, तर त्याबद्दल त्याला जरूर सांगा. कोणाचा आवाज गोड असेल, कोणी उत्तम खेळाडू असेल, कोणी उत्तम कविता लिहीत असेल, कोणी अप्रतिम नृत्य

करत असेल, कोणाचं अक्षर वळणदार असेल, कोणी दिलेली वेळ पाळण्याबाबत जागरूक असेल, कोणी हसतमुख असेल, कोणी दानशूर असेल, कोणी इतरांना मदत करण्यासाठी सदोदित तयार असेल, कोणी उत्तम स्वयंपाक करत असेल, कोणी छान वाद्य वाजवत असेल, कोणी वृक्षवल्लींचा अभ्यासक असेल, कोणी प्राण्यांना हाताळण्यात प्रवीण असेल...म्हणून आपली नजर नेहमी सकारात्मक गोष्टींवर हवी. ज्या व्यक्तीचे गुण आपल्याला चांगले वाटतात, त्या व्यक्तीला भेटा आणि सांगा, "तुमच्या स्वभावातील हे गुण मला खूप आवडतात... तुमच्या या क्षेत्रातील ज्ञानाबद्दल मला आदर वाटतो." आपण केलेली ही प्रशंसा ऐकून त्या व्यक्तीलाही आनंद होईल. जगातील प्रत्येक व्यक्ती आपल्याला कोणीतरी चांगलं म्हणावं, मान द्यावा, यासाठी ती उत्तम काम करत असते. म्हणून त्या व्यक्तीची प्रशंसा अवश्य करायला हवी.

एकदा एका कंपनीत एका व्यवस्थापनतज्ज्ञाचे व्याख्यान होते. सभागृहाबाहेर सुंदर, सुवाच्य अक्षरातील एक बोर्ड होता. ज्याने तो बोर्ड लिहिला होता, त्याचं अक्षर फारच सुरेख होतं. हॉलमध्ये गेल्यावर त्या तज्ज्ञाने तो बोर्ड कोणी लिहिला याची चौकशी केली. तो बोर्ड लिहिणाऱ्या वॉचमनला बोलावून ते म्हणाले, "आपलं अक्षर खूप सुंदर, वळणदार आहे. मला खूप आवडलं." आणि त्याने त्या वॉचमनला पुष्पगुच्छ देऊन त्याचा सत्कार केला. वॉचमनच्या जीवनात इतका आदरसन्मान होण्याचा तो पहिलाच प्रसंग. आजवर त्याच्या या गुणाची अशी कदर कुणीच केली नव्हती. त्याला अतिशय आनंद झाला. आपल्या जगण्याचं सार्थक झालं असं तेव्हा त्याला वाटलं. त्या व्यवस्थापनतज्ज्ञाचेही कौतुक करायला हवं. बोर्ड लिहिणारा माणूस कोण आहे, कुठल्या हुद्द्यावर आहे, याकडे त्याने लक्ष न देता त्याच्या गुणाकडे लक्ष दिले. तसेच त्या व्यवस्थापनतज्ज्ञाने "मी एवढा मोठा नामवंत तज्ज्ञ; मी याला इतका आदर कसा दाखवू? त्याच्या अक्षराची स्तुती कशी करू?" म्हणून संकोच केला नाही. त्याला त्या लेखनाचं अप्रूप वाटलं; त्यासाठी त्याने वॉचमनचा गौरव केला. पहिल्यांदाच आपल्या गुणांची प्रशंसा ऐकून वॉचमनही खूश झाला. पुढेही तो असे बोर्ड लिहिण्याचा प्रसंग आला तर अत्यंत आत्मीयतेने, प्रेमाने, उत्साहाने ते काम करण्यात अग्रेसर राहू लागला.

दुसऱ्यांच्या गुणांची प्रशंसा करण्यात आपणही संकोच बाळगता कामा नये. इतरांची प्रशंसा करण्याबरोबरच त्यांना माफ करण्याची कलाही आत्मसात करा. जो स्वतःला माफ करू शकतो, तो दुसऱ्यांनाही माफ करू शकतो. समोरच्यांच्या चुकांवर हसणं सोपं आहे; परंतु आता त्यांनाही माफ करायला शिकू या. आपण समोरच्या व्यक्तीला मनापासून माफ केलं, तर ती कुढत बसणार नाही आणि आपल्यालाही अपराधबोध वाटणार नाही.

अन्यथा ज्या गोष्टींमुळे आपल्याला त्रास होतो त्याबाबत आपण आतल्याआत कुढत राहतो. "हा माणूस माझ्याशी असं का वागला? त्याला हे शोभतं का?" असं पुनःपुन्हा मनात घोळवत राहतो. अशाप्रकारे अस्वस्थ होण्यापेक्षा त्याला क्षमा करून टाका. त्या माणसाने जे काही केलं ते त्याच्या समजेनुसार, कुवतीनुसार केलं. आपली समजशक्ती तर त्यापेक्षा व्यापक आहे. आपल्या चेतनेचा स्तर त्यापेक्षा उच्च आहे. तेव्हा त्याला माफ करणंच योग्य. माफ केल्याने आपल्या आणि समोरच्या व्यक्तीच्याही मनावरचं ओझं उतरतं!

क्रिटिगाइड बनायला शिका

एखादा माणूस चुकीचं काम करत असेल, तर त्याला त्वरित त्याची चूक दाखवून द्यायला हवी; नाहीतर तो आपली चूक सुधारणार कशी? त्यासाठी आपण त्याला क्रिटिगाइड करा. क्रिटिगाइड म्हणजे, *लोक कुठे चुकतात हे दाखवता येईल अशी दिशादर्शक टीका करण्याची पद्धत.*

समजा, तुमच्या साहाय्यकाने तुम्ही सांगितलेलं काम व्यवस्थित पार पाडलं नाही तर त्याला सांगा, "चिंता करू नकोस. तू एक कार्यकुशल माणूस आहेस. तू हे काम उत्तमप्रकारे पूर्ण करू शकशील. मी जेव्हा नव्याने कामाला सुरुवात केली, तेव्हा मलाही अशा असंख्य अडचणी आल्या होत्या. मी तुझ्याबरोबर आहे. तू हे काम करू शकशील याची मला खात्री आहे." मग या शब्दांचा काय परिणाम होतो ते अनुभवून बघा. टीका करण्याचं टाळून प्रशंसा करण्याची सवय लावून घ्या.

टीका करणं हे खरूज खाजवण्यासारखं आहे. खाजवल्याने ती वाढतच जाते. जेव्हा एखाद्या खाज येणाऱ्या भागावर आपण हलक्या हाताने खाजवतो, तेव्हा खूप मोकळं झाल्यासारखं वाटतं, आनंद वाटतो. परंतु त्यामुळे नंतर जास्तच खाज येऊ लागते व जखम चिघळते.

एखादी खोडकर व्यक्ती इतरांवर सारखी टीकाप्रहार करत राहते. 'लेख कसा लिहावा हे देखील तुला कसं ठाऊक नाही? तू कसा अजागळासारखा मांडी घालून बसतोस? असा कसा रे अधाशासारखा मचामचा खातोस?' अशी सारखी तिची टीकाटिप्पणी सतत चालू असते. अशा प्रकारे जखम खाजवत राहण्याची (टीका करण्याची) त्या व्यक्तीची सवय अधिकाधिक वाढत जाऊन ती जीवनाचा अविभाज्य अंग बनते. अशी व्यक्ती हळूहळू आपलं जीवन तर बरबाद करतेच शिवाय इतरांचं जीवनही नरक बनवते. आपण काय चूक केली हे तिला आयुष्याच्या अंतापर्यंत लक्षात

येत नाही. अशा प्रकारे काहीही काम न करता केवळ टीका करत राहून एखादी व्यक्ती स्वतःला महान समजू लागते. मोठेपणाचा हा कल्पनारम्य विचार व्यर्थ आहे, त्यामुळे काहीही साध्य होत नाही. केळीच्या सालीवरून एखादी व्यक्ती घसरून पडते, तेव्हा इतर लोक हसतात. त्या घसरून पडलेल्या व्यक्तीपेक्षा आपण जास्त हुशार आहोत असा त्यांचा समज असतो. काहीही न करता लोक स्वतःला श्रेष्ठ समजून घसरून पडलेल्या व्यक्तीला तुच्छ मानतात. परंतु त्यामुळे त्या घसरून पडलेल्या व्यक्तीपेक्षा आपण जास्त समजदार किंवा चलाख आहोत असं अजिबात सिद्ध होत नाही. म्हणूनच कमीत कमी अशा प्रकारचं विष तयार करणं तरी बंद करा. कारण सगळं जग आधीपासूनच अव्याहतपणे टीका करण्याचं कार्यच करत आहे. विशेष प्रयास न करता केवळ टीका करून आपण स्वतःला इतरांपेक्षा श्रेष्ठ मानू लागतो. दुसऱ्यांच्या चुकांवर आपण हसतो आणि स्वतःचा मोठेपणा दाखवतो. या भ्रमातून आपण त्वरित बाहेर पडायला हवं.

एके दिवशी एक राजा आपल्या सेवकासह शिकारीला गेला. दिवसभर जंगलात खूप शोधूनही त्याला शिकार मिळाली नाही. भूक लागल्यावर त्याने शेवटचं सफरचंद खाण्यासाठी बाहेर काढलं. राजाने त्या सफरचंदाचे दोन भाग केले. एक भाग सेवकाला दिला. सेवकाने तो पटकन खाऊन आणखी थोडा तुकडा द्या, म्हणून राजासमोर हात पुढे केला. राजाने आपल्याकडील अर्ध्या सफरचंदाचे दोन तुकडे करून त्यातील एक तुकडा सेवकाला दिला. त्याने तो तुकडाही पटकन खाऊन टाकल्याचं बघितल्यावर राजाने आपल्याजवळचा तुकडा तोंडात टाकून "हा तर आंबट आहे." म्हणून थुंकून टाकला आणि सेवकाला विचारलं, "तू एवढं आंबट सफरचंद खाल्लंस तरी कसं?" सेवक म्हणाला, "महाराज, इतकी वर्षं आपल्याबरोबर उत्तम, स्वादिष्ट फळं आणि रुचकर पदार्थ खात आलोय; आज पहिल्यांदा मला आंबट सफरचंदाची फोड मिळाली, तर एवढ्या क्षुल्लक गोष्टीबद्दल मी तक्रार का करावी?"

या गोष्टीवरून लक्षात घ्या, ज्या लोकांनी आपलं नेहमी भलंच केलंय त्यांच्याकडून एखाद्या वेळी काही त्रुटी राहून गेली, तर त्यांच्याशी असणारे सगळे संबंध संपुष्टात आणायचे का? नाही. दीर्घकालीन फलदायी संबंधांची सुरक्षितता आणि चांगुलपणा लक्षात ठेवून अशा त्रुटीही सहजपणे स्वीकारायला हव्यात. त्यांना माफ करून प्रेम द्यायला हवं.

आपल्या अशा प्रतिसादाने आपण नाती दृढ करण्याच्या दृष्टीने उत्तम उदाहरण लोकांपुढे ठेवू शकाल.

टीकाकारांचं स्वागत करा

टीकाकारांच्या आणखी एका पैलूकडेही आपल्याला लक्ष द्यायला हवं. आपण जागरूक आहात, आपल्याला उत्तम समज आहे. त्यामुळे इतर कोणावर टीका न करण्याचं आपण पथ्य पाळता. त्याचबरोबर एखादी व्यक्ती आपल्यावर टीका करू लागते, तेव्हा तिच्याशी वाद न घालता तिचं म्हणणं धैर्याने आणि लक्षपूर्वक ऐकून घ्यायला हवं. कारण आपल्या चुका दाखवून ती आपल्याला अधिक कुशल व निर्दोष बनवण्यास मदत करत असते.

एका कलावंताने आपल्या चित्रकार मित्राला आपलं एक चित्र दाखवलं. मित्राने मत्सरापोटी त्या चित्रातील अनेक त्रुटी त्याला दाखवल्या. परंतु त्यामुळे नाउमेद न होता त्या त्रुटी दूर करून त्याने नव्याने चित्र काढून त्याला दाखवलं. मित्राने त्यातही काही चुका काढल्या. त्यानंतर पुन्हा एकदा नवीन चित्र तयार झालं. मित्र वरचेवर चुका काढतच राहिला, तरी त्या कलावंताने त्याबद्दल नाराजीचा सूर काढला नाही. कारण पुनःपुन्हा चित्र काढण्याच्या सरावामुळे त्याच्या कामात खूपच सफाई येत गेली. रंगयोजनाही वैशिष्ट्यपूर्ण होत गेली. त्याच्या चित्रांना मान्यता मिळाली. त्याला अनेक पुरस्कार मिळाले. चुका काढणारा मित्र मात्र जसा होता तसाच राहिला. त्याने दुसऱ्याच्या चित्रातील चुकांबरोबर स्वतःच्याही चित्रातील चुका सुधारल्या असत्या, तर त्यालाही कलावंत म्हणून नाव मिळालं असतं. 'चुका काढण्याची मेहनत स्वतःबाबतही केली असती, तर आज मीही कीर्तीच्या शिखरावर विराजमान असतो,' असा पश्चात्ताप त्याला जन्मभर होत राहिला. परंतु आता त्याच्या हाती काही उरलं नव्हतं.

आपण जर टीका ऐकायला तयार असाल आणि टीकाकारांचे स्वागत कराल, तर स्वतःलाच मदत करत आहात असा त्याचा अर्थ होतो. टीका ही आपल्या फायद्यासाठीच असते. काहीही खर्च, कष्ट न करता आपण फुकटात टीकाकार मिळवत असतो, तेव्हा त्यांचा योग्य तो उपयोग करून पुरेपूर लाभ करून घेणंच श्रेयस्कर.

कोणत्याही व्यक्तीवर टीका करण्याआधी पुढील प्रश्नांवर थोडं मनन करा. त्यानंतर त्या व्यक्तीला क्रिटिगाइड करण्याची गरज आहे का, याचा निर्णय घ्या.

१. टीका करण्याची खरोखरच गरज आहे का?

एखादा म्हणतो, पृथ्वीपासून चंद्र ४,००,००० किलोमीटर अंतरावर आहे. आपल्याला तो ४,०२,३३६ किलोमीटरवर आहे हे अचूक माहीत असेल, तर आपण

त्या व्यक्तीशी वाद घालायचा का? कारण त्याने सांगितलेलं अंतर हे प्रत्यक्ष अंतरापेक्षा फारसं कमी नाही. समजा, तो ८३ लाख किलोमीटर म्हणाला असता, तरी त्याच्याशी वाद घालून आपल्याला किंवा चंद्राला काय फरक पडणार आहे? परंतु वाद जर घातला, तर त्याच्यात आणि आपल्यात द्वेषभावनाच वाढणार हे निश्चित.

याच्या नेमकं उलट उदाहरण घेऊ. भरलेलं रिव्हॉल्वर घेऊन कोणी आपल्यावर उगारलं, तर त्याच्यावर आपण ओरडणारच. रिव्हॉल्वर रिकामं आहे असं तो समजत असतो. पण वस्तुस्थिती तशी नसते. अशा वेळी रिव्हॉल्वर भरलेलं आहे की रिकामं, यावर वाद घालून वेळ गमावणं मुळीच इष्ट नाही. त्या वेळी त्या व्यक्तीवर ओरडणंच योग्य असतं. नाहीतर तो आपल्याला किंवा स्वतःला नुकसान पोहोचवण्याचा धोका नजरेआड करता येत नाही.

२. **टीका करण्याआधी आपण बरोबर आहोत, याची प्रथम खात्री करून घेतली का?**

एका चित्रपटात हास्यअभिनेता मेहमूद याचा वर्ण काळा दाखवलाय. त्याच्या रंगावरून त्याला इतर कलाकार तुच्छ लेखत होते. मेहमूदने 'हम काले है तो क्या हुआ दिलवाले है' हे गीत त्या चित्रपटात गाऊन टीका करणाऱ्यांची तोंडं बंद केली. गौरवर्णीय लोक श्रेष्ठ की कृष्णवर्णीय, हे ज्याच्या त्याच्या नजरेवर अवलंबून आहे. गोऱ्या रंगाच्या त्वचेला काळा तीळ शोभून दिसतो; पण काळ्या वर्णाच्या त्वचेवर छोटासा पांढरा डाग असेल, तर तो रोग समजला जातो असं उदाहरण देऊन काळ्या रंगाच्या लोकांबद्दलची आपली दृष्टी वा टीका चुकीची ठरते. टीका करताना आपली भूमिका योग्य आहे की नाही, याची खात्री करून घ्यायला हवी.

३. **काहीही न बोलता आपण एखाद्याला क्रिटिगाइड करू शकतो का? काहीही न बोलता सर्व काही समजावून देणं शक्य आहे का? असेल तर कसं?**

सरिता आपल्या मुलाचं रिपोर्ट कार्ड-गुणपत्रक बघत होती. तिची मैत्रीण कविता शेजारीच बसली होती. सरिता मुलाला जवळ घेऊन म्हणाली, ''छान! तुला गणितात ८०, विज्ञानात ६५, नागरिकशास्त्रात ७२, हिंदीत ५५, इंग्रजीत ६० असे गुण मिळाले. खूप चांगले गुण मिळालेत! शाबास!'' मुलाला भूगोलात ३५ टक्केच गुण होते. पण त्याबद्दल काही न बोलता सरिताने गुणपत्रकावर स्वाक्षरी करून ते मुलाला परत दिले. मुलगा ते घेऊन गेला. कविताने नंतर विचारलं, ''ज्या विषयात चांगले मार्क मिळाले

त्याबद्दल तू मुलाचं कौतुक केलेस. परंतु भूगोलात कमी गुण होते त्याबद्दल काहीच बोलली नाहीस. असं का?'' सरिताने उत्तर दिलं, ''अगं, मागच्या वेळी त्याला गणितात कमी मार्क होते पण मी त्याला त्याबद्दल काही बोलले नव्हते. या वेळी त्याला गणितात ८० टक्के गुण आहेत. मी भूगोलाचा उल्लेख केला नाही, हे त्याच्या लक्षात आलं असणार. त्यामुळे आई नाराज आहे हेही त्याला जाणवलं असणार. आता तो भूगोलाचा चांगला अभ्यास करून जास्त गुण मिळवण्याचा प्रयत्न नक्कीच करेल. काही न बोलता सगळं काही सांगण्याची ही कला आहे.''

अशाप्रकारे आपण वेगवेगळ्या पद्धतीने क्रिटिगाइड करू शकतो, हे लक्षात येऊ शकेल.

आपण तारतम्याने कोणाला योग्य प्रकारे क्रिटिगाइड केलं, तर त्या व्यक्तीचा विकास होऊन आपल्याला हवा तो परिणाम मिळू शकतो. अशा रीतीने क्रिटिगाइडच्या वेगवेगळ्या प्रकारांवर आपण प्रभुत्व संपादन करू शकाल. डॉक्टर जसे आपल्या पेशन्टसाठी वेगवेगळ्या उपचारांचा उपयोग करतात, तसा आपणही करू शकाल.

डॉक्टर सर्वांसमोर रुग्णाशी कधी बोलत नाहीत. ते रुग्णाला आपल्या क्लिनिकमध्ये बोलावतात आणि त्याच्या आजाराबद्दलची माहिती काढून घेतात. त्यानंतर रुग्णाला हळुवारपणे प्रेमाने सांगतात, ''काळजीचं काही कारण नाही. तुम्हाला थोड्याच दिवसात अगदी चांगलं बरं वाटेल.'' डॉक्टरांचा हा दिलासा कुठल्याही इलाजाशिवाय रुग्णाला ५० टक्के बरा करतो. पुढे गरजेप्रमाणे डॉक्टर रुग्णाला शर्करावगुंठित (शुगरकोटेड) गोळ्या देतात आणि चमत्कार म्हणजे रुग्ण ठणठणीत बरा होतो.

अशा प्रकारे एखाद्याला काही अप्रिय गोष्ट सांगायची वेळ आली, तर त्याला वास्तव गोष्टी सांगा. एखाद्याला फैलावर घेऊन चार गोष्टी सुनवायच्या असल्या, तरी आधी त्याच्या चांगल्या गुणांची प्रशंसा करून मग टीका करा. त्यामुळे तो आपले कटू शब्दही पचवू शकेल. या तंत्राचा अवलंब केला, तर लोक आपल्याशी उत्तम प्रकारे संबंध ठेवून स्वतःमध्ये योग्य ते बदल घडवून आणतील. ते तुमच्या पसंतीची दाद देतील आणि गरज पडल्यास तुमच्यासाठी कोणत्याही संकटाचा सामना करायला तयार राहतील.

वेगाने कार्य करणारे प्रोत्साहन

नातलगांना आणि मित्रांना प्रोत्साहन देण्याएवढं सामर्थ्य आपण संपादन करा. लोक आपल्याशी प्रेमाने का व कधी संपर्क साधतात, कोणत्या कारणामुळे आपल्यासाठी

काम करतात हे जाणून घ्या. त्यांना आपण कशाप्रकारे प्रोत्साहन देतो, यावर ते अवलंबून असतं. त्यामुळे त्यांचा काय फायदा होणार आहे, याची त्यांना पूर्ण कल्पना हवी. *तुमच्या व्यक्तिगत लाभासाठी तुमच्या गोष्टी ऐकण्यात लोकांना काडीमात्र स्वारस्य नसतं; याउलट त्यांचा लाभ कशामध्ये आहे, त्या गोष्टी त्यांना योग्यप्रकारे सर्वप्रथम सांगा.*

'तू चांगला पौष्टिक आहार घेत जा. भरपूर दूध पीत जा. त्यामुळे तू सशक्त होशील,' असा उपदेश एक वडील आपल्या मुलाला करतात. पण मुलगा त्यांचं बोलणं मनावर घेत नाही. एके दिवशी मुलगा एका गुंड मुलाचा मार खाऊन घरी येतो. त्यावर वडील त्याला म्हणतात, 'बघ, तू पौष्टिक आहार घेतला असता, दूध प्यायला असतास, तर आज त्या गुंडालाच चारीमुंड्या चीत करून आला असतास.' आता कुठे मुलाला वडिलांच्या बोलण्याचं महत्त्व लक्षात येतं.

अशा प्रकारे इतरांनी सुचवलेल्या युक्त्यांचा, क्लृप्त्यांचा उपयोग आपणास होऊ शकेल.

प्रत्येक व्यक्तीला प्रोत्साहन देण्याची तऱ्हा वेगवेगळी असू शकते. ज्या दिवशी प्रोत्साहनाचं महत्त्व आपल्याला कळेल, त्या दिवसापासून आपल्या नातेसंबंधांमध्ये विलक्षण परिवर्तन होऊ लागेल. हे दुसरं पाऊल आपण उचलल्याबरोबर आपले सगळे मित्र, शेजारी, नातलग यांच्यात उत्साह सळसळेल.

त्यानंतर सर्व मिळून तिसऱ्या पावलाद्वारे हे जग बदलू शकाल.

समोरच्या माणसातील दोष बघायचे नसून तो किती गुणी आहे
हेच केवळ पाहायचे आहे.

अध्याय १९

जादूचं तिसरं पाऊल:
शुभसमाचार निवेदक व्हा
संपूर्ण जग बदला

जादूच्या तीन पावलांपैकी पहिलं पाऊल आपण स्वतःचा लाभ व्हावा म्हणून उपयोगात आणत आहोत.

दुसरं पाऊल समोरच्या व्यक्तीचा लाभ व्हावा यासाठी टाकत आहोत.

तिसरं पाऊल संपूर्ण विश्वाच्या फायद्यासाठी टाकायचं आहे. यात आपल्याला बनायचं आहे उत्तम न्यूज रिपोर्टर.

रोज सकाळी आपण वृत्तपत्र वाचतो. त्यामुळे संपूर्ण जगात काय चाललंय हे आपल्याला समजतं. बॉम्बस्फोट, हत्या, खून, दरोडे, अपहरण, दंगली, हिंसा, अपघात, महापूर, अशा प्रकारच्या भरपूर बातम्या त्यात असतात. या बातम्या आपण वाचतो, टीव्हीवर बघतो, त्यांच्याविषयी चर्चा करतो. शिवाय आपले मित्रही आपल्याला अशाच बातम्या ऐकवतात. जशा बातम्या आपण ऐकतो त्यांच्याशी मिळत्याजुळत्या बातम्या आपल्याला आठवतात. अशा नकारात्मक बातम्या ऐकून खरंतर आपण आपल्या दुःखात भरच घालत राहतो.

शुभसमाचार निवेदक (जी.एन.आर) बनण्याचं नवं पाऊल टाकण्यासाठी आपल्याला स्वतःमध्ये एक छोटंसं परिवर्तन घडवून आणायचं आहे. वृत्तपत्र हाती

आल्यावर आपण आपलं लक्ष चांगल्या, विधायक, सकारात्मक, प्रेरणादायक, मानवतावादी बातम्यांवर केंद्रित करायचं आहे. उदाहरणार्थ, एखादा विद्यार्थी विद्यापीठात सर्वप्रथम आला; कोणा एका तरुणाने सौरऊर्जेचा सुलभ वापर करण्यासाठी उपकरण शोधून काढलं, एखाद्या अपंग तरुणाने क्रीडास्पर्धेत सुवर्णपदक मिळवलं, कोणीतरी आपला जीव धोक्यात घालून तळ्यात बुडणाऱ्या मुलाला वाचवलं, गावकऱ्यांच्या श्रमदानाने गावापासून हायवेपर्यंतचा रस्ता बांधून पूर्ण केला, शाळेतल्या मुलांनी खाऊचे पैसे वाचवून एका अपंग तरुणाला व्हीलचेअर मिळवून दिली, मोतीबिंदूच्या मोफत शस्त्रक्रियांसाठी शिबिराचं आयोजन केलं, इत्यादी.

अशा प्रकारच्या विधायक, प्रेरणादायक बातम्या आपल्या मित्रांना सांगा; त्यावर चर्चा करा. त्यामुळे आपल्यालाही अशा चांगल्या बातम्या ऐकायला मिळतील. ज्या प्रकारच्या बातम्या आपण पसरवतो, त्यांच्याशी संबंधित बातम्याच आपल्याला ऐकायला मिळतात. गुड न्यूज रिपोर्टिंगचा नियम कशा प्रकारे काम करतो, हे व्यवस्थित जाणून घ्या. उदाहरणार्थ, आपण जर एक सुवार्ता (विधायक बातमी) कोणाला सांगितली, तर आपल्यालाही कोणीतरी तशीच एक सुवार्ता देईल. याचाच अर्थ, आपण दोन सुवार्ता नंतर भेटणाऱ्या व्यक्तीला सांगू शकाल. मग ती व्यक्ती त्या बातम्यांशी मिळत्याजुळत्या असणाऱ्या काही बातम्या आपल्याला सांगेल. अशा प्रकारे सुवार्तांची संख्या कितीतरी पटींनी वाढत राहील. अशा विधायक बातम्यांमुळे लोकांमध्ये उत्सुकता व आनंदाचं वातावरण पसरेल. लोक अशा सुवार्तांसाठी लोक आपली आतुरतेनं वाट बघत राहतील. कारण आपण सांगितलेल्या सुवार्तांमुळे त्यांच्या जीवनात सौख्य, आनंद, प्रसन्नता येईल.

विधायक सुवार्तांचं प्रसारण करून आपण आनंदी राहिलात, तर आपल्या कुटुंबातील सदस्यही माध्यमातून चांगल्या बातम्या, मनोरंजक चुटके आणि प्रेरक कथांची प्रतीक्षा करत राहतील. अशाप्रकारे आपण सर्व जगाला बदलून सर्वांनाच सुखी करू शकाल. त्याचा पुरावा याच अध्यायात पुढे दिलेला आहे.

आपण एकटे असल्यामुळे काही करू शकत नाही असं कधीही समजू नका. आपण सर्व जगाला बदलू शकतो हे लक्षात ठेवा. ही केवळ एक कल्पना नसून, खरोखरच आपण संपूर्ण जगाला अधिक सुंदर बनवू शकतो.

बुद्धिबळाचा एक पट घ्या. त्यात ६४ चौकोन आहेत. पहिल्या चौकोनात गव्हाचा एक दाणा ठेवा. दुसऱ्या चौकोनात गव्हाचे दोन दाणे ठेवा. तिसऱ्या चौकोनात ४ दाणे, चौथ्या चौकोनात ८ दाणे, पाचव्या चौकोनात १६ दाणे... अशा रीतीने पुढील प्रत्येक

चौकोनात आधीच्या चौकोनाच्या दुप्पट दाणे ठेवत चला. आता बुद्धिबळाच्या पटावर ६४ व्या चौकोनात गव्हाचे किती दाणे ठेवावे लागतील, असा प्रश्न विचारला तर काय उत्तर द्याल? आपली गणितातील हुशारी दाखवून या प्रश्नाचं उत्तर द्या.

आता पुस्तक बंद करून या कोड्याच्या उत्तरावर मनात विचार करा. खरंतर या प्रश्नाचं उत्तर आपण अंदाजेही देऊ शकता. त्यासाठी एक किलो गहू पुरेसे आहेत का? की जास्त गहू लागतील? एका पोत्याने काम होईल? चौसष्ट चौकोन ठरलेल्या संकेताप्रमाणे भरतील? विचार करून मग उत्तर द्या.

वाचक मित्रहो! ६४व्या चौकोनात ठेवण्यासाठी एका शहरातील गव्हाचं संपूर्ण उत्पादन लागू शकेल, असं म्हटलं तर आपण सहमत व्हाल का? हे काय भलतंच असं म्हणून कदाचित आपण नाही म्हणाल. पण हे वास्तव आहे. शहरच का, संपूर्ण राज्यातील गव्हाचं उत्पादन त्यासाठी कमी पडेल असं कोणी सांगितलं तर? पुन्हा आपल्याला शंकाच वाटेल ना! अजून तरी हा हिशेब पूर्ण झाला नाही. ६४ व्या चौकोनात ठेवण्यासाठी या जगासारख्या चार जगांचं उत्पादन, जे एकाच दिवसात तयार होतं, त्याची आवश्यकता पडू शकेल. करा हिशेब आणि तो बरोबर आहे की नाही ते सांगा.

या उदाहरणाद्वारे चौकोनात गहू ठेवल्याप्रमाणे आपण चांगल्या, शुभ बातम्यांचा प्रसार करा. आपण गुड न्यूज रिपोर्टर (सुवार्ता निवेदक) बनून दोनाचे चार, चाराचे आठ, आठाचे सोळा... असं करत अशा शुभवार्ता पसरवत राहिलात, तर सगळ्या जगात बदल घडवून आणू शकाल. या नियमाचा अंगीकार केल्यास आपली सर्व दुःखं आणि चिंता संपुष्टात येतील.

बुद्धिबळपटाच्या उदाहरणाद्वारे गव्हाचे दाणे दरवेळेस दुप्पट होत असताना सगळ्या जगाच्या गव्हाला आपल्यात समाविष्ट करून घेतात. पुढच्या पृष्ठावर बुद्धिबळाच्या पटाची तालिका दिली आहे. ती पाहून आपल्या सर्व शंकांचं निरसन होईल. या तालिकेचे क्रमशः वाचन करा आणि आजच सुवार्ता निवेदक बनण्याचा निर्णय घ्या.

हे कोष्टक पाहिल्यावर आपल्या गणितावरही नवा प्रकाशझोत पडल्याने जाणवेल, की जगाला सुंदर बनवण्यासाठी एक व्यक्तीही पुरेशी ठरते.

येथे बुद्धिबळाच्या पटातील पहिल्या घरापासूनच हजारो सुवार्ता निवेदक आढळतील... अशा प्रकारे संपूर्ण जगात सुवार्ता पोहोचवणं; सर्वांच्या चेतनेचा स्तर उंचावणं अवघड नाही. बुद्धिबळपटाच्या उदाहरणाने ही गोष्ट स्पष्ट होईल.

बुद्धिबळपटाची ६४ घरे आणि जगाच्या परिवर्तनाचे रहस्य

क्रमांक	गहू	टिप्पणी	क्रमांक	गहू	टिप्पणी
१	गव्हाचा १ दाणा		१७	३ किलो गहू	
२	गव्हाचे २ दाणे		१८	६ किलो गहू	
३	गव्हाचे ४ दाणे		१९	१२ किलो गहू	
४	गव्हाचे ८ दाणे		२०	२४ किलो गहू	
५	गव्हाचे १६ दाणे		२१	४८ किलो गहू	
६	गव्हाचे ३२ दाणे		२२	१ १/२ पोती गहू	एका पोत्यात साधारण ४० ते ५० किलो गहू मावतात
७	गव्हाचे ६४ दाणे		२३	३ पोती गहू	
८	गव्हाचे १२८ दाणे		२४	६ पोती गहू	
९	गव्हाचे २५६ दाणे		२५	१२ पोती गहू	
१०	गव्हाचे ५१२ दाणे	८६१ दाण्यांचे ५० ग्रॅम होतात.	२६	२४ पोती गहू	
११	५० ग्रॅम गहू	१०२४ दाणे म्हणजे ५० ग्रॅमपेक्षा जास्त गहू	२७	४८ पोती गहू	
१२	१०० ग्रॅम गहू		२८	९६ पोती गहू	
१३	२०० ग्रॅम गहू		२९	१९२ पोती गहू	
१४	४०० ग्रॅम गहू		३०	३८४ पोती गहू	
१५	८०० ग्रॅम गहू		३१	७६८ पोती म्हणजे २ ट्रक गहू	एका ट्रकमध्ये जवळपास २५० ते ३०० पोती असतात
१६	१ १/२ किलो ग्रॅम गहू	१००० ग्रॅमचे १ किलो गहू होतात	३२	४ ट्रक गहू	येथे बुद्धिबळाची अर्धी घरे पूर्ण झाली

क्रमांक	गहू	टिप्पणी	क्रमांक	गहू	टिप्पणी
३३	८ ट्रक गहू		४९	३२ पुणे गहू	३२ पुणे म्हणजे १ महाराष्ट्र (राज्य)
३४	१६ ट्रक गहू		५०	२ महाराष्ट्र गहू	महाराष्ट्र हे भारतातील एका राज्याचे नाव आहे
३५	१ डबा गहू	३२ ट्रक गहू म्हणजे मालगाडीचा एक डबा गहू	५१	४ महाराष्ट्र गहू	
३६	२ डबे गहू		५२	८ महाराष्ट्र गहू	
३७	४ डबे गहू		५३	१६ राज्य गहू	
३८	८ डबे गहू		५४	३२ राज्य गहू	३२ राज्ये म्हणजे १ इंडिया (भारत)
३९	१६ डबे गहू	म्हणजे १ मालगाडी (ट्रेन) गहू	५५	२ इंडिया (देश) गहू	
४०	२ मालगाडी गहू		५६	४ इंडिया गहू	
४१	४ मालगाडी गहू		५७	८ इंडिया गहू	८ इंडिया म्हणजे एका जगाचे क्षेत्र
४२	८ मालगाडी गहू		५८	२ जगांचे गहू	
४३	१६ मालगाडी गहू		५९	!	या पुढील गणित तुम्ही करा
४४	३२ मालगाडी गहू	३२ मालगाड्यांमध्ये साधारण एका पुण्यात एका दिवसात उत्पन्न होणारे गहू बसू शकतात	६०	!!	
४५	२ पुणे (शहर) गहू	पुणे हे एका शहराचे नाव आहे	६१	!!!	
४६	४ पुणे गहू		६२	!!!!	
४७	८ पुणे गहू		६३	!!!!!	
४८	१६ पुणे गहू		६४	!!!!!!	

१) बुद्धिबळपटाच्या ६४ घरात दिलेले अंक हे अंदाजाने दिले आहेत. शंकेला जागा राहू नये म्हणून ते थोडे वाढीव दाखवण्यात आले आहेत.

२) भारताच्या लोकसंख्येनुसार भारत हा जगाचा सहावा हिस्सा आहे. त्यामुळे विश्वात एक जग म्हणजे ६ भारत असं गृहीत धरलं आहे.

३) ५८ व्या घरात २ जगात निर्माण होणाऱ्या गव्हाचं उत्पादन आहे. ५७ व्या घरात एका जगात उत्पन्न होणारे गहू आहेत. अशा प्रकारे आपण मागे गणना आणि जोड करत जावून स्वतःच आश्चर्य बघायचं आहे.

४) आपल्याला या हिशेबाबद्दल शंका जरी वाटत असेल, तरीही एका जगापेक्षा जास्त गव्हाची गरज असेल हे निश्चित आहे.

५) गव्हाच्या दाण्याच्या जागी शुभवार्ता निवेदक घेतला, तर जग बदलणं अवघड ठरेल?

चला तर मग, शुभ विचारांचे प्रसारक बना.

गुड न्यूज रिपोर्टर बना

पाऊल १. उत्तम निरीक्षण करा. आपले गुण वाढवा.

पाऊल २. दुसऱ्यांना त्यांचे गुण दाखवा, त्यांचा फायदा करा.

पाऊल ३. शेवटी सर्व विश्वाचा फायदा साधा.

नातेसंबंध सुधारण्यासाठी ही तीन जादूची पावलं उचला.

यापुढे नातेसंबंधातील काचेच्या भिंती तोडण्यासाठी आपल्याला उपयुक्त ठरणारा एक सोनेरी उपाय जाणून घ्यायचा आहे.

मोठ्या पांढऱ्या शुभ्र चादरीवर जर लहान काळा डाग असेल, तर आपल्याला केवळ तो डागच दिसतो. त्यासाठी सर्वप्रथम त्या चादरीच्या शुभ्रपणावर लक्ष देण्याचं प्रशिक्षण स्वतःला द्यायला हवं.

भाग ६

असा आणावा नात्यांमध्ये नवप्रकाश... २

नातेसंबंधात नीरसता येण्याचं कारण म्हणजे लोकांमध्ये कळत-नकळत उभी राहणारी काचेची भिंत. ती दिसत नाही पण प्रत्यक्षात असते.

अध्याय २०

नातेसंबंधातील काचेच्या भिंती कशा तोडाव्यात

सोनेरी उपाय : ग्लास ब्रेकिंग – १

आतापर्यंत या पुस्तकात नातेसंबंधातील अनेक पैलू उलगडून दाखवले आहेत; त्यामागे नातेसंबंधातील दुरावा संपुष्टात यावा हाच उद्देश होता. तेव्हा नातेसंबंधात उभी राहिलेली काचेची भिंत तोडण्यासाठी आपण आता तयार आहात का?

लोकांमध्ये जेव्हा नव्याने मैत्री होते, तेव्हा आरंभी त्यांचं नातं उत्साह, अपेक्षांनी ओसंडून वाहणारं आणि प्रेमपूर्ण असतं. पुढे काही दिवसांनंतर ते निर्जीव व निष्प्रभ वाटू लागतं. अशाच प्रकारे नवविवाहित दांपत्यातील संबंध सुरुवातीला खूप मधुर असतात; परंतु काही दिवसांनंतर त्यात थोडा यांत्रिकपणा येऊ लागतो. नव्या मैत्रीमध्ये सुरुवातीला मित्राबद्दल खूप आदरभाव असतो पण पुढे-पुढे तो कमी होत जातो. नवा शेजारी आल्यावर आरंभीच्या काळात जास्त कुतूहल असतं; त्यामुळे संबंध चांगले राहतात. परंतु पुढे या संबंधातील गोडवा कमी-कमी होऊ लागतो. आपल्याबाबतही असाच प्रकार घडतोय का, याचा प्रांजळपणे विचार करायला हवा. नातेसंबंधातील हा एक मुख्य पैलू आहे, जो बहुआयामी आहे.

एखादा माणूस जेव्हा आपल्याला भेटतो, तेव्हा त्याला काय वाटतं आणि वास्तवात काय वाटायला हवं? आपल्या सर्व नातलगांचं आणि परिचितांचं मनातल्या मनात स्मरण करा. आपले आई-वडील, पती-पत्नी, आपली मुलं, आपले चुलते, आपले शेजारी,

आपले कुटुंबीय, आपले कार्यालयातील सहकारी, आपल्या सोसायटीचे सदस्य या सर्वांना आपल्याला भेटल्यावर कसं वाटतं? प्रत्यक्षात कसं वाटायला हवं? आपल्याला भेटून त्यांना आनंद वाटतो का? ते आपले अनुभव आपल्याशी निर्भेळपणे, निष्कपटाने वाटू इच्छितात का? आपला सहवास लाभावा म्हणून ते उत्सुक असतात का? की आपल्याला टाळावं, आपल्याला निष्प्रभ करावं असा त्यांचा प्रयत्न असतो?

आपण सर्वांना प्रिय असावं असं प्रत्येकाला वाटत असतं. सर्वांना आपल्याबद्दल आस्था असावी, आकर्षण असावं, सर्वांबरोबर आपले संबंध जिव्हाळ्याचे आणि सौख्यपूर्ण असावेत असंही वाटत असतं. परंतु हे आपोआप घडून येत नाही. त्यासाठी आपल्याला स्वतःच्या पातळीवर प्रयत्न करावे लागतात. हे कसं शक्य होईल याविषयी विचार करावा लागतो.

सर्वांशी मधुर संबंध टिकवून ठेवायचे असतील, तर आधी संबंध दुरावण्याच्या कारणांची नेमकी कल्पना हवी. संबंधात नीरसता येण्याचं कारण म्हणजे लोकांमध्ये कळत-नकळत उभी राहणारी काचेची भिंत. ही भिंत दिसत नाही पण प्रत्यक्षात असते. या काचेच्या भिंतीमुळे जीवनाला यांत्रिकता येते. उदाहरणार्थ, आपण दररोज भाऊ-बहीण, आई-वडील यांना भेटतच असतो, पती-पत्नी रोज भेटतात, सासू नेहमी बरोबर असते... असे नातेसंबंध अल्पावधीत यांत्रिक होतात. चैतन्यहीन होतात. प्रत्येकाचे स्वभाव भिन्न असल्याने या नात्यांमध्ये नकळत एक पारदर्शक काचेची भिंत उभी राहाते. जोपर्यंत ही काचेची भिंत तुटत नाही, तोपर्यंत नातेसंबंध पूर्ववत मधुर होऊ शकत नाहीत.

नात्यांत निर्माण झालेली ही भिंत तोडताना अगदी छोटा आवाजही येऊ शकतो. ही भिंत तोडली तर ही गोष्ट आपल्याला जाणवू शकेल. यासाठी एक उदाहरण बघू या.

शरदरावांवर ऐन विशीत आपल्या कुटुंबाची जबाबदारी येऊन पडली. वडिलांना अपघात झाल्याने त्यांची नोकरी गेली. आई निरक्षर... घरात लहान भावंडं... शरदरावांनी दिवसा एका फॅक्टरीत नोकरी सुरू केली. रात्री कॉलेजला जाऊन पदवी संपादन केली. फॅक्टरीतही मॅनेजरची पोस्ट मिळवली. भावंडांचं शिक्षण... लग्न... आपल्या सर्व जबाबदाऱ्या पार पाडल्या. त्यांच्या षष्ट्यब्दीचा सोहळा साजरा करावा असे एका सहकाऱ्याने सुचवलं, तेव्हा त्यांच्या डोळ्यांत पाणी आलं. 'दादा, तुम्ही गेली ४० वर्षे सर्वांसाठी आपलं आयुष्य वेचलंत, खस्ता खाल्ल्या. तुम्ही खरोखर महान आहात. आता तुमचा षष्ट्यब्दीचा सोहळा साजरा करू या.' हे ऐकल्यावर त्यांना भरून आलं. 'मी तर तुमची प्रशंसा केली. तुमच्या कामाबद्दलची कृतज्ञता व्यक्त करण्यासाठी ही कल्पना सुचवली. मग डोळ्यांत पाणी का?'

परिचिताने विचारले. त्यावर शरदराव म्हणाले, 'मी गेली ४० वर्षे घरासाठी हे सगळं कर्तव्य म्हणून करत आलो हे खरं आहे. पण त्यासाठी असा काही सोहळा करावा हे सांगणारा, माझ्या कष्टाची कृतज्ञतापूर्वक आठवण देणारा तू पहिलाच मित्र ठरलास. माझ्या कामाची कदर करणारा तू पहिलाच माणूस आहेस. म्हणून तुझे शब्द ऐकून मन गहिवरलं.'

आपण केलेल्या कामाची, त्यागाची दखल कोणीतरी घ्यावी, त्याची पावती द्यावी, प्रशंसा करावी असं प्रत्येकाला वाटतं. प्रशंसा ऐकण्याची जशी आपली इच्छा असते तशीच इतर लोकांचीही असते. परंतु अनेकदा त्यांची ती इच्छा पूर्ण होत नाही. एकदुसऱ्याची प्रशंसा करताना लोक फार कंजुसी दाखवतात. परिणामी लोकांमध्ये एक अदृश्य काचेची भिंत निर्माण होते. आपण जेव्हा प्रांजलपणे एखाद्याची खरी प्रशंसा करतो, तेव्हा ती काचेची भिंत तुटून पडते.

काचेची भिंत कशी तुटते आणि ती तोडणं किती सहज आहे, हे शरदरावांच्या या उदाहरणाद्वारे लक्षात येऊ शकेल.

'ज्या गोष्टीसाठी आपण निमित्त बनतो, ती आपल्याजवळ बहुगुणित होऊन येते.' हा निसर्गाचा अलिखित नियम आहे.

उसाचा रस काढताना उसाची गोडी आधी उसाच्या चरकाला चाखायला मिळते, मग तो रस प्राशन करणाऱ्याला. उसाच्या चरकात जर काचेचा तुकडा, कचरा वा दगड गेला, तर त्या चरकात आधी बिघाड होतो. तेव्हा तो कचरामिश्रित रस प्यायचा की नाही, हे पिणाऱ्याला ठरवावं लागतं.

आपण जेव्हा लोकांपुढे जातो, तेव्हा त्यांच्याशी कशाप्रकारे वार्तालाप करतो? त्या लोकांना काय सांगतो? काय सांगायला हवं? केवळ आपण स्वतःबद्दलच बोलत राहतो की त्यांचीही चौकशी करतो? सर्वसामान्यपणे माणूस आपल्या अहंकाराला मुरड घालून बोलायला तयार नसतो असं आढळतं. आपल्याच तोंडून आपली प्रशंसा करत राहणं ही माणसाची सर्वांत मोठी कमजोरी असते. त्यामुळेच तो आपल्या कुटुंबातील सदस्यांशीही जिव्हाळ्याचे संबंध, निर्माण करण्यात नेहमीच उणा पडतो. आपल्या परिवारात निर्माण झालेली काचेची भिंत (विरोधाची भावना) तोडणं त्याला फार अवघड कार्य वाटतं. माणसाला त्याचा अहंकार नम्र होऊ देत नाही किंवा समोरच्या माणसाबद्दल चार गोड प्रेमळ शब्द बोलण्याची अनुमती देत नाही. हा अहंकार दूर करून नातेसंबंधात उभी राहिलेली काचेची भिंत तोडण्याचं काम आपल्याला करायचं आहे.

हे काम प्रत्यक्षात आणण्यासाठी आपल्या कुटुंबातील सदस्यांचे गुण, कार्य आणि

त्याग यांचं कोडकौतुक, प्रशंसा करा. त्यांच्या चांगल्या कामाबद्दल त्यांना शाबासकीची थाप देण्याचा विचार अनेकदा तुमच्या मनात येतही असेल. परंतु 'अरे, यात शाबासकी देण्यासारखे काय आहे? ते तर त्यांचं कर्तव्यच होतं. तेच त्यांनी केलं.' असे विचार आपल्या मनात येऊन शाबासकीची थाप देण्याचं राहूनच जातं. परंतु आपल्या कुटुंबातील सदस्यांना मात्र ती शाबासकीची हलकीशी थाप, कौतुकाचे दोन शब्द, आपल्या कामाची जाणीव इतरांना आहे ही आशाच पल्लवित करत असते. कधीकधी त्यांच्या चुकाही आपल्याला दिसतील परंतु लक्षात ठेवा, आधी नेहमी त्यांच्या चांगल्या गोष्टींबद्दल बोला. आपल्या हातून कधी चूक झाली असेल, तर त्या चुकीची पूर्णता करून त्यांना सांगा, 'माझी अमुक अमुक चूक झाली आहे. मला माफ करा.'

नातेसंबंधातील काचेची भिंत कशी तोडावी, याची आणखी काही उदाहरणं आपण पाहू या.

उदाहरण १ : वडील आणि कन्या

एकदा राधाचं आपल्या वडिलांशी, कडाक्याचं भांडण झालं. दुसऱ्या दिवशी ती कामानिमित्त परगावी गेली. दिवसभर कामात व्यग्र असल्याने रात्री झोपताना वडिलांशी झालेल्या भांडणाची तिला आठवण झाली. तिने त्याविषयी शांतपणे विचार केला, तेव्हा आपलीच चूक असल्याचं तिला जाणवलं. मग तिने वडिलांना फोन केला व म्हणाली, 'पापा, आय लव्ह यू.' वडील चकित झाले. अचानक राधाला काय झाले? त्यांनी विचारलं, 'काय झालं बेटा?' राधा म्हणाली, 'पापा, आय रिस्पेक्ट यू. मी तुमचा आदर करते.' वडिलांचं हृदय हेलावलं. दीर्घ श्वास घेऊन ते म्हणाले, 'मुली, लवकर घरी ये. मी तुझी चातकासारखी वाट बघतोय.' आपल्या मुलीला भेटायची ओढ त्यांना अनावर झाली होती... त्यांच्यामध्ये उभी राहिलेली काचेची भिंत मुलीने 'आय लव्ह यू' म्हटल्याबरोबर तुटून पडली. आपलं मुलांवर प्रेम आहेच, मग ते जाहीरपणे व्यक्त करायची काय गरज असं पालकांना वाटतं. परंतु असं असूनही मुलांच्या मनातील आपल्याबद्दल असलेला प्रेमाचा भाव शब्दरूपात प्रकट झालेला पालकांनादेखील ऐकावासा वाटतो.

उदाहरण २ : आई आणि मुलगा

श्यामने कॉलेजमध्ये प्रवेश घेतला पण त्याचे आईशी रोज खटके उडू लागल्याने तो सारखा तणावग्रस्त असे. आपल्या वाढदिवशी त्याने निश्चय केला, आईशी होणारी ही भांडणं थांबायला हवीत. ही काचेची भिंत तोडायलाच हवी. त्याने वाढदिवसाच्या दिवशी मित्रांबरोबर पार्टीत असताना आईला फोन केला. 'आई, आता मित्रांबरोबर मी

वाढदिवस साजरा करतोय पण माझ्या डोळ्यांपुढे सारखी तूच येत आहेस. बालपणापासून तू माझ्यासाठी किती खस्ता खाल्ल्यास, माझ्या लहान सहान गोष्टीचंही किती कौतुक केलेस, माझा उत्साह वाढवलास, प्रोत्साहन दिलंस, माझा आत्मविश्वास वाढवलास. माझ्या प्रत्येक यशाची, जीवनाची तूच शिल्पकार आहेस. तुझ्या प्रेमाला पारावार नाही. थँक यू ममा, आय लव्ह यू.' मुलाच्या तोंडचं कृतज्ञतेचे ते शब्द ऐकून आईचं हृदय भरून आलं. फोन खाली ठेवताना श्यामचेही डोळे पाणावले. मित्रांनी विचारलं तेव्हा तो म्हणाला, 'आज आईच्या आठवणींच्या आनंदाश्रूंमध्ये न्हाऊन निघालो.' घरात आई डोळ्यांत प्राण आणून आपली वाट बघत असणार याची त्याला खात्री वाटत होती.

उदाहरण ३ : पिता आणि पुत्र

सदानंद फार रागीट मुलगा होता. एकदा तो नापास झाला म्हणून वडिलांनी त्याला मारलं. त्यामुळे तो वडिलांशी बोलतच नसे. आईने यासंबंधी त्याची अनेकदा समजूत काढली परंतु सदानंद तिच्या बोलण्याकडे कानाडोळा करायचा. एके दिवशी त्याला जाणवलं, आईचं म्हणणं बरोबर आहे. रागीट स्वभावामुळे आपले मित्र दुरावतात. उगाच भांडणं होतात. आपण ही वाईट सवय घालवायलाच हवी. हळूहळू सदानंदचे घरातील इतर सदस्यांशी असणारे संबंध सुरळीत होऊ लागले. घरात खेळीमेळीचं वातावरण जाणवू लागलं. सदानंदचे वडील तसे खूप शांत आणि गंभीर स्वभावाचे होते. पण सदानंदच्या मनात त्यांच्याबद्दल अढी होती, भीती होती. तशात ते कधी सदानंदशी मोकळेपणाने बोलत नसत. त्यामुळे सदानंद आणि त्याचे वडील यांच्यात एक काचेची भिंत उभी राहिली होती. सदानंदला वाटलं, वडिलांबरोबर असा दुरावा आता या वयात तरी असता कामा नये. एकदा तरी त्यांचा आशीर्वाद मिळायला हवा. एकदा टेनिसमध्ये त्याला पदक मिळालं. ते वडिलांच्या पायावर ठेवून त्याने चरणस्पर्श केला. 'बाबा, हे पदक तुमच्या चरणाशी ठेवतो, तुम्हाला अर्पण करतो.' वडिलांनी त्याला जवळ घेतलं, पोटाशी धरलं. दोघांचेही डोळे भरून आले. पिता-पुत्रामधलं अंतर गळून पडलं. लहानपणी वडिलांनी मारलं म्हणून त्यांच्याबद्दल मनात निर्माण झालेली भीती वा दुरावा... किती काळ त्रासदायक ठरावा?...

उदाहरण ४ : दोन भाऊ

एका मुलाने आपल्या शिक्षकांना स्वतःची एक गोष्ट सांगितली. तो म्हणाला, 'सर, सात वर्षांपूर्वी माझं एका मुलाबरोबर कडाक्याचं भांडण झालं आणि मी त्याला खूप मारलं. त्याच्या जवळ राहात असूनही गेल्या सात वर्षांत त्याच्याशी एकही शब्द बोललो नाही. तुम्ही सांगितलेला नातेसंबंधातील भिंत तोडण्याचा विचार मला आवडला.

मला या मुलाबरोबरच्या भांडणातील चुकीची जाणीव झाली. मी त्याच्याकडे जाऊन म्हणालो, 'माझी त्या वेळी चूकच झाली होती. वास्तविक मी ती करायला नको होती. गेली सात वर्षं आपण बोललो नाही. आता ती गोष्ट मनातून काढून टाक. माझ्या वर्तनाची मला लाज वाटते. आता आपल्यातील काचेची भिंत तोडून टाकू या.'

शिक्षकांनी विचारलं, 'हा मुलगा कोण होता?'

'माझा सख्खा भाऊ... आम्ही दोघं एकाच घरात राहात होतो, पण आमच्यात अबोला होता...'

शिक्षक या कहाणीने फारच प्रभावित झाले.

त्यांनी दुसऱ्या एका वर्गात शिकवताना ही गोष्ट सांगितली. वर्गात एकदम शांतता पसरली. त्यानंतर अचानक एक मुलगा उभा राहिला आणि म्हणाला, 'सर, त्या मुलाचा धाकटा भाऊ म्हणजे अन्य कोणी नसून मीच आहे. मोठ्या भावाने मला मारलं होतं आणि सात वर्षं आमच्यात संवाद नव्हता. पण आता ती काचेची भिंत राहिलेली नाही. आम्ही दोघंही प्रेमाने राहतो.'

सात वर्षांचा प्रदीर्घ काळ – तोही समवयस्क मुलांच्या आयुष्यातला! एका घरात जवळ-जवळ, एकत्र राहून एक शब्दही बोलणं नाही... सात वर्षे ते एकमेकांच्या प्रेमापासून वंचित राहिले. आपणही त्यांच्यासारखे कुठल्यातरी नातेसंबंधाच्या प्रेमापासून वंचित जीवन जगत नाही ना! असं स्वतःला विचारून बघा.

या उदाहरणांवरून होणारा बोध त्वरित अमलात आणा.

नातेसंबंधातील काचेची भिंत तुटल्याबरोबर तिचा आवाज आपल्याला ऐकू येईल. हा आवाज अश्रू, हास्य किंवा आनंदोत्सवाद्वारे प्रकट होईल.

काचेची भिंत तुटल्याचा आवाज पुनःपुन्हा कानावर यावा असं तुम्हाला वाटतं का?

जीवन म्हणजे खाली पडल्यानंतर केवळ स्वतःला सावरणं नव्हे,
तर खाली पडणं, उठणं आणि तेही रिकाम्या हाताने नाही
तर काहीतरी घेऊन उठणं होय.

अध्याय २१

वेगवेगळ्या नात्यातील काचेच्या भिंती कशा तोडाल

सोनेरी उपाय : ग्लास ब्रेकिंग – २

लग्नापूर्वी एखाद्या व्यक्तीच्या नातलगांचा गोतावळा जर पन्नास लोकांचा असेल तर सप्तपदी होताच, तो दुपटीपेक्षा जास्त मोठा होतो. मग हे सर्व गणगोत सांभाळणं गृहस्थाश्रमातलं आपलं अटळ कर्तव्य ठरतं.

लग्नापूर्वी आणि लग्नानंतर नातेसंबंधातील काचेच्या भिंती तोडण्याच्या दृष्टीने काही उदाहरणं लक्षात ठेवण्यासारखी आहेत.

उदाहरण १ : पती आणि पत्नी

मिहिरचं लग्न होऊन पंधरा वर्षे झाली होती. व्यापार उद्योगात फारच व्यस्त असल्यामुळे घराकडे त्याचं फारसं लक्ष नसे. त्याच्या पत्नीने मात्र संसाराचा सर्व भार समर्थपणे उचलला होता; कुटुंबाच्या सुख-समृद्धीसाठी अहोरात्र कष्ट उपसले होते. परंतु तिच्याकडे लक्ष देण्याची फुरसत मिहिरला नव्हती. त्यांचे वैवाहिक जीवन स्थिर तर होते पण पती-पत्नीमधील संबंध यांत्रिकपणे चालू होते. त्यांच्या जीवनात प्रेमाची नदीच जणू आटून गेली होती. याला कारणीभूत म्हणजे त्यांच्यामध्ये एक काचेची भिंत उभी राहिली होती. मिहिरला या दुराव्याची जाणीव आता तीव्रतेने होऊ लागली होती. याविषयी त्याला पत्नीशी बोलण्याची आवश्यकता वारंवार जाणवू लागली. परंतु बोलण्याचा काही धीर होईना. 'ग्लास ब्रेकिंग'*चा मार्ग त्याला सांगण्यात आला, तेव्हा आपल्या

जीवनात घर, पैसा, समृद्धी, संतती वगैरे सगळे काही असूनही एवढा कोरडेपणा का, याची त्याला कल्पना आली. त्यानंतर मात्र त्याने अजिबात वेळ न दवडता पत्नीला तिच्या वाढदिवसाच्या निमित्ताने संध्याकाळी एका आलिशान हॉटेलमध्ये भोजनासाठी नेले. तिला प्रांजळपणे सांगितले, 'गेल्या काही वर्षांत व्यापार-उद्योगाची घडी बसवण्याच्या व्यापात माझं घराकडे आणि तुझ्याकडे दुर्लक्षच झालं. पण तू तक्रार न करता घर व्यवस्थित सांभाळलंस. त्यामुळेच मला उद्योगधंद्यावर लक्ष केंद्रित करता आलं. आजवर मी आयुष्यात जे काही मिळवलं, उद्योगधंद्यात जे स्थान व स्थैर्य मिळालं, त्यात तुझं योगदान फार मोठं आहे. हे मी क्षणभरही विसरलो नाही. त्याबद्दल खरंतर तुला आधीच श्रेय द्यायला हवं होतं. पण आज ते व्यक्त केल्याशिवाय मला राहावत नाही. आज मी जो काही आहे, तो केवळ तुझ्याचमुळे आहे. तुझ्यामुळेच मला घरप्रपंचाची, मुलाबाळांच्या अभ्यासाची, तब्येतीची काही काळजी करावी लागत नाही. आयुष्यभर मला तुझी अशीच साथ हवी आहे.'

त्याच्या या बोलण्यामुळे पत्नीच्या अंगावर रोमांच उभे राहिले. आपल्या घरासाठी आपण जे काही केलं त्याचं सार्थक झालं, म्हणून ती धन्य झाली. त्यामुळे कोणतीही खंत, खेद उरला नाही. त्यांच्या नात्याला पुन्हा नवा अर्थ गवसला. नात्यातील काचेची भिंत नाहीशी झाली... आपल्या भाग्याचा तिला हेवा वाटला.

उदाहरण २ : सासरे आणि जावई

एका शिबिरात सहभागी झालेल्या युवकाने आपली स्वतःची हकिकत सांगितली. 'मी फार लहरी आणि शीघ्रकोपी आहे. तसेच काही व्यसनांच्याही आहारी गेलो होतो. रोज रात्री मद्यपान करून मी सासऱ्याला फोनवर शिवीगाळ करत असे. माझ्या मारहाणीला वैतागून बायको माहेरी निघून गेली. मग तिने मला घटस्फोटाची नोटीस पाठवली. त्यामुळे सासऱ्यावर माझा अतिशय राग होता. त्याला शिवीगाळ केल्याशिवाय मला चैन पडत नसे. कधी रात्र होईल आणि कधी मी सासऱ्याला फोन करेन असं मला व्हायचं. सारखा शिवीगाळ करत असल्याने आता माझा फोन उचलायलाही सासरचे लोक धजायचे नाहीत. माझ्याशी कोणी फोनवर बोलायचंही नाही.' त्या युवकाला 'ग्लास ब्रेकिंग'च्या संकल्पनेची या शिबिरात माहिती मिळाली. तेव्हा त्याला वाटलं आपल्यात आणि सासऱ्यांमध्ये निर्माण झालेली ही काचेची भिंत आपण तोडायलाच हवी. त्या रात्री त्याने सासऱ्यांना फोन लावला खरा, पण काही बोलायचे धाडस मात्र त्याला होईना. तो घरातील लोकांना म्हणाला, 'कृपा करून मला बोलू द्या. मी काय बोलतोय ते नीट

ऐका. आज मी शिवीगाळ करण्यासाठी अजिबात फोन केलेला नाही. मी एका शिबिरात आलो आहे. येथे जे ज्ञान मिळालंय त्यामुळे माझ्यात आमूलाग्र बदल झालाय. मी आपली माफी मागू इच्छितो. माझ्यावर विश्वास ठेवा. मी आता बदललो आहे... उद्या रात्री मी फोन करीन. त्या वेळी मला माझ्या पत्नीशी बोलण्याची परवानगी द्या. माझ्या आधीच्या वर्तनाबद्दल मला माफ करा.'

दुसऱ्या दिवशी त्याने फोन केला. सासऱ्यांनी मुलीला बोलायला सांगितलं. त्याने त्याच्या पत्नीचीही माफी मागितली. 'शिबिरात मिळालेल्या ज्ञानामुळे माझ्यात बदल झाला आहे, आता मी दारू पिऊन त्रास देणार नाही, तू घरी परत ये...' अशी त्याने विनंतीही केली.

शिबिरात या तरुणात झालेल्या परिवर्तनाने अनेक लोक प्रभावित झाले. 'हा तरुण जर बदलू शकतो, तर आम्हालाही बदलता येणार नाही का?' असे सर्वांना वाटू लागले.

माणसात जेव्हा आंतरिक परिवर्तन घडतं, तेव्हा आपण कितीतरी लोकांच्या कल्याणासाठी निमित्त बनणार आहोत, याची त्यालाच कल्पना नसते.

उदाहरण ३ : सावत्र आई आणि मुलगा

शांताराम आपल्या सावत्र आईबरोबर राहात होता. एक वर्षापूर्वी सावत्र आईने अपशब्द वापरल्यामुळे त्याला फार वाईट वाटलं. आता त्याला तिच्याबद्दल तिरस्कार वाटू लागला. तो तिच्याशी फटकून राहू लागला. तिला आई म्हणण्याचं टाळू लागला. दोघं जरी एका घरात एकत्र राहात होते, तरी त्यांच्यात संवाद उरला नव्हता. उलट एक प्रकारचा कडवटपणा, तिऱ्हाईतपणा धुमसत होता.

शांतारामला एका शिबिराच्या वेळी नातेसंबंधातील काचेच्या भिंतीची संकल्पना ज्ञात झाली.

त्यातूनच त्याला आपल्या आयुष्यातील घुसमटीतून बाहेर पडण्याचा मार्ग दिसला. काचेच्या भिंतीची, ग्लास ब्रेकिंगची कल्पना समोर आल्यावर त्याच्या विचारात जबरदस्त परिवर्तन झाले. नात्यांमध्ये माधुर्य आणण्याचा विचार त्याला एकदम झपाटून टाकणारा होता. आपण आणि सावत्र आई एका घरात राहून एकमेकांपासून फटकून राहतो हे काही उचित नाही; त्यात माधुर्य आणायला हवं असं त्याला प्रथमच जाणवलं. मात्र त्याची सुरुवात कशी करायची, असा प्रश्न त्याला पडला... तो शिबिराहून घरी गेला. शिबिराहून

घरी गेल्यावर त्याने 'आई, मी आलोय गं...' असा आवाज दिला. त्या आवाजासरशी अनेक वर्षांपासून 'आई' ही हाक ऐकायला आसुसलेल्या मातेच्या हृदयाची अवस्था काय झाली असेल याची आपण कल्पना करू शकता. स्तंभित झालेल्या त्या मातेने पुढे येऊन, 'ये, बाळा ये' म्हणत शांतारामला मिठीत घेतलं. त्यांच्यातील सावत्रपणा, दुरावा त्या मिठीत विरघळून गेला.

उदाहरण ४ : सासू आणि सून

सासूच्या सतत टोचून बोलण्याने आणि अपमान केल्याने बिचारी सून अगदी हवालदिल झाली होती. सासू कुठल्या कामात काय दोष काढेल आणि 'तुझ्या आईने तुला हेच शिकवलं का,' म्हणून आपला उद्धार करील या विचाराने ती सारखी धास्तावलेली असे. या सासूबरोबर तर राहायचं आहे पण घरात थोडी तरी शांती हवी असं तिला नेहमी वाटे.

एका शिबिरात तिला ग्लास ब्रेकिंगचं ज्ञान मिळालं. त्यामुळे सासूच्या मनातील सद्भावनेला साद कशी घालायची याबद्दल तिला एक कल्पना सुचली. 'आज आपण सासूबरोबर ग्लास ब्रेक करायचाच,' असा तिने निश्चय केला.

संध्याकाळी शिबिरानंतर सून घरी गेली. सासूबाई दिवाणखान्यात सोफ्यावर बसलेल्या होत्या. सून सरळ त्यांच्या मांडीवर जाऊन बसली. ती सासूला म्हणाली, 'आई, जोपर्यंत तू मला आपली मुलगी मानणार नाहीस, तोपर्यंत मी तुझ्या मांडीवरून उठणार नाही. इतके दिवस झाले या घरी येऊन, तरी मला सूनबाई... सूनबाई... म्हणून परक्यासारखं वागवतेस. आता तसं अजिबात चालणार नाही. मला मुलगी म्हणून स्वीकार... आई, माझा हा हट्ट पुरव... बघ हं, नाहीतर मी तुझ्या मांडीवर ठिय्या देऊन बसेन. जाम उठणार नाही. मग मांडी दुखतेय म्हणून तक्रार करशील तर ते काही चालणार नाही.'

आता तुम्हीच सांगा, त्या सासूच्या मनात काय वादळ उठले असणार?... तिच्या मनाची काय अवस्था झाली असणार?... सासूचं हृदय मेणासारखं वितळलं. तिने सुनेला मिठीत घेतलं. 'माझं लाडकं कोकरू ते... मला तू मुलगी म्हणूनच हवी आहेस.'

एका छोट्याशा क्रियेने जीवनातील सगळे संदर्भ बदलतात. नात्यांमधला दुरावा गळून पडतो. 'ग्लास ब्रेकिंग' म्हणजे आपण नेहमी कोणाची तरी माफीच मागायला हवी असं नाही. समोरच्या माणसाच्या चांगल्या गुणांची प्रशंसा करणं, इतरांनी आपल्या

संदर्भात केलेल्या मदतीबद्दल कृतज्ञता व्यक्त करणं, त्याबद्दल धन्यवाद देणं हा देखील ग्लास ब्रेक करण्याचा मार्ग असू शकतो.

उदाहरण ५ : पती-पत्नी आणि वकिली

एका गृहस्थाच्या पत्नीने लग्नानंतर एलएल.बी.ची परीक्षा उत्तीर्ण होऊन वकिली सुरू केली. पंधरा वर्षं वकिली आणि घर दोन्ही आघाड्या तिने उत्तमप्रकारे सांभाळल्या. त्या गृहस्थाला पत्नीच्या वकिली पेशाचा अभिमान होता; परंतु पत्नीचे त्याबद्दल कौतुक करणं त्याला कधी जमलं नाही. घर आणि वकिली दोन्ही आघाड्या लढवताना पत्नीची होणारी धावपळ त्याला जाणवत असे; पण एकूण आपल्या जीवनाचा तो अविभाज्य भाग आहे असे गृहीत धरून चालत होता. एकदा एका गुंतागुंतीच्या खटल्यात पत्नीने वकिली कौशल्याने आपल्या अशिलाला न्याय मिळवून दिला. वृत्तपत्रांनी त्याची खूप दखल घेतली तेव्हा मात्र त्या गृहस्थाला वाटले, 'अरे, आपण देखील आपल्या पत्नीचं अभिनंदन करायला हवं.' त्या दिवशी त्याने पत्नीचं मनःपूर्वक अभिनंदन केलं. तो तिला म्हणाला, 'तुझ्या युक्तिवादाचं आणि कायद्याच्या ज्ञानाचं सगळ्यांनीच कौतुक केलंय. एवढा मोठा खटला तू जिंकलास, मला तुझा सार्थ अभिमान वाटतो. लग्नानंतर तू एलएल.बी. करायची इच्छा व्यक्त केलीस, तेव्हा मी चटकन हो म्हणालो. त्यावेळी मला वाटलं, तू ते मध्येच सोडशील. पण तू परीक्षा दिलीस, सनद घेतलीस. एवढंच नाही तर वकिलीही करू लागलीस... मला वाटायचं, तुझं घराकडे दुर्लक्ष होईल. पण तू मुलाबाळांच्या शाळा, अभ्यास, नातीगोती, सणउत्सव इत्यादी सगळ्या गोष्टींकडे लक्ष दिलंस. तुझ्यामुळे मी निर्धास्त राहिलो... तुझ्या कर्तृत्वाने मी भारावलो आहे, तू ग्रेट आहेस... मला तुझ्यापुढे कधी-कधी आपलं खुजेपण जाणवतं.'

त्या दिवशी त्या दांपत्यामध्ये असलेली काचेची भिंत अचानक दूर झाली. एक नवी ओढ, आस्था, चेतना दोघांना एकरूप करणारी ठरली.

आपल्यालाही आपल्या कुटुंबासंदर्भात असं ग्लास ब्रेकिंग करायचं आहे.

आपल्या परिवारातील प्रत्येक सदस्याला ते करत असलेल्या चांगल्या कामाबद्दल, कर्तव्याबद्दल आपल्याकडून कौतुकाचे, प्रशंसेचे दोन शब्द ऐकण्याची ओढ असून त्यासाठी तो अधीर आहे. मग तो सदस्य आपला भाऊ असो, मुलगा असो, बहीण असो, भाचा असो, काका-मामा असो... 'मला तू आवडतोस... मला तुझं काम आवडतं... माझं

तुझ्यावर प्रेम आहे... तू फार हुशार आहेस,' असं तुमच्याकडून त्यांना ऐकायला मिळावं म्हणून ते जीवाचं रान करून सज्ज आहेत. आपण जे चांगलं काम केलंय त्याची जाण, त्याची पावती त्यांना हवी आहे. त्यासाठी आपण त्यांची प्रशंसा करा, त्यांना धन्यवाद द्या. त्यांच्या चांगल्या कामांची कदर तुम्हाला आहे हे बोलून दाखवा... आपण काही चुका केल्या असतील, तर मनःपूर्वक माफी मागा, खेद व्यक्त करा. हे देखील ग्लास ब्रेकिंगच आहे.

काळाच्या ओघात काही नात्यांमध्ये संघर्ष वा अवरोध निर्माण होतात. हा संघर्ष, विरोध कधीकधी अगदी सूक्ष्म तरल पातळीवर असतो. परंतु कालांतराने मोठ्या भिंतीचं रूप धारण करतो. ही भिंत विलीन करण्यासाठी लहान-मोठे प्रयत्न जरूर करत राहा. उदाहरणार्थ, आपणास रस्त्यावरून जाताना अचानक कोणी परिचित व्यक्ती भेटली, तर तिच्याकडे बघून स्मित करणं हे देखील ग्लास ब्रेकिंग आहे. आपण सकाळी येणाऱ्या दूधवाल्याला बघून 'काय रे, आज लवकर आलास... ठीक आहेस ना?' असं म्हटल्यास तेही ग्लास ब्रेकिंग आहे.

आपण हे पुस्तक वाचून ग्लास ब्रेकिंगचं महत्त्व जाणलंय. तेव्हा त्या दृष्टीने पुढाकार घेणं, पहिलं पाऊल टाकणं हे आपलंच काम आहे, हे गृहीत धरून चला.

आपल्या शेजाऱ्याला बघितल्यावर पहिल्यांदा आपण स्मित करायला हवं. कारण कदाचित त्याने हे पुस्तक वाचलेलं नसेल, म्हणून सुरुवात आपण करायची आहे. आपल्या कुटुंबातील एखाद्या सदस्याने वा इतर कोणी आधी ग्लास ब्रेकिंग केलं तरच आपण करू, असा विचार करू नका, उलट आपणच पुढाकार घ्यायला हवा.

ग्लास ब्रेकिंग करताना समोरच्या माणसाच्या डोळ्यांत बघा. त्या नजरेत आपल्याला एक चमक दिसेल. ती चमक बघताना काचेची भिंत तुटून पडण्याचा आवाजही येईल. अशी चमक जर दिसली नाही, तर ग्लास ब्रेकिंग अजून पूर्ण झालेलं नाही असं समजा. तसं असल्यास आपण आणखी एक पाऊल पुढे टाकायला हवं. समोरच्या व्यक्तीचा हात आपण आपल्या हातात घेऊ शकाल. हे शक्य आहे का? आपण आपल्या पित्याला आलिंगन देऊ शकता का? भावाला मिठीत घेऊ शकता का? किती आवेगाने त्याला जवळ घेऊ शकता? मुलगी आईच्या गळ्यात पडू शकते; सून सासूच्या मांडीवर बसू शकते. जावयाला मुलाप्रमाणे मानता येईल का? हो! जे काही करायचंय, ते आजच करायला हवं. आपण ते उद्या करू असा विचार करत असाल, तर उद्या काहीही होणार नाही. जे व्हायचंय ते आजच होऊ द्या. आता, या क्षणी...

यासाठी ग्लास ब्रेकिंगची सुरुवात आपणच करायची आहे. आपल्या कुटुंबापासूनच तिचा आरंभ करायला हवा.

हे पुस्तक वाचून 'आपणही अशी अभिव्यक्ती करायला हवी, आपणही ग्लास ब्रेकिंग करायला हवं,' अशी जाणीव अनेकांना होत असेल. ग्लास ब्रेकिंग करताना आवाज यायला हवा. आपल्याला ज्याच्याबरोबर ग्लास ब्रेकिंग करायचंय, ते आता या क्षणीच करा. आपल्या समोरच्या व्यक्तीमध्ये फक्त प्रेम बघायचं आहे; त्याच्या चुका बघायच्या नाहीत. आपण ज्या पद्धतीने ग्लास ब्रेकिंग करू इच्छिता, त्या पद्धतीने करा, परंतु पूर्णपणे करा. आई-वडील, भाऊ-बहीण, मुलगा-मुलगी, पती-पत्नी, वरिष्ठ वा सहकारी – कोणाबरोबरही ग्लास ब्रेकिंग करता येतं. घरात तो सदस्य उपस्थित नसेल, तर त्याला फोन करा, मोबाइलवर संदेश पाठवा. ई-मेल करा. त्यानंतर घडणारी प्रत्येक घटना आपल्या जीवनात सुवर्णक्षण म्हणून नोंदवली जाईल आणि त्याचं स्मरण आपण जन्मभर करत राहाल.

काचेची भिंत दिसत नसल्याने ती तोडण्याचा विचारही माणसाच्या मनात लवकर येत नाही.

काचेची भिंत केवळ घरातच असते असं नाही, ती बाहेरही असू शकते. आपले मित्र, ग्राहक, कर्मचारी यांच्यातही असू शकते.

पुढच्या अध्यायात आपण आणखी काही उदाहरणं पाहणार आहोत.

संपूर्ण स्वास्थ्याबद्दल प्रेम असणारा आजारावर कधी प्रेम करत नाही.
उलट ज्या गोष्टींमुळे नातेसंबंध बिघडतात त्यांना तो दूर ठेवतो.

अध्याय २२

कुठेही असो, काचेची भिंत तोडायलाच हवी

सोनेरी उपाय : ग्लास ब्रेकिंग – ३

काचेची भिंत नाही असं एकही स्थळ दाखवता येणार नाही. काचेची भिंत सर्वत्र असून ती विचारांनी बनते.

माणसाचं मन हे अंदाज करण्यात, अनुमान लावण्यात कुशल असतं. अज्ञान आणि बेहोशी यांमुळे प्रत्येक अनुमान काचेची भिंत (गैरसमज) निर्माण करते. अनुमान लावत असतानाच माणसाला सावध, सजग राहायला हवं. 'मी अर्धवट माहितीवरून जो काही विचार करीत आहे, तो चुकीचा तर नव्हे?' असं स्वतःलाच त्याने विचारायला हवं.

तुम्ही सजग असाल, तर काचेची भिंत लवकर उभी राहणार नाही. पण जर ती निर्माण झालीच, तर लवकर विलीन कशी होईल हे काही उदाहरणावरून आपण समजून घेऊ या.

उदाहरण १ : आपले कुटुंब

एका मुलाचे वडील तो अल्पवयीन असतानाच वारले. त्यामुळे त्याच्या आईने हिमतीने घर चालवण्याची जबाबदारी अंगावर घेतली. ती निर्भय आणि कणखर स्त्री होती. तिने मुलाला वडिलांची उणीव कधी भासू दिली नाही. त्यामुळे आपल्या आईबद्दल

मुलाला खूप आदर होता. परंतु तो आदर तिच्यापर्यंत पोहोचवण्यात मात्र त्याला संकोच वाटे. आपल्या भावना त्याने आईजवळ कधी व्यक्त केल्याच नाहीत.

त्या मुलाला ग्लास ब्रेकिंगची समज प्राप्त होताच त्याने आईजवळ आपल्या प्रेमभावनेचा उच्चार केला. तो आईला म्हणाला, 'आई, तू होतीस, आहेस म्हणून आपलं घर उभं राहिलं. आपलं घर खूप मजबूत आहे. आपल्या सर्वांमध्ये प्रेम आहे. त्याचे सर्व श्रेय तुलाच आहे. त्यामुळे आज मी खूप आनंदात आहे.' हे ऐकून आईचं मन हेलावून गेलं. तिने आपल्या मुलाला घट्ट मिठीत घेतलं.

आज आपल्याला असं करणे शक्य होत असेल, तर पुढेही ग्लास ब्रेकिंग करीत राहणे अशक्य नाही, असे गृहीत धरायला काय हरकत आहे? दर दोन-तीन महिन्यांच्या अंतराने कुटुंबात ग्लास ब्रेकिंग होणं आवश्यक असतं. ग्लास ब्रेकिंगनंतर जो आनंद मिळतो, तो प्रत्येक वेळी उपभोगा. आनंद तर कुठल्याही वेळी मिळू शकतो परंतु आपल्याला मात्र वाटतं, 'उद्या करू. आज काय घाई आहे? आपण प्रेम तर करीतच आहोत, सर्वांची काळजी घेतच आहोत. मग बोलून दाखवायची काय गरज आहे?'

प्रेमाचा शब्दरूपात आविष्कार आणि त्याचं प्रत्यक्ष साकार रूप याला जीवनात फार महत्त्व आहे.

उदाहरण २ : दोन मित्र

दोन मित्र होते. त्यातील एक जण व्यवसायाच्या निमित्ताने वरचेवर परदेशी जात असे. पण येताना आपल्या मित्रासाठी नव्हे तर त्याच्या मुलासाठी काही न काही भेटवस्तू न चुकता आणत असे. दुसऱ्यांच्या मनात सद्भावना जागवण्याचा हा एक किती सोपा मार्ग आहे! त्या मित्राच्या या व्यवहारामुळे दुसऱ्या मित्राच्या मनात किती छान भावना निर्माण झाल्या असतील. आपण कुठे प्रवासाला गेलो आणि परतताना आपला भाऊ, बहीण किंवा शेजाऱ्याचा मुलगा यांच्यासाठी काही भेटवस्तू आणली, तर त्याची आठवण तो जन्मभर करीत राहील. कारण आपण त्याच्याबरोबर सूक्ष्म ग्लास ब्रेक केलेलं असतं. त्याला प्रिय असणाऱ्या व्यक्तीला आपणही प्रिय मानलेलं असतं. नात्यातील माधुर्य वाढविण्यासाठी ही गोष्ट फार महत्त्वाची असते; कारण ती परस्परातील संबंध अधिकाधिक दृढ करते.

उदाहरण ३ : फोनद्वारे ग्लास ब्रेक

एका वकिलाचे आपल्या भावाबरोबरचे संबंध फारच बिघडलेले होते. रोज त्यांचे

खटके उडत. एके दिवशी त्याला वाटलं, रोज रोज आपण दोघं वाद घालत बसतो. मन:स्वास्थ्य गमावून बसतो. हे काही योग्य नाही. हा माझा एकटाच तर भाऊ आहे. तेव्हा जे काही आहे ते घरातच राहणार आहे. आपण आता ग्लास ब्रेकिंग करायला हवं. त्याने भावाचा नंबर फिरवला, फोन लागल्यावर नेहमीप्रमाणेच अपशब्दांची सरबत्ती सुरू केली. मग आपल्याला ग्लास ब्रेकिंग करायचं आहे हे हे तो विसरला. पाचदहा मिनिटे वादावादी झाल्यावर त्याला ते अचानक आठवले. 'अरे, आपण फोन तर ग्लास ब्रेक करण्यासाठी लावला होता आणि हे काय भलतेच बोलत बसलो.' हे लक्षात आल्याबरोबर तो लगेच आपल्या आवाजाचा सूर खाली आणून भावाला म्हणाला, 'हे बघ राम. खरंतर मी हा फोन तुला लावलाय तो तुझी माफी मागण्यासाठी. मी मनःपूर्वक तुझी माफी मागतो. मी आजवर बऱ्याच चुका केल्या आहेत, त्या तू कृपा करून विसरण्याचा प्रयत्न कर. आपले जुने वाद आपण मिटवून टाकू. यापुढे तू जे सांगशील ते मला मान्य असेल. मला तुझं प्रेम महत्त्वाचं असून त्यापुढे बाकी सगळं काही तुच्छ आहे. मला तू हवा आहेस. तुझं प्रेम हवं आहे...' त्याबरोबर भावाच्याही बोलण्याचा सूर बदलला...

समज प्राप्त झाल्यावर किती सहजपणे आपल्या संबंधामध्ये परिवर्तन होऊ शकतं!

उदाहरण ४ : वाढदिवसाच्या शुभेच्छा आणि ग्राहक

सुधाकररावांचं एक वैशिष्ट्य होतं. आपले नातलग, परिचित आणि मित्र यांचे वाढदिवस लक्षात ठेवून त्यांना ते शुभेच्छा पत्र पाठवत किंवा समक्ष भेटून पुष्पगुच्छ देत. त्याचं अभिनंदन करीत. कधी-कधी ते पुष्पगुच्छ घेऊन भेटेपर्यंत त्या व्यक्तीला आपला आज वाढदिवस आहे हेच लक्षात नसे. सुधाकरराव आले म्हणजे घरात एकच गडबड उडत असे आणि त्यांना गोडधोड देऊन आनंद व्यक्त केला जात असे.

एकदा त्यांनी आपल्या एका मित्राला वाढदिवसाच्या शुभेच्छेचं ग्रीटिंग कार्ड पाठवले. कुरिअरवाल्याने ते कार्ड त्या मित्राच्या हातावर ठेवले तेव्हा त्या घरात जोरात वादावादी चालू होती. ग्रीटिंग मिळाल्यावर मात्र सर्वांना आठवले, की आज तर दादाचा वाढदिवस आहे. मग वादावादी थांबली. वातावरण निवळलं. सुधाकररावांच्या त्या शुभेच्छापत्राने त्या घरात शांतता निर्माण झाली.

आपल्या घरातील सर्व सदस्यांचे वाढदिवस तुम्हाला ठाऊक आहेत का? आपल्या घनिष्ठ मित्रांचे वाढदिवस लक्षात आहेत का? आपल्या निकटवर्तीयांना वाढदिवसाच्या शुभेच्छा देणं हेही एक सूक्ष्म ग्लास ब्रेकिंगच असतं.

एकदा एका व्यापाऱ्याची आणि ग्राहकाची थकबाकीवरून बाचाबाची होते. तो व्यापारी त्या ग्राहकावर खूपच संतप्त होतो. खरंतर तो ग्राहक त्यांचा दीर्घकालीन मित्र होता. त्याची पत्नी आणि व्यापाऱ्याची पत्नी दोघी शाळेपासूनच्या मैत्रिणी होत्या. त्या ग्राहकाचे लग्न जुळवण्यातही त्याचा सहभाग होता. त्याच्या लग्नाच्या वाढदिवसाला भोजनासाठी जायचा एक अलिखित संकेत त्याच्यात होता... परंतु या वर्षी झालेल्या भांडणामुळे व्यापाऱ्याने ग्राहकाच्या लग्नाच्या वाढदिवशी त्याच्याशी संपर्क साधायचा नाही असे मनोमन ठरवले. वाढदिवसाच्या दिवशी व्यापाऱ्याच्या कार्यालयामध्ये सकाळी अकरा वाजता ग्राहक आपल्या पत्नीसह पोहोचला; आणि कोरा धनादेश व्यापाऱ्यापुढे ठेवून म्हणाला, 'या धनादेशावर हवा तो आकडा आपण भरा. परंतु आपल्या संबंधात दुरावा येऊ देऊ नका. दरवर्षी हा दिवस आपण हॉटेलात जेवायला जाऊन साजरा करतो. त्यात यंदाही खंड पडायला नको... थोड्याशा देण्या-घेण्यावरून आपले दीर्घकालीन संबंध संपुष्टात आणू नका;' आणि असं म्हणताना त्या ग्राहकाच्या डोळ्यांत पाणी आले. त्याची पत्नीही अश्रू ढाळू लागली.

मग व्यापाऱ्यालाही भरून आले. त्याने ग्राहकाला जवळ घेऊन 'झाले-गेले विसरून जा... आज रात्रीचा बेत पक्का! थोड्याशा देण्याघेण्यावरून आपले दीर्घकालीन संबंध संपुष्टात आणू नका... धनादेशात तुम्हाला हवा तो आकडा भरा...' असे म्हणणारा तो ग्राहक बघून व्यापाऱ्याच्या कार्यालयातले लोकही चकित झाले... सद्गदित झाले.

सुधाकररावांच्या जीवनातच घडलेली ही घटना... त्यानंतर वाढदिवशी भेटकार्ड पाठवण्याचे त्यांनी कधीच टाळले नाही.

भेटकार्ड पाठवणे हे देखील सुंदर ग्लास ब्रेकिंगच आहे.

उदाहरण ५ : व्यवस्थापक आणि त्याचा परिवार

एका मोठ्या औद्योगिक संस्थेत पर्सनल अँड ह्युमन रिसोर्स विभागात कार्यरत असणाऱ्या एका व्यवस्थापकाने आपल्या सहकाऱ्यांच्या जीवनात आनंदाचा कसा वर्षाव केला, ते बघू या.

या व्यवस्थापकाने तेजज्ञान फाउंडेशनच्या उपक्रमात भाग घेऊन त्यातील कार्यपद्धतीचा उपयोग आपल्या कार्यालयातही सुरू केला. कामगार संघटनेच्या काही नेत्यांना तो तेजज्ञान फाउंडेशनबद्दल कधी माहिती देत असे. त्याच्या माहितीने प्रभावित होऊन कामगार संघटनेच्या प्रमुखाने फाउंडेशन कोर्स केला. ग्लास ब्रेकिंगची समज

मिळाल्यावर त्या कामगार प्रमुखाने मनोमन काही योजना आखली.

पाच वर्षांपूर्वी त्या कामगार नेत्याने बायकोशी झालेल्या भांडणाच्या वेळी तिला खूप मारहाण केली होती. त्यामुळे ती संतप्त होऊन आपल्या मुलाला घेऊन माहेरी राहायला गेली. त्यानंतर एक महिन्याने त्याने बायकोला घरी आणले; परंतु सासरची मंडळी त्याच्यावर भयंकर नाराज होती. जावयाने सासरी पाऊलही टाकू नये अशी वॉर्निंग त्यांनी दिली. बायकोला मात्र माहेरी येण्याची मुभा होती.

ग्लास ब्रेकिंगची माहिती मिळाल्यावर कामगार नेत्याने सासरी फोन केला; परंतु तो लगेच कट झाला. तेव्हा तो आपली कार घेऊन सासरी गेला. मेव्हण्याने त्याला दारावरच अडवले. त्यावर तो कामगार नेता त्याचे पाय धरून म्हणाला, 'मी तुमची माफी मागतो. यापुढे मागे झाला तसा प्रकार पुन्हा कधीही होणार नाही. मला सासूबाईंचीही माफी मागायची आहे.' मेव्हण्याला आश्चर्य वाटले. परंतु त्याचे एकूण वर्तन पाहून मेव्हण्याने त्याला त्याच्या आईकडे नेले. जावयाने सासूचे पाय धरले आणि म्हणाला, 'माई, माझ्याकडून मागे मोठी आगळीक घडली. मी त्याबद्दल माफी मागतो. त्या वेळी मी बायकोला मारले. आपल्यालाही उणेदुणे बोललो. आपण माझ्यावर नाराज असणे स्वाभाविकच आहे. आपल्या घरची दारे मला बंद आहेत. आपल्या जागी अन्य कुणी असते तरी हेच केले असते. मला आता माझी चूक उमगली आहे, आपल्या वर्तनाचा पश्चात्ताप होतोय. पण यापुढे आपल्याला कधी असा आघात पोहोचवणार नाही असं वचन देतो. मला आपला मुलगा समजा आणि माझ्यावर असलेला आपल्या मनातला राग काढून टाका.'

अशाप्रकारे ग्लास ब्रेकिंग झाल्यावर त्यांचे संबंध किती मधुर झाले असतील याचा अंदाजच न केलेला बरा!

अशा रीतीने एक कुटुंब मिळून इतर नातलगांबरोबर ग्लास ब्रेकिंग करू शकते. त्यामुळे आपल्याला जो आनंद मिळालाय, कदाचित त्यापेक्षाही जास्त इतरांना मिळाला असेल. कारण त्यांच्या आयुष्यात कोणी कधी ग्लास ब्रेकिंग केली नसेल. याचं महत्त्व जर लक्षात आलं असेल, तर आपण ते आचरणात आणू शकाल. आपण जेव्हा दुसऱ्यांबरोबर ग्लास ब्रेकिंग कराल, तेव्हा ते आपली आयुष्यभर आठवण ठेवून आपल्याला धन्यवाद देत राहतील.

या सर्व उदाहरणांद्वारे आपल्या कुटुंबासोबत आपले मित्र, आपले शेजारी, आपले सहकारी यांच्याबरोबरही ग्लास ब्रेकिंग करता येईल. पण पण कोणाकोणाशी करायचे

आहे याची पक्की यादी तयार करा. या यादीत आपले काका-मामा असू शकतील, भाचे-पुतणे असू शकतील. नोकर-चाकर असू शकतील. आपल्या सर्व नातलगांना वाढदिवस किंवा सण-उत्सवाच्या निमित्ताने आपल्या डोळ्यांसमोर आणून त्यांना धन्यवाद द्या. त्यांची योग्य प्रकारे प्रशंसा करा. त्यांच्या काही गोष्टी ऐका. आपल्या हातून काही चुका झाल्या असतील, तर त्यांची माफी मागा. हे खऱ्या अर्थाने ग्लास ब्रेकिंग आहे. नातेसंबंधातील भिंती दूर सारणे आहे.

प्रत्येक समाजाने हा विधी स्वीकारला, तर संपूर्ण देशात प्रेमाची लहर दौडू लागेल. सगळे संघर्ष संपुष्टात येतील. धर्माधर्मातील काचेच्या भिंती हिंसाचाराला जन्म देतात. देशादेशातील काचेच्या भिंती महायुद्धांना जन्म देतात. या भिंती आजच तोडून टाका. त्यांच्या निखळण्याचा आवाज ऐका. संपूर्ण विश्व एकात्म होताना बघा.

पश्चात्तापाने माणूस नवीन बनून
पवित्र जीवनाचा नव्याने आरंभ करतो.

अध्याय २३

द्वेष विसरून माफीची कला आत्मसात करा

माफीची ताकद

नात्यांमध्ये नवप्रकाश, प्रेम, संतोष आणण्यासाठी तसेच नात्यांमधील काचेची भिंत नाहीशी व्हावी म्हणून आपल्या अंतर्यामी क्षमेची भावना प्रबळ हायला हवी. जे क्षमा करतात त्यांना सहजपणे क्षमा मिळते.

क्षमा करणे म्हणजे समोरच्या व्यक्तीकडून जरी चूक झाली असली, तरी त्याला त्या चुकीची शिक्षा न देता, आधी आपण त्याच्याशी जसा व्यवहार करीत होतो तसाच करत राहणे. ही खरी योग्य प्रकारे क्षमा करणे होय.

क्षमा मिळवण्यासाठी प्रत्येक व्यक्ती पात्र असते. कारण प्रत्येकाकडून चुका होतच असतात. व्यक्तीच्याच हातून चुका होतात कारण प्रत्येक व्यक्तीला पूर्ण माहिती नसते, कोणालाही परस्परांचे विचार वाचता येत नसल्याने कधी-कधी जबाबदारीची जाणीव न ठेवता ते काहीतरी कृती करीत असतात.

उदाहरणार्थ, राजा दशरथाने चुकीचा अंदाज करून श्रावणबाळाला हरीण समजून त्याच्यावर बाण सोडला. त्यामुळे श्रावणबाळाच्या आईवडिलांना पुत्रवियोगाच्या दुःखाने मरण आले. तात्पर्य, चुका कोणाकडूनही होऊ शकतात त्यामुळे सर्व जण क्षमेला पात्र असतात.

लहान सहान घटनांमध्ये आपण समोरच्या व्यक्तीला क्षमा करतो परंतु मोठ्या घटनांच्या वेळी आपण क्षमा करू शकत नाही. मोठ्या घटनेत इतरांना क्षमा करणं शक्य व्हावं यासाठी क्षमा करण्याची योग्य कला आपण आत्मसात करायला हवी.

छोट्या घटनांमध्ये क्षमा करण्याचा सराव केला, तर मोठ्या घटनांमध्येही आपण इतरांना क्षमा करू शकाल. आधीच मोठ्या घटनांकडे झेप घेऊ नका.

मोठ्या घटनेत जर आपण समोरच्या व्यक्तीला क्षमा करू शकत नसलो, तर त्याचा अर्थ होतो? या घटनेत आपण त्या व्यक्तीला शिक्षा देऊ इच्छितो किंवा तिच्या चुकांबाबत विचार करीत राहून आपण स्वतःला शिक्षा देऊ पाहतो. म्हणून आधी छोट्या घटनांमध्ये आपण क्षमा करू शकतो का हे पडताळून बघा. नंतर क्षमा करण्याची गरज आहे का? आपण तेजक्षमा करावी असं आपल्या समजशक्तीला जाणवतं का? या सर्व प्रश्नांची उत्तरं मिळवून प्रत्येक घटनेत आपल्या समजशक्तीचा (चेतनेचा) स्तर वाढवायचा आहे.

आज आपण मोठ्या घटनांबाबत क्षमा करू शकत नाही. ठीक आहे, परंतु विशिष्ट घटनेकडे तेजक्षमेच्या दृष्टीने बघता यावं अशी आपली मनोभूमिका असावी. क्षमा करणे याचा अर्थ समोरच्या व्यक्तीला काहीही सांगायचं नाही असा होत नाही. समोरच्या व्यक्तीने भविष्यकाळात तीच चूक पुन्हा करू नये यासाठी तिला जे सांगणं आवश्यक आहे ते जरूर सांगा. यापुढे अशा घटनेच्या वेळी सूचित करण्यात आलेल्या गोष्टींवर विचार करून व्यवहार करावा असे प्रशिक्षण वा समज तिला द्यावी.

त्या व्यक्तीला सांगावं, 'आपण हे करत असता, तेव्हा अमुक अमुक गोष्टींचा विचार करीत नाही; त्यामुळे आपल्याकडून अशा चुका होत राहतात.' अशा तऱ्हेच्या वार्तालापाद्वारे आपण समोरच्या व्यक्तीला क्षमा करून तिच्या वर्तनात परिवर्तन घडवून आणू शकतो.

आपल्याला क्षमा करायला शिकायचं आहे त्याचप्रमाणे समोरच्या व्यक्तीची क्षमा मागायलाही शिकायचं आहे. समोरची व्यक्ती याक्षणी आपल्याला क्षमा करू शकत नसेल, तर भविष्यातही ती क्षमा करणार नाही असं समजून चालू नका. ती आता क्षमा करीत 'नाही,' अशावेळी तिचा हा नकार 'आता नाही' एवढ्यापुरताच मर्यादित असतो. समोरची व्यक्ती जेव्हा म्हणते, 'मी तुला क्षमा करणार नाही,' तेव्हा आपण काही काळानंतर पुन्हा त्याची क्षमा मागावी. काळाची मलमपट्टी झाल्यावर आपण योग्य तऱ्हेने क्षमा मागितली असेल, तर कदाचित ती आपल्याला क्षमा करीलही. वास्तविक त्या व्यक्तीनेही द्वेषाच्या रिंगणातून बाहेर यावे यासाठी आपण क्षमा मागायची असते.

मात्र क्षमा मागण्यामागे आपला उद्देश प्रेम हाच असायला हवा.

क्षमा केल्यावर किंवा क्षमा मागितल्यावर आपल्या मनात काही वेळाने पुन्हा द्वेषाचे विचार येऊ लागतात. अशावेळी आपणास कुठल्या गोष्टीची विस्मृती होते? समोरच्या व्यक्तीला क्षमा करावी अशी कोणती गोष्ट त्या वेळी आठवते? द्वेषभाव पुन्हा उफाळून यावा अशा कोणत्या गोष्टीचं स्मरण होतं? त्याक्षणी क्षमा करण्यासाठी मिळालेली समज जर आपल्याला आठवली, तर आपण त्या द्वेषाच्या पगड्यातून त्वरित बाहेर येऊ शकाल.

क्षमा केल्याने आनंद मिळतो आणि क्षमा मिळाल्यानेही आनंद मिळतो. दोन्ही अवस्थांत आनंद प्राप्त होणं अनिवार्य आहे. क्षमा मिळाली तरी आणि केली तरी समाधान वाटतं. आनंदी माणूस नेहमी क्षमाशील असतो.

क्षमा करण्यास तुम्ही असमर्थ असाल, तर स्वतःला विचारा, 'चूक कोणाकडून घडली? त्याच्याशी आपला काय संबंध आहे? क्षमा कोण करू इच्छित आहे? कोणाला वाईट वाटतंय?' समोरच्या व्यक्तीने चूक केलेली असेल, तर त्याला समज नव्हती का? पूर्ण माहिती नव्हती का? त्याने काय अनुमान लावले होते? असे प्रश्न विचारून त्याच्या सर्व पैलूंवर विचार करा. अशाप्रकारे घटना आणि आपण केलेली क्षमा दोन्ही आपल्या विकासाला कारणीभूत ठरतील. आपल्याला ती आत्मनिरीक्षणाची संधी देईल आणि क्षमा करणाऱ्याला आत्मानुभवाचं, स्वभावाचं स्मरण देईल.

क्षमा करण्याच्या प्रक्रियेत पहिल्या पावलावर आपल्या मनात अशी समज हवी, की समोरच्या व्यक्तीला क्षमा केली, तर आपण स्वतःही नकारात्मक भावनेतून त्वरित मुक्त व्हाल. क्षमा केल्याने समोरची व्यक्ती मुक्त झाली अथवा नाही, पण क्षमा करून आपण मात्र निःसंदेह मुक्त व्हाल.

त्याचप्रमाणे आपण क्षमा केली नाही, तर आपल्या मनात विचारांची उलथापालथ होत राहील. समोरच्या व्यक्तीला तिच्या चुकीची जाणीव करून दिली जावी, तिला फैलावर घेतले जावे आणि लज्जित केले जावे यासाठी अशा संधीची आपण वाटच बघत बसाल. अशा क्षुल्लक गोष्टींवर निष्कारणच आपले लक्ष केंद्रित होईल. आपण ज्यांच्यावर नाराज आहात अशा व्यक्तींना जेव्हा भेटाल, तेव्हा आपले ध्यान वर्तमानाऐवजी भूतकाळाच्या स्मृतिसंकलनात असेल.

केवळ क्षमा न केल्याने आपण वर्तमानापासून दूर जातो. वर्तमान हे वास्तव आहे, म्हणून वर्तमान क्षणात जगण्यासाठी क्षमा करायला शिका. प्रत्येक घटनेत स्वतःची चिकित्सा

करून आपली समजपातळी वाढवत समोरच्या व्यक्तीला क्षमा करून मुक्त व्हा.

जीवनात काही नकारात्मक घटना अशा असतात, ज्यांना विसरण्याची कला आपणास आत्मसात करायची आहे. त्या घटनांचे स्मरण करून आपण अकारण त्रस्त होऊन दुःखी होत असतो, मनोमन अपराध भावना, द्वेष भावना जोपासत जातो. अशा घटनांचं स्मरण करून काहीही फायदा होत नाही; उलट आपण अधिकच त्रस्त, अस्वस्थ होत असतो.

आपल्या अंतरंगातील सुप्त द्वेषभावना, ईर्षा, मत्सराची भावना प्रसंगानुरूप प्रकट होते. उदाहरणार्थ, लहानपणी आपल्याला एखादा नातलग रानटी, गाढव किंवा नालायक म्हणाला असेल, तर ते आजदेखील आठवतं. असा नातलग समोर येताच त्रास होतो. त्या नातलगाला कदाचित ते आठवतही नसेल. परंतु त्याला बघितल्यावर मात्र आपल्याला ते आठवतंच. शिवाय आपल्या मनातली द्वेषभावना उफाळून येते. तो नातलग दूर गेल्यावरही आपण बराच वेळ द्वेषाच्या ज्वाळेत होरपळत राहतो. परंतु आता त्या घटनेवर विस्मृतीचा पडदा टाकून आपण त्या नातलगाला माफ करणेच श्रेयस्कर! अन्यथा आयुष्यात जेव्हा कधी त्या नातलगाची भेट होईल, तेव्हा आपण असेच हैराण होत राहाल.

अशा प्रकारे एखादी घटना आपल्याला भूतकाळात केलेल्या चुकीची आठवण करून देते. मग आपल्या मनातला अपराधबोध जागा होऊन आपण स्वतःचाच तिरस्कार करू लागतो. घटनांचं स्मरण होणं गैर आहे परंतु त्याबरोबर अपराधभाव किंवा द्वेषभाव आठवणं हे अतिशय त्रासदायक ठरतं. त्याच त्या घटना पुनःपुन्हा आठवून आपण दुःखी व त्रस्त होतो. नको असलेले ओझे डोक्यावर वागवत तसेच जगतो.

आमचे कोणाशीही वैर नाही, आम्ही कुणाचा द्वेष-मत्सर करीत नाही आणि आम्हाला कुठलीही अपराधभावना सतावत नाही असे काही लोक म्हणतात. परंतु एखादी घटना घडल्यावर त्यांच्या मनात जी द्वेषभावना उफाळून येते, ती कुठून येते? याचा अर्थ द्वेषभावना आधीपासूनच मनात होती. म्हणून द्वेषभावनेद्वारेच त्यांना समोरच्या व्यक्तीवर नव्हे तर स्वतःवर इलाज करायचा आहे. औषधांची गरज इतरांना नाही, त्यांना स्वतःलाच आहे.

एका व्यक्तीला पाहून वेगवेगळ्या लोकांमध्ये निरनिराळ्या भावना उत्पन्न होतात. कोणा व्यक्तीला बघून संताप येतो, कोणाला बघून भीती वाटते, कोणाला बघून प्रेमाचा पान्हा फुटतो तर कोणाला बघून करुणा जागी होते, कोणाबद्दल ईर्षा वाटते तर कोणाबद्दल तिरस्कार. आपल्या मनातही एखाद्याविषयी द्वेषभाव जागृत होत असेल, तर तो आपल्यात

आधीपासूनच आहे, त्या व्यक्तीमुळे आला नाही. परंतु समोरच्या व्यक्तीबद्दल चुकीची समजूत करून आपण तिला सुधारू पाहतो आणि सर्व दोष तिच्यावर लादतो. ती व्यक्ती सुधारेल तेव्हाच आपल्या जीवनात आनंद येईल, अशा सुखद भ्रमात आपण विहरत असतो.

'समोरच्या व्यक्तीला सुधारण्याचं काम माझं नसून मला तर स्वतःमध्ये बदल घडवून आणायचा आहे, जगात नाही. आधी स्वतःला बदलायचं आहे, हे जेवढ्या लवकर आपणास उमजेल, तेवढ्या त्वरेने आपण द्वेषभाव आणि अपराधभावातून मुक्त व्हाल. आपल्या मनात चुकीच्या भावना बाळगून आपण नकळत कितीतरी मानसिक आणि शारीरिक दुखण्यांना आमंत्रित करीत असतो.

मनुष्याला ज्या गोष्टी बघायला वा ऐकायला आवडत नाहीत, त्यांच्यापासून तो दूर पळतो. कोणाला अस्वच्छता बघायला आवडत नाही तर कोणाला रक्तपात बघणे नको वाटते. काही लोक भिकारी, रुग्ण, दुःखी किंवा रडणारी मुलं बघताना अस्वस्थ होतात तर काहींना कारच्या हॉर्नचा किंवा कुत्र्याच्या भुंकण्याचा आवाज आवडत नाही. काही लोक आपले व प्रियजनांचे दोष कोणी दाखवले, तर ते नाराज होतात. आपल्याला प्रिय असणाऱ्या नेत्यावर किंवा नट-नटीवर टीका केलेली कोणाला सहन होत नाही. अशाप्रकारे आपण जीवनाचा केवळ एकच पैलू स्वीकारायला तयार असतो. चांगल्या गोष्टी स्वीकारतो, वाईट गोष्टींचा अस्वीकार करून त्यांच्यापासून दूर पळतो. स्वीकार-अस्वीकार, सुख-दुःखाच्या खेळात आपण दोलायमान होत असतो. हा संघर्ष माणसाच्या जीवनात अखेरपर्यंत चालू असतो.

दुःखामुळे सुखाची किंमत असते, शत्रूमुळे मित्राचे मोल आहे ही वस्तुस्थिती आहे. दुःखाला हटवले तर सुखही गायब होईल. मृत्यूची हकालपट्टी केली तर जीवनही संपुष्टात येईल. बेइमान माणसामुळेच इमानदाराची कदर होते. यासाठी दोन्ही पैलूंचा स्वीकार करायला शिका म्हणजे दुसऱ्याला क्षमा करणे सुलभ होईल.

माफीची ताकद कशी वाढवावी

याविषयी अधिक तपशील 'प्रेमाची शक्ती, द्वेषातून मुक्ती' या पुस्तकात वाचायला मिळू शकेल. एकान्तात १० ते २० मिनिटे आरामखुर्चीवर बसून किंवा पडूनही हा प्रयोग करता येईल.

बालवयात योग्य काय, अयोग्य काय, याची पारख करता न आल्याने

कितीतरी वेळा माणूस आपल्या मातापित्याकडेही द्वेष-मत्सराच्या दृष्टीने बघत असतो. बालपणाच्या आठवणी त्याला प्रौढवयातही त्रासदायक ठरतात. त्यासाठी या प्रयोगात सर्वप्रथम आपल्या मातापित्यांना डोळ्यांसमोर आणा. त्यांनी बालपणी तुम्हाला कधी दटावले असेल किंवा मारले असेल, कधी आपल्या भावा-बहिणीबद्दल अधिक प्रेम दाखवले असेल, कधी आपल्याला कुठे जाण्यास, कोणाला भेटण्यास मज्जाव केला असेल, कधी आपल्या मित्राला दोन शब्द सुनावले असतील. त्यामुळे आपणास आत्तापर्यंत आपल्या मातापित्याबद्दल नाराजीची भावना मनोमन जाणवत असेल, तर त्या घटनांना एकेक करून पृथक्पणे नजरेसमोर आणा. त्या वेळी त्यांनी भीती किंवा अज्ञानापोटी जे केले, ते योग्यच केले, असे समजा आणि त्यांना माफ करा.

माणूस जे काही करतो, ते त्या वेळच्या त्याच्या आकलनाच्या आणि ज्ञानानुसार करतो. यासाठी त्या वेळी जे काही घडलं ते त्याच्या समजेनुसार किंवा आकलन पातळीद्वारे घडले. पण आता तशी परिस्थिती नाही असे निश्चितपणे समजा. आजच्या समजशक्तीनुसार तुम्ही त्यांना माफ करा. कारण आज आपली समज वेगळी आहे. आज असलेल्या समजेने पाहिल्यास ती घटना तेव्हा जेवढी गैर वाटली होती, तेवढी आज वाटणार नाही. मनातल्या मनात आपल्या मातापित्यांना सांगा, *'मी आपल्यावर प्रेम करतो, मी आपल्याला माफ करतो, आपणही मला माफ करा.'*

कधी आपल्या भावाने किंवा बहिणीने आपली चुगली केल्याने आपल्याला मार बसला असेल, कधी त्यांच्या वापरलेल्या जुन्या वस्तू आपल्याला दिल्या असतील, कधी त्यांनी तुम्हाला मारले असेल किंवा तुमचा अपमान केला असेल, तर त्या घटनांना एक-एक करून समोर आणा. आपल्या भावा-बहिणीने त्या वेळी जे काही केले, ते त्या वेळच्या समजेनुसार केलं; कारण ते आपले हितचिंतकच आहेत.

माणूस ज्या गोष्टी करतो, त्या सर्व त्या वेळी असलेल्या परिस्थितीनुसार (भीती, अज्ञान, बेहोशी) होत असतात. वरील समजेनुसार भाऊ-बहिणीद्वारा घडलेल्या चुकांकडे पाहाल, तर क्षमेची क्षमता वाढेल. आता त्या सर्व जुन्या घटनांबद्दल आपल्या भावा-बहिणींना माफ करा. मनातल्या-मनात भावाला आणि बहिणीला सांगा, *'माझे तुमच्यावर प्रेम आहे. मी तुम्हाला माफ करतो.*

आपणही मला माफ करा. यातच सर्वांचं भलं आहे. आता मी द्वेषभावनेच्या बंधनातून मुक्त झालोय आणि आपल्यालाही त्यातून मुक्त करीत आहे.'

अशाप्रकारे आपण क्षमारूपी गंगाजलाद्वारे द्वेषाच्या पाशातून मुक्त व्हाल. तेही आपल्या द्वेषभावातून मुक्त होतील. असा प्रयोग केल्याने इतर लोक द्वेषभावातून मुक्त होवोत अथवा न होवोत, आपण मात्र निश्चितच मुक्त व्हाल.

या तंत्राद्वारे आपण आपल्या प्रत्येक नातेवाइकाला क्षमा करा. मग ते नाते आजी-आजोबा, काका-काकी, मामा-मामी, मावसा-मावशी, मित्र, डॉक्टर, शिक्षक, शेजारी, पोलीस यांच्याशी असलं तरी.

हा प्रयोग केल्यावर स्वतःलाच प्रश्न विचारा, 'आपण स्वतःला आणि इतरांना माफ करू शकलो का?' दुसऱ्यांना माफ करणे ही जबाबदारी दुसऱ्यांवर नाही तर तुमच्या स्वतःवरच आहे. इतरांना तसेच स्वतःलाही क्षमा करा.

उसाच्या चरख्यात ऊस टाकल्यावर त्याची गोडी प्रथम त्या चरख्यालाच चाखायला मिळते ना? मग इतर लोक त्याची चव घेतात. त्याचप्रमाणे उसाच्या चरख्यात खडे टाकले, तर प्रथम नुकसान त्या चरख्याचेच होईल आणि नंतर इतरांचे.

आपण जेव्हा कोणा व्यक्तीबद्दल द्वेषभावनेला मनात थारा देतो, तेव्हा प्रथम नुकसान आपले होते. कारण आपण आपल्या शरीररूपी चरकात द्वेष-मत्सराचे खडे टाकत असतो. आपण इतर व्यक्तीची चूक विसरू शकत नाही, तिला माफ करीत नाही, तेव्हा आपण स्वतःच आतल्या आत कुढत राहतो, तडफडत राहतो. त्यासाठी स्वतःला आणि इतरांना माफ करून स्वतःवरच उपकार करा.

ज्या लोकांना आपण माफ करू इच्छिता, त्यांच्या नावाची एक यादी करा. या यादीत हवं तर स्वतःचं नाव सर्वांत वर लिहा. आपण जर सर्वांना एकत्रितपणे माफ करू शकत नसाल, तर रोज एक-एक करून आधी सांगितलेल्या तंत्रानुसार सर्वांना माफ करा.

विश्वातील प्रत्येक मोठी सफलता आप्तस्वकीय आणि सहकारी यांच्या सहकार्यानेच प्राप्त होऊ शकते.

अध्याय २४

नातेसंबंध आणि विचारांचे नाते

जीवनाचा नियम आणि नातेसंबंधांचा विकास

एका राजाला त्याच्या राजवाड्याच्या खिडकीतून रोज सकाळी एक लाकूडतोड्या कामाला जाताना दिसत असे. उन्हाळा असो वा हिवाळा, लाकूडतोड्या सकाळी-सकाळी जंगलाकडे ठरल्यावेळी जात असे. त्याला बघून राजाला त्याच्या अवस्थेचं दुःख वाटे, त्याची दयाही येई. पण हाच लाकूडतोड्या जेव्हा संध्याकाळी लाकडाची मोळी डोक्यावर ठेवून परत येताना दिसे, तेव्हा राजाच्या मनात त्याच्याबद्दल नकारात्मक आणि वाईट विचार येत. त्यामुळे राजाला आश्चर्य वाटायचं. एकाच व्यक्तीबद्दल अशा दोन टोकाच्या भावना का? दोन टोकाचे विचार का? असं का व्हावं? शेवटी राजाने आपल्या एका बुद्धिमान मंत्र्याला बोलावून हा प्रकार सांगितला आणि त्याचं कारण शोधायला सांगितलं. मंत्री म्हणाला, 'महाराज, मला दोन दिवसांचा अवधी द्या. या प्रकरणाचा छडा मी लावतो.'

या पुढची गोष्ट वाचण्याआधी थोडं थांबून त्याद्वारे काय सूचित करायचंय, यावर थोडा विचार करा.

एकाच व्यक्तीबद्दल राजाच्या मनात वेगवेगळे विचार का येत असावेत? हेच रहस्य आपल्याला येथे जाणून घ्यायचं आहे.

ही गोष्ट आपण व्यवस्थितपणे समजून घेतली आणि प्रत्यक्षात उतरवली, तर

आपल्याला हे पुस्तक दुसऱ्यांदा वाचण्याची आवश्यकता पडणार नाही.

त्यानंतर मंत्री त्या लाकूडतोड्याच्या घरी गेला. त्याची चौकशी केली. त्याचा निर्वाह ठीक चालला होता. ओढाताण होत होती पण तो आला दिवस निभावून नेत होता. इथपर्यंत मंत्र्याला काही वेगळं वाटलं नाही, सगळं नेहमीसारखंच वाटलं. परंतु त्या लाकूडतोड्याच्या घरात एक बंद खोली दिसली. तिच्याबद्दल विचारलं तर तो म्हणाला, 'मी चंदनाची लाकडं गोळा करून त्या खोलीत साठवतोय.' मंत्र्याने विचारलं, 'तू कशासाठी ही लाकडं साठवत आहेस?' खरंतर या प्रश्नाचं उत्तर तो टाळू पाहात होता. परंतु मंत्री फारच मागे लागल्याने त्याने उत्तर दिलं, 'ही लाकडं मी राजेसाहेबांच्या अंतिम संस्कारासाठी साठवतोय. त्या वेळी या लाकडांची अतिशय गरज भासेल. तेव्हा यांना चांगला भाव मिळेल.'

हा खुलासा ऐकताच मंत्र्याला सर्व उलगडा झाला. राजाच्या मनात लाकूडतोड्याबद्दल सकाळी सहानुभूतीची, करुणेची वा दुःखाची भावना आणि संध्याकाळी नकारात्मक विचार का येतात याची संगती लागली.

मंत्री लाकूडतोड्याला म्हणाला, 'तुला या लाकडापासून आजही भरपूर मोबदला मिळू शकेल. राजाला एक चंदनाचा महाल बांधायचा आहे. त्यासाठी मोठ्या प्रमाणावर चंदन लागणार आहे. उद्या ही साठवलेली चंदनाची लाकडं घेऊन ये. तू सांगशील तेवढी किंमत तुला मिळेल. त्यासाठी राजाच्या मृत्यूची वाट बघत बसायला नको. एवढंच काय पण राजाच्या मृत्यूनंतरच या चंदनाला चांगली किंमत येईल असा विचारही मनात आणू नकोस.'

मंत्र्याचं बोलणं ऐकून लाकूडतोड्याचे डोळे आनंदाने चमकू लागले. मंत्री म्हणाला, 'तुझी तयारी असेल, तर मी राजाला ही लाकडं घेण्याबद्दल सुचवतो.' त्याने होकार दिला.

दुसऱ्या दिवशी संध्याकाळी राजाने जेव्हा खिडकीतून बघितलं, तेव्हा लाकूडतोड्याबद्दल त्याच्या मनात कुठलेही नकारात्मक विचार आले नाहीत. राजाला फार आश्चर्य वाटलं, 'लाकूडतोड्याबद्दलचे नकारात्मक प्रतिकूल विचार असे अचानक मनातून कसे नाहीसे झाले?' असा त्याला प्रश्न पडला. राजाला वाटले, 'मंत्र्याने नक्कीच काहीतरी केले असणार, अन्यथा असा चमत्कार झाला नसता.'

आपल्याला या गोष्टीवरून काय बोध होतो? लोकांबद्दलच्या आपल्या मनातील

विचारांचा, भावनांचा रोख एका दिवसात बदलू शकतो? माणसाचे विचार आणि नाते यांच्यात काही संबंध असतो?... उत्तर अगदी सरळ आहे.

विचारांचं विज्ञान ही बाब सहज सिद्ध करू शकते. विचारांचं विज्ञान समजून घेणे ही आपल्या सर्वांच्या दृष्टीने महत्त्वपूर्ण बाब आहे. कारण विज्ञान हे अखंडपणे कार्यरत असते. या विज्ञानाच्या आकलनाने आपल्या जीवनात आमूलाग्र बदल होऊ शकतो. आपल्याला आपल्या नातेसंबंधात प्रेम, घृणा, भीती, तुलना वगैरे का जाणवतात, याचं उत्तर विचारांचं शास्त्र आपल्याला देऊ शकतं.

माणूस आणि विचारांचं नातं

माणूस आणि विचार यांचं नातं चार पायांवर काम करतं.

पहिल्या पायरीवर आपण विचाराचे रहस्य जाणून घेणार आहोत.

दुसऱ्या पायरीवर आपल्याला विचारांची देखभाल कशी करायची, हे जाणून घ्यायचंय.

तिसऱ्या पायरीवर आपल्या स्वतःच्या विचारांबद्दल सचेत व्हायचं आहे आणि चौथ्या पायरीवर जीवनाचे महत्त्वपूर्ण निर्णय जाणून घ्यायचे आहेत.

पहिली पायरी – विचारांचं रहस्य

विचारांच्या विज्ञानाचं एक महत्त्वपूर्ण सूत्र आहे.

आपल्या मनातील विचारांचं या विश्वात अविरतपणे संप्रेषण (ट्रान्समिशन) होत असतं आणि ज्या व्यक्तीबद्दल विचार केला जातो, ती व्यक्तीही त्या विचारांच्या तरंगांची नोंद करीत असते. आपण कुठलंही काम करण्यात व्यस्त असलो, तरी विचारांचे संप्रेषण आणि विचारतरंग नोंदवण्याचे काम चालूच असतं. काम करताना माणसाच्या डोक्यात अनेक विचार चालू असतात.

विचारांचं रहस्य समजून घेण्यासाठी काही उदाहरणं बघू या.

१) मुलांशी खेळीमेळीने वागणाऱ्या, त्यांच्याविषयी जिव्हाळा वाटणाऱ्या व्यक्तींकडे मुले लवकर आकर्षित होतात असे आपण नेहमी पाहतो. असे का होते? मुलांवर प्रेम करणाऱ्या व्यक्तीला, 'मुलांनो, माझ्याकडे या. मी तुमच्यावर प्रेम करतो,' असे सांगण्याची गरज पडत नाही. मुले स्वाभाविक रीत्याच त्या व्यक्तीकडे आकृष्ट होतात. कारण त्यांचे अर्धजागृत मन प्रेम करणाऱ्या व्यक्तीद्वारा प्रसारित

केले गेलेले संकेत (तरंग) प्राप्त करत राहतं. मुलांमध्ये अजिबात रस न घेणाऱ्या, मुलं न आवडणाऱ्या आणि मुलांची आवड असणाऱ्या व्यक्तींची तुलना केली, तर मुलं न आवडणाऱ्या व्यक्तींच्या जवळपासही मुलं फिरकत नाहीत असे आढळून येईल.

२) बस किंवा ट्रेनमधून प्रवास करताना समोर बसलेल्या एखाद्या व्यक्तीबद्दल आपल्या मनात एकदम तिटकाऱ्याची, घृणेची वा नापसंतीची भावना निर्माण होते. अशा प्रकारची भावना मनात विचारांचं संप्रेषण झाल्यामुळेच उद्भवते.

३) प्राणी देखील वैचारिक संकेतांबद्दल संवेदनशील असल्याचं आढळून येतं. कुत्र्यांवर प्रेम करणारा माणूस कुठेही गेला, तरी त्याच्या अवती भोवती कुत्री घोटाळताना दिसतात.

४) काही लोक वरकरणी हसतमुख, प्रेमळ आणि अगत्यशील वाटतात; पण तरीही त्यांच्याबद्दल मनात आपुलकीची भावना वाटत नाही. उलट त्यांच्या मनात शुद्ध हेतू नाही, त्यांचे आपल्याशी जमणार नाही असे संकेत आपणास आतून मिळत राहतात. याचाच अर्थ केवळ बाह्य वर्तनावरून आपण नात्यात सुधारणा घडवून आणू शकत नाही. प्रेम, करुणा आणि आनंदी विचारांद्वारेच आपण नातेसंबंधात नवे अगत्य आणू शकतो.

या उदाहरणांवरून *'आपले विचारच नात्यांच्या सफलतेसाठी किंवा विफलतेसाठी जबाबदार असतात,'* हे रहस्य आपल्या लक्षात आले असेल. आपला जनसंपर्क व्यापक असेल, तर तो आपल्या विचारांमुळे आहे. लोक आपल्यापासून दूर दूर जात असतील, तर त्यालाही आपले विचारच कारणीभूत असतात.

विचारांचे हे रहस्य जाणून त्यावर काम करणं म्हणजे नातेसंबंध सुधारण्यासाठी एक महत्त्वपूर्ण पाऊल टाकणं होय. म्हणून आपल्या विचारांमध्ये समोरच्या व्यक्तीबद्दल प्रेमभाव जागवा. त्याला बघून मनात म्हणा, *'मला तू आवडतोस कारण...'* येथे अनेक कारणं मनात येऊ शकतील. उदाहरणार्थ,

मला तू आवडतोस कारण तू चांगला आहेस. प्रत्येक वस्तू तू पद्धतशीरपणे, हळुवारपणे हाताळतोस.

मला तू आवडतोस कारण... सर्वांशी गोडीगुलाबीने, प्रेमाने वागतोस.

मला तू आवडतोस कारण... आपले आरोग्य उत्तम राखले आहेस.

मला तू आवडतोस कारण... तुला शिकणे आणि शिकवणे यांत रुची आहे.

मला तू आवडतोस कारण... नेहमी वेळ पाळतोस.

मला तू आवडतोस कारण... फार छान बोलतोस.

मला तू आवडतोस कारण... तू अतिशय नम्रतेने बोलतोस.

मला तू आवडतोस कारण... तू नीटनेटका राहण्याबाबत दक्ष असतोस.

मला तू आवडतोस कारण... कुठलंही काम करायला सज्ज असतोस.

मला तू आवडतोस कारण... वळणदार अक्षरात पत्र लिहितोस.

मला तू आवडतोस कारण... फोनवरही फार नम्रतेने बोलतोस.

मला तू आवडतोस कारण... मुलांना नेहमी मदत करतोस.

मला तू आवडतोस कारण... माझा वाढदिवस लक्षात ठेवून नेहमी शुभेच्छा देतोस.

वर काही उत्तरं केवळ नमुना म्हणून दिली आहेत. आपण समोरच्या व्यक्तीमधील गुण हेरून त्याच्याबद्दल आदर, प्रेम, स्वीकारभाव कसा बाळगावा, या दृष्टीने ती उपयुक्त ठरतील.

आपल्या विचारांमध्ये बदल घडवून आणण्याची पद्धत किंवा विधी आत्मसात करून विचारांच्या विज्ञानाचा लाभ घ्या. विचारांचं हे रहस्य आपल्या मानण्यावर अवलंबून नसून ते अविरतपणे काम करीत असतं. हे रहस्य जाणून सतत काम करीत राहणे ही जबाबदारी आपल्यावर आहे. ज्या नात्यात असुरक्षितता, अपराधभाव किंवा फसवाफसवी यांसारखी कोणतीही नकारात्मक भावना काम करीत असेल, तर ती आपल्या विचारांच्या प्रभावामुळेच आहे हे लक्षात घ्या.

ही गोष्ट समजून घेतल्यावर आपण विचारांवर लक्ष ठेवण्याच्या दुसऱ्या पायरीकडे जाऊ या.

दुसरी पायरी – विचारांची जपणूक

दुसऱ्या पायरीवर आपल्याला विचारांना आपल्या कारखान्यापर्यंत घेऊन जायचं आहे. प्रत्येक व्यक्ती आपल्या डोक्यात एक कारखाना चालवत असते. त्यात विचारांचे

उत्पादन होते. आपल्या मस्तकातील त्या फॅक्टरीत डोकावून बघा, की तेथे कोणत्या विचारांचं उत्पादन चालू आहे. आपण जे उत्पादन करतो त्याचीच विक्री करणार ना? आपण आशयघन, तर्कसंगत, विधायक, निश्चित दिशेने उद्दिष्टाकडे जात, सर्वांसाठी प्रेमाने ओथंबलेले आणि आनंदी शुभ विचार (हॅपी थॉट्स) निर्माण करतोय की सूडभावनेने दुसऱ्याचे अकल्याण करण्याचे कुविचार उत्पन्न करीत आहोत? क्षुद्र पातळीवरचे विचार (उत्पादन) करून आपण गडगंज लाभाची प्राप्ती कशी करू शकणार?

आपण शुभकामना पसरवणारे, सकारात्मक आणि विधायक विचारांचे उत्पादन केले, तर आपल्याला नक्कीच फायदा होईल. परंतु आपण जर नीच वा वाईट हेतूने घृणास्पद विचार निर्माण करत असाल, तर तसंच फळ आपल्याला कित्येक पटीने परत मिळेल.

हे एका रूपकाद्वारे समजून घेऊ या.

एक मुलगा आपल्या आईवर रागावून एका पर्वतशिखरावर गेला. तेथे जाऊन त्याने मोठ्याने आईबद्दल अपशब्द उच्चारले. 'आई, मी तुझा तिरस्कार करतो.' त्या पर्वतशिखरावर प्रतिध्वनी (एको) ऐकू येतो हे त्या मुलाला ठाऊक नव्हते. जेव्हा 'मी तुझा तिरस्कार करतो...तिरस्कार करतो...तिरस्कार करतो...' असा प्रतिध्वनी पुन:पुन्हा त्याच्या कानावर आदळू लागला, तेव्हा तो खूप घाबरला. येथे कोणीतरी राक्षस असावा आणि तो मला मारून टाकील अशा भीतीने तो जोरजोराने धावत पर्वतशिखरावरून खाली आला आणि घरी गेला. तो आईला म्हणाला, 'आई, त्या पर्वत शिखरावर एक मोठ्ठा राक्षस आहे...तो सारखा मी तुझा तिरस्कार करतो...तिरस्कार करतो असे ओरडत होता, म्हणून मी धावत धावत आलो.' काय घडले असावे हे आईच्या लक्षात आले. ती शांतपणे मुलाला म्हणाली, 'बाळा, तू मला त्या पर्वत शिखरावर घेऊन चल. मी त्या राक्षसाची चांगली खोड मोडते.'

पर्वतशिखरावर गेल्यावर आई मुलाला म्हणाली, 'आता तू जोराने ओरडून सांग, *मी तुझ्यावर प्रेम करतो.*' मुलाने त्याप्रमाणे केले. *मी तुझ्यावर प्रेम करतो... प्रेम करतो... प्रेम करतो...* असा प्रतिध्वनी त्या दोघांच्या कानावर आला. मुलगा ते ऐकून खूश झाला. राक्षस पळून गेला असावा असे वाटून त्याला आनंद झाला. तेव्हा आईने त्याला समजावून सांगितलं. *''बाळ, आपण निसर्गाला जे देतो, ते तो आपल्याला अनेक पटींनी परत देतो. तुला जर प्रेम हवं असेल, तर आधी प्रेम द्यायला शिक. राक्षस आपल्या आतच राहतो. त्याला मारण्यासाठी आपण आपल्या भावना बदलायला हव्यात बस्स... भावना बदलण्यासाठी आपण आपले विचार बदलायला हवेत; आणि विचार बदलण्यासाठी*

आपले शब्द. निसर्गाकडून काहीही मागायचे असेल, तर हाच योग्य आणि प्रभावशाली मार्ग आहे.''

विचारांचे विज्ञान बऱ्याच प्रमाणात आपणास समजले असेल, आता आपण त्या लाकूडतोड्याला बघून पेचात पडलेल्या राजाच्या बाबतीत पुढे काय घडले ते पाहू या.

दररोज सकाळी लाकूडतोड्या राजवाड्याजवळून जाताना राजाविषयी त्याच्या मनात कुठलीही दुर्भावना नसे. त्या वेळी लाकूडतोड्या स्वतःला असहाय्य समजून आपल्या उपजीविकेसाठी द्रव्यार्जन करण्याच्या विचाराने जंगलात जात असे. त्या वेळी तो आपली तुलना राजासारख्या महान व्यक्तीशी करत नसे. ''राजा तर राजा आहे. शिवाय मोठी असामी. तो आपल्या महालात आरामात बसणार. पण मी तर एक सामान्य गरीब लाकूडतोड्या. मला घरी बसून कसे चालेल? सकाळी थंडीचा कडाका का असेना, मला कामासाठी बाहेर पडावंच लागतं. पोट भरण्यासाठी रानात जाऊन झाडं तोडण्यावाचून मला गत्यंतरच नाही.'' राजा रोज सकाळी त्या गरीब लाकूडतोड्याला जंगलाकडे जाताना बघत असे. तेव्हा त्याचे अर्धचेतन मन लाकूडतोड्याच्या विचारांचे तरंग पकडत असे. त्याच्या उत्तरादाखल राजा लाकूडतोड्याच्या संदर्भात शुभ, विधायक विचार निर्माण करीत असे.

रोज संध्याकाळी मात्र विचारांनी काय घडत होतं हे आता लक्षात घेऊ. संध्याकाळी लाकूडतोड्या चंदनाच्या लाकडाच्या मोळीचे ओझे घेऊन घरी परतत असे. राजवाड्यावरून जाताना त्याच्या मनात वेगळ्याच प्रकारचे विचार असत. हे विचार काय असू शकतील याची कल्पना आपण करू शकता का? आपण आजवर साठवलेल्या चंदनाच्या लाकडाचा वापर राजाच्या मृत्यूनंतर अंत्यसंस्कारासाठी होईल व त्याला चांगली किंमत मिळून भरपूर कमाई होऊ शकेल असे त्याला वाटे. त्यामुळे आपली गरिबी दूर होईल आणि कुटुंबातील प्रत्येकासाठी आपल्याला काही ना काही करता येईल असे विचार त्याच्या मनात येत.

राजाबरोबर लाकूडतोड्याचे प्रत्यक्ष कधीही संभाषण होत नव्हते परंतु त्याच्या अंतर्मनावर (Subconcious Level) मात्र लाकूडतोड्याच्या विचारांचे प्रक्षेपण होत होतं. या विचारांच्या बदल्यात राजाच्या मनामध्येही त्याच्याबद्दल दुर्भावना आणि घृणा विकसित होत होती.

आता मंत्री लाकूडतोड्याच्या घरी गेला. त्याच्या विचारांमध्ये परिवर्तन घडवून आणण्यासाठी त्याला सांगितलं, 'राजाच्या मृत्यूनंतरच चंदनाला चांगली किंमत मिळेल

असा विचार का करतोस? राजा चंदनाचा महाल बांधणारच आहे. त्यासाठी त्याला चंदन हवं आहे. तुझ्याकडे असलेल्या चंदनाच्या लाकडांना तुला या निमित्ताने भरपूर किंमत मिळेल.'

दुसऱ्या दिवशी संध्याकाळी घराकडे परतत असताना लाकूडतोड्याच्या मनात राजाच्या संदर्भात कुठलीही दुर्भावना नव्हती. उलट राजा बांधत असणाऱ्या विशाल भव्य महालाचेच विचार होते. 'राजा खूप श्रीमंत आहे. या महालासाठी तो भरपूर किंमत देऊन आपली लाकडं घेईल.' आणि आश्चर्य म्हणजे दुसरीकडे राजाच्या मनात लाकूडतोड्याबद्दलची दुर्भावना आणि घृणेचे विचार त्वरित गायब झाले.

विचारांचे विज्ञान कशाप्रकारे काम करते, याचा उलगडा या गोष्टीवरून होऊ शकेल.

आपण स्वतःच्या नातेसंबंधांबाबत जो विचार करतो, त्याचा परिणाम आपल्या आसपासच्या लोकांवर होत असतो आणि आपले नातलग आपल्याबद्दल जो विचार करतात त्याचाही परिणाम आपल्यावर होत असतो. विचारांचे हे विज्ञान जाणून घेणं आणि त्यावर काम करणं ही नातेसंबंध अधिक उत्तम बनवण्यासाठी मिळणारी संधी असते. तिचा भरपूर फायदा उठवायला हवा.

तिसरी पायरी – विचारांमध्ये सावधानतेचं महत्त्व

माणसाचे मन व मेंदू कधी निष्क्रिय राहात नाही हा निसर्गाचा नियम आहे. मन सतत काही ना काही विचार करतच असल्याने व्यस्त असतं. दिवस असो वा रात्र, प्रसन्न असो वा नाराज, आनंदी असो वा दुःखी, माणसाचं मन सारखं विचार करतच असतं. आपल्या बुद्धीरूपी कारखान्याला ज्या प्रकारचा कच्चा माल मिळतो, त्यानुसार तेथे उत्पादन होतं. म्हणजे आपण जागरूक असाल, चेतनेचा स्तर उच्च असेल आणि आपल्याला उत्तम वस्तू मिळावी अशी आकांक्षा असेल, तर सद्विचारांचे उत्पादन कराल! तेव्हा निःसंशय तसेच सद्विचार कित्येक पटींनी आपल्याला मिळू शकतील.

समोरची व्यक्ती जर माझ्याविषयी नकारात्मक, माझं अकल्याण व्हावं असा विचार मनात बाळगते, तर तिच्याबद्दल कल्याणाचे विचार का ठेवावेत असा प्रश्न एखाद्या नातलगाबद्दल आपल्याला पडतो. अशावेळी समोरच्या व्यक्तीचे विचार कसेही असले, तरी आपण आपले विचार शुभ व सकारात्मकच ठेवायला हवेत. कारण आपल्या विचारांसोबत चौथ्या पायरीवर दिलेला जीवनाचा हा नियम सतत कार्यप्रवण असतो.

शिवाय तो आपल्या विचारांचं फळ आपल्यापर्यंत पोहोचवत असतो.'

शेवटच्या पायरीवर हा जीवनविषयक नियम समजून घेऊ या.

चौथी पायरी – जीवनाचा नियम

विचारांच्या विज्ञानाच्या अखेरच्या पायरीवर जीवनाचा हा नियम समजून घेतल्याशिवाय हे विज्ञान अपूर्ण राहील. हा निसर्गाचा नियम असून त्याला आपण धुडकावून लावू शकत नाही; त्याच्याकडे कानाडोळा करू शकत नाही.

"जे बीज आपण पेरतो, ते हजारो पटींनी वाढवून निसर्ग आपल्याला परत करतो."
हा जीवनाचा अलिखित नियम आहे, परिपाठ आहे. निसर्गाचा स्वभाव आहे.

जमिनीत पेरलेल्या एका बीजात हजारो बीज निर्माण करण्याची क्षमता असते. त्याचप्रमाणे निसर्ग देखील माणसाने पसरवलेल्या विचाररूपी बीजावर काम करीत असतो. बी पेरल्याशिवाय आपणास अपेक्षित पीक प्राप्त होणार कसे? जेव्हा आपण स्वखुशीने इच्छित वस्तूचे बीज पेराल, तेव्हाच निसर्ग आपल्याला त्या बीजापासून अनेक पटीत फळ देऊ शकेल. आपल्याला जर शुभेच्छा हव्या असतील, तर दुसऱ्यांना मानसन्मान द्या. प्रकृतीचा, निसर्गाचा हा जो नियम आहे, तो निरंतर काम करीत असतो. आपण जर दुर्भावना, घृणा, दुर्व्यवहार आणि दोषारोप यांचेच बीज पेरत राहिला, तर मग कुठले पीक मिळेल? यासाठी चांगले पीक मिळावे म्हणून आपल्या विचारांविषयी सजग राहा आणि आपल्या विचार करण्याच्या प्रवृत्तीकडे लक्ष द्या. आपली विचार करण्याची पद्धत शुभ, सकारात्मक परिणाम देणारी नसेल, तर लगेच ते बदला. नकारात्मक विचार बदलून सकारात्मक विचार, आपले कल्याण करणारे विचार मनात आणा. विचार बदलण्यासाठी आपली विधानं समजून उमजून सकारात्मक करा. मनातल्या मनाला-स्वतःला सांगत राहा, '*मला लोकांबद्दल प्रेम आहे. माझे लोकांवर प्रेम आहे, मी सर्वांबरोबर नम्रपणे बोलतो...हे सोपं आहे...माझ्या या व्यवहारावर सगळे खूश आहेत. सगळ्यांना मी आवडतो...मला कोणावर दोषारोप करायची गरज पडत नाही...कोणालाही फैलावर घेण्याचं नाटक वेळेत काम पूर्ण करण्यासाठी मला करावं लागत नाही... प्रत्येक माणसात काही न काही गुण असतात...लोकांमध्ये असलेले गुण हेरण्याचे कसब माझ्यात आहे...लोकांच्या चांगल्या गुणांची आणि कौशल्याची प्रशंसा केली, तर ती पूर्ण क्षमतेने सहकार्य करतात...यासाठी मी नेहमी लोकांचे गुण बघतो आणि त्या गुणांचा गौरव करतो...सर्व लोक चांगले आणि प्रामाणिक आहेत... माझे लोकांवर प्रेम आहे... माझे लोकांवर प्रेम आहे...*"

वर दिलेल्या पद्धतीने आपण आपली वाक्यं बदलून वेगळे विचार मांडू शकता, विचार बदलू शकता. आपले विचार बदलणं ज्यांना अवघड वा अशक्य वाटतं, त्यांच्यासाठी अशा वाक्यरचना बदलाचा प्रकार परिणामकारक ठरू शकतो.

वादळ का येतं, याचा आपण कधी विचार केलाय का? हवामानतज्ज्ञांच्या मते जेथे हवेची पोकळी, शून्यता वा रिक्तता निर्माण होते, तेथे हवेचा दाब कमी होऊ लागतो व हवेचा दाब कमी झाल्याने वादळ येते. निसर्ग कधीही पोकळी सहन करीत नाही. रिकामी झालेली जागा भरण्यासाठी निसर्ग तेथे कितीतरी पटीने जास्त हवा पाठवून ती पोकळी भरून काढतो. प्रचंड वेगाने येणाऱ्या हवेला आपण आपल्या भाषेत वादळ म्हणतो. आपणास जर शुभेच्छांचे वादळ हवे असेल, तर कृपया जीवनाचा हा नियम जाणून सकारात्मक विचारांबाबत संकोच किंवा कंजूसपणा ठेवू नका. शुभेच्छा, प्रेम, आनंद, धनदौलत वगैरे सकारात्मक तरंग इतरांना देऊन आपल्या सभोवताली रिक्तता निर्माण करा आणि मग बघा, त्यायोगे इच्छित सकारात्मक तरंगांचं वादळ प्रत्येक दिशेकडून आपल्याकडे यायला सुरुवात होईल.

वर सांगितलेला नियम आपल्या आकलनापलीकडचा आहे असे समजत असाल आणि या नियमावर विश्वास ठेवण्यास स्वतःला पात्र समजत नसाल, तर? अशा परिस्थितीत प्रयोग म्हणून काही काळ या नियमाचा अभ्यास करा. विशुद्ध भावनेने एकदोन महिने या नियमाचा उपयोग करत राहिल्यावर त्याचे फायदे जाणवू लागतील. जीवनाचा नियम स्वयंसिद्ध आहे, आपल्याच आंतरिक बळाने चालणारा आहे हे लक्षात येईल.

हा नियम आचरणात आणून आपण आपल्या नातेसंबंधाना अधिक खुलवू शकतो, मधुर बनवू शकतो.

दुसऱ्यांमध्ये नेहमी गुण बघा कारण ज्या गुणाकडे आपण ध्यान देतो,
तो गुण आपल्यात येऊ लागतो.

अध्याय २५

लोकांशी असणारी नाती अर्थपूर्ण व्हावीत

दृष्टी, देहबोली, प्रार्थना जशी असेल, तसं हे जग दिसेल

नात्यांमध्ये नवा अर्थ गवसण्यासाठी, लोकांशी घनिष्ठ नाती निर्माण व्हावीत म्हणून एक छोटासा सल्ला आपण लक्षात घ्यायचा आहे. तो म्हणजे, *'आपण केवळ आपला दृष्टिकोन बदलायचा आहे, त्यानंतरच जगाचं अनोखं सौंदर्य नजरेत भरेल.'* आपली दृष्टी बदलताच आपण नात्यांना नवा अर्थ देऊ शकाल. आयुष्यभर इतरांना बदलण्याचा प्रयत्न करण्यापेक्षा स्वतःच्या दृष्टिकोनाकडे बघा, तो पारखा आणि वाटलंच तर त्यात बदलही करा.

प्रत्यक्षात आपण ज्या रंगाचा चष्मा घालतो, त्याच रंगाचं जग आपल्याला दिसतं. पिवळ्या रंगाच्या चष्म्यातून एखाद्या माणसाकडे बघितल्यास तो पिवळाच दिसेल, दुबळा वाटेल. त्याला डॉक्टरांकडे घेऊन जायला हवं असंही आपल्याला वाटेल. पण डॉक्टरांकडे जाण्याची आवश्यकता कोणाला आहे? कोणाला आपला चष्मा बदलायचा आहे? हे एव्हाना आपल्या लक्षात आलं असेल!

अनेकदा आपण दुसऱ्यांना बदलवण्यात वेळ घालवतो. प्रत्यक्षात स्वतःमध्ये बदल घडवून आणण्यासाठी आपण वेळ वाचवायला हवा. इतरांच्या चुका शोधण्यात आपण वेळ घालवतो खरा पण त्याच वेळेत आपल्याला आत्मविकास साधण्याची गरज आहे. आपण जर आपला चष्मा *(दृष्टी)* बदलला, तर जगातील सर्व वस्तू एकदम बदलून जातील, वेगळा रंग दाखवतील.

आपल्या नातलगांकडे बघण्यासाठी आपल्या मनश्चक्षूंवर कोणतं भिंग लावायचं, हे आता आपण ठरवायला हवं. आपण जर पारदर्शक स्वच्छ चष्मा लावला, तर आपल्याला 'हे जग जसं आहे तसं', म्हणजे केवळ सत्यच दिसू लागेल.

नात्यांचे चष्मेच भिन्न

आपल्या जीवनात नित्य वेगवेगळ्या प्रकारचे लोक येत असतात. जीवनात येणारा प्रत्येक माणूस आपल्या मनात वेगवेगळ्या भावना निर्माण करतो. त्या भावनांच्या आधारे आपण त्याच्याशी कसं वागायचं, हे निश्चित करतो. एखादा माणूस आपल्याला आजवर किती वेळा भेटला आणि त्याला भेटल्यावर काय काय घडलं, यावर त्याच्याशी होणारा आपला व्यवहार अवलंबून असतो. त्याच्या भेटीनंतर सकारात्मक घटना घडल्या असतील, तर त्याच्याशी आपला व्यवहार सकारात्मक होतो. तसेच अशा घटनांचा संदर्भ लक्षात घेऊन आपण मनात त्याची एक प्रतिमा बनवतो.

कोणत्याही माणसाशी सर्व जण एकसारखा व्यवहार करताना कधीच आपल्याला आढळलं नसेल. स्वतःचंच उदाहरण घ्या ना, आपण सर्वांशी एकसारखा व्यवहार केला आहे का? किंवा सर्व जण आपल्याशी एकसारखा व्यवहार करतात का, हे स्पष्ट होतं. प्रत्येक माणूस इतरांशी वेगवेगळ्या प्रकारे वागत असतो. एखादा माणूस आपल्याशी नम्रतेने वागतो तर आपल्या समोरच दुसऱ्या माणसाशी उद्धटपणे, अरेरावीने बोलताना दिसतो. आपण ज्याला 'सज्जन' समजतो त्याच्या बाबतीत लोक अनुदाराने बोलतात असंही आपण अनुभवतो.

एखाद्या कार्यालयात तेथील वरिष्ठ अधिकाऱ्याविषयी काही कर्मचाऱ्यांच्या मनात चीड असते. 'तो जर आज आला नाही तर बरं होईल, कमीत कमी आजचा दिवस तरी आनंदात जाईल,' असं म्हणण्यापर्यंत काही कर्मचाऱ्यांची मजल जाते. परंतु त्याच अधिकाऱ्याच्या घरी कसं चित्र असतं? घरामध्ये त्याची कोणीतरी उत्सुकतेने वाट पाहात असतं. त्याचा छोटा मुलगा बाबांबरोबर बागेत जाण्यासाठी 'आज सुटी घ्या,' अशीही गळ घालताना दिसेल.

थोडक्यात प्रत्येकाला प्रत्येक माणूस वेगवेगळा वाटतो कारण त्याची सर्वांबाबतची भूमिका निरनिराळी असते. कारखान्यात व्यवस्थापक असणारा माणूस आपल्या घरी मात्र पती, पिता, भाऊ अशा अनेक भूमिका बजावत असतो आणि त्या त्या नात्यानुसार वर्तनात योग्य तो बदलही करत असतो. म्हणूनच काहीजणांसाठी त्रासदायक असणारा माणूस इतर काहींसाठी मात्र 'जीव की प्राण' असतो. कोणी त्याला तिरसटराव तर कोणी खेळकर, विनोदी म्हणतो. माणूस एकच, परंतु त्याच्याकडे आपण ज्या नजरेने

बघतो, तसा तो आपल्याला दिसतो. यासाठी आपला दृष्टिकोन महत्त्वपूर्ण ठरतो.

'आपण ज्या व्यक्तीबद्दल विचार करत असतो ती खरोखर तशी आहे का?', 'ती व्यक्ती सर्वांना तशीच दिसते की केवळ माझाच काही गैरसमज होतोय?' असं स्वतःलाच विचारून पाहा. या प्रश्नामुळे आपल्याला त्या व्यक्तीच्या विचित्र व्यवहारामुळे होणारा त्रास आणि वैताग दोन्हीही संपू शकतं. त्यानंतर आपण समोरच्या व्यक्तीकडे पूर्वग्रहदूषित नजरेने न बघता वास्तव दृष्टिकोनातून पाहू शकाल. आपल्या डोळ्यांवरचा काळा चष्मा (नकारात्मक भावना) बदलला, तर आपल्यासाठी सगळं जग या क्षणापासूनच बदलून जाईल.

प्रार्थनेने इतरांमध्ये परिवर्तन

आपल्या निकट राहणाऱ्या नातलगांसंदर्भात आपले विचार सकारात्मक असतील, तर त्यांच्यामुळे आपल्याला त्यांचं पाठबळ लाभेल आणि प्रेरणाही मिळेल. पण आपले विचार जर नकारात्मक असतील, तर आपलं पाठबळ हिरावून घेतलं जाईल. नकारात्मक विचार आपल्या उत्साहाचं शोषण करतात. नात्यांना नवा उजाळा देण्यासाठी या बाबतीत आपण सजग राहायला हवं, की आपल्या कार्यालयातील सहकर्मचारी, कुटुंबाचे सदस्य आणि दिवसभर आपण ज्यांच्या संपर्कात येतो त्यांच्या बाबतीत आपण नकारात्मक विचार तर बाळगत नाही ना? सकाळी उठताना स्वतःलाच सांगा, *'आज माझ्यामुळे काही लोक आनंदी होणार आहेत. मला आज जो कोणी भेटेल, त्याची चेतना वाढवण्यासाठी मी निमित्त बनेन.'*

जसे आपले विचार, तशी आपली देहबोली (बॉडी लँग्वेज). ती देहबोली समोरच्या व्यक्तीच्या अंतर्मनाला सहजपणे समजते. नकारात्मक देहबोली लोकांमध्ये तणाव, संकोच, मत्सर आणि तिरस्कार निर्माण करते. सकारात्मक देहबोली सगळ्या आप्तस्वकीयांमध्ये सहकार्याची भावना पसरवून सर्वांच्या अंतर्मनाला प्रभावित करते. आपले विचार जसे बदलतात, तशा आपल्या क्रियाही बदलतात. हे सर्व काही सूक्ष्म, तरल पातळीवर घडत असतं आणि ते आपल्या लक्षातही येत नाही. म्हणूनच देहबोली बदलायची असेल, तर आपल्या विचारांना दिशा द्या, लोकांसाठी प्रार्थना करा.

ज्यांच्यात परिवर्तन घडावं अशी आपण इच्छा करतो, त्या लोकांसाठी प्रार्थना करा. आपले बॉस, मित्र, शेजारी, नातेवाइकांना सर्वकाही मिळावं, त्यांच्या सर्व मनोकामना पूर्ण व्हाव्यात आणि त्यांना उत्तम आरोग्य लाभावं. ते दररोज शारीरिक आणि मानसिकदृष्ट्या शांत, स्वस्थ असावेत, त्यांचा आर्थिक विकास व्हावा यांसाठी प्रार्थना करा. त्याचप्रमाणे त्यांना दररोज आनंद मिळावा, त्यांना सर्व प्रकारची सुखं मिळावीत,

त्यांना जे जे हवंय ते सर्व प्राप्त व्हावं यासाठीही प्रार्थना करावी.

आपण आपल्या वरिष्ठ अधिकाऱ्यांसाठी प्रार्थना करण्यास आरंभ केल्यास त्याचा परिणाम लगेच आपल्या विचारांवर होईल. आपले विचार जेव्हा बदलतात, तेव्हा आपली वाणीही बदलते. एवढंच नव्हे तर देहबोलीही बदलू लागते.

ज्या व्यक्तीसाठी आपण सकाळ-संध्याकाळ प्रार्थना करत असतो, तिच्या बाबतीत आपली देहबोली नकारात्मक राहूच शकत नाही, ती सकारात्मकच बनते. आपल्या सकारात्मक गोष्टी समोरच्या व्यक्तीचं अंतर्मन ग्रहण करतं. मग तेही त्याचप्रकारे म्हणजेच सकारात्मक रूपात प्रकट होत राहतं.

सर्वांसाठी प्रार्थना केली, तर असा चमत्कार घडतो. वडील असोत किंवा वरिष्ठ अधिकारी, पती असो की पत्नी, शेजारी असो वा सहकारी, प्रत्येक ठिकाणी आपण स्वतः बदलून इतरांना बदलायचं असतं. हा बदल सर्वांसाठी प्रार्थना केल्याने शक्य होतो. प्रार्थना केल्याने आपल्यासोबत काम करणारे लोक बदलत आहेत हे आपल्या लक्षात येत जाईल. आपल्याकडे पाहण्याची, आपल्याशी बोलण्याची त्यांची पद्धतही बदलत असल्याचं दिसून येईल.

आपण कर्मचारी असून आपल्या वरिष्ठ अधिकाऱ्यावर आपण रुष्ट आहात; आपण सून असून आपल्या सासूवर संतप्त आहात, आपण सज्जन असून शेजाऱ्यावर वैतागलेले आहात, आपण विद्यार्थी आहात आणि शिक्षकावर आगपाखड करत आहात... अशा सर्व अवस्थांमध्ये आपल्या देहबोलीला प्रार्थनेच्या सामर्थ्याने संतुलित ठेवा. देहबोली जर सदोष असेल, तर ती चुकीचा संदेश पसरवते. पण जर देहबोली योग्य असेल, तर सगळं जग बदलू शकतं.

राष्ट्राध्यक्ष, नातलग, भाडेकरू, मित्र वा अनोळखी माणूस, पृथ्वीवरचा कोणताही मानव घ्या, त्याच्यासाठी आपल्या मनात असणारे विचार बदलून परस्परांसाठी प्रार्थना करा. त्यायोगे सर्व नातेसंबंधांतील आणि देशादेशांतील दुजाभाव तसेच द्वेषभावना नष्ट होऊ शकेल.

सत्य जाणणाऱ्या व्यक्तीचा विचार केवळ एका कुटुंबापुरता
सीमित राहात नाही. ती व्यक्ती सर्वांकडे सर्वसमावेशक
उच्च दृष्टिकोनातून बघते. तिच्यासाठी सर्व विश्व हेच कुटुंब असतं.

मधुर नात्यांकडे वाटचाल ♦ १६६

अध्याय २६

आपल्यात बदल घडवेल असंच नातं निर्माण करा

गुरू-शिष्याचं नातं

काही नाती आपल्या नकळत बनतात. उदाहरणार्थ, मी हिंदू आहे, मी मुसलमान आहे, हा माझा भाऊ आहे... इत्यादी. पण ती का, कशासाठी, कोणत्या उद्दिष्टाने निर्माण झाली असतील याचा विचार कधी मनातही येत नाही. ही नाती निर्माण करण्यामागचा मूळ उद्देशच आपण विसरून जातो.

प्राचीन काळी बालविवाहाची प्रथा होती. मुलामुलींची लग्नं लहानवयातच लावण्यात येत. अजाण, कोवळ्या वयातच पती-पत्नीचं नातं जोडलं गेलं, तर पुढे विसंवादाची किंवा घटस्फोटाची भावनाच त्यांच्या मनात येऊ नये, आपल्याला कायम बरोबरच राहायचंय असा समज दृढ व्हावा हेही कारण त्यामागे असावं. लहानपणी ज्याला भाऊ मानलं त्याला जन्मभर भाऊच म्हणायचं, लहानपणी जिला बहीण मानलं तिला जन्मभर बहीणच म्हणायचं. अशा नात्यात कोणीच, 'मला हा भाऊ नको, मला ही बहीण नको, मला हे वडील नकोत, मला ही आई नको,' असं म्हणत नाही. शिवाय ते नातं रद्दबातल करावं असा आग्रहही धरत नाहीत.

अशाच प्रकारे आयुष्यभरासाठी बालवयातच लग्नगाठीने पती-पत्नींमध्ये दृढ संबंध निर्माण व्हावेत असा विचार बालविवाहाच्या प्रथेमागे असण्याची शक्यता नाकारता येत नाही. अजाणतेपणी बेहोशीत निर्माण होणाऱ्या नात्यांचे काही लाभ असतात. पण

अज्ञानामुळे माणसाच्या जीवनात निर्माण होणारी नाती एखाद्या बेहोश वस्तूप्रमाणे कामगिरी बजावू शकतात.

रक्ताची नाती ही बेहोशीत बनतात परंतु एक नातं मात्र मन सजग असताना, जागृत अवस्थेत बनतं. हे नातं पती-पत्नी किंवा मित्रामित्राचेही असू शकतं. या नात्यात पती आणि पत्नी मनापासून परस्परांना आपलंसं करतात. त्यामुळे या नात्यात समज (जाणीव) आणि स्वीकारभाव असतो.

महाजागरणात बनलेलं नातं आपल्याला बदलतं

बेहोशीत आणि सावध असताना ज्याप्रमाणे नाती निर्माण होतात, त्याचप्रमाणे महाजागरणाच्या अवस्थेतही नातं निर्माण होतं. जे आपल्याला पूर्णपणे बदलवतं... ते म्हणजे गुरू-शिष्याचं नातं. इतर नाती आपल्यात परिवर्तन घडवून आणतातच असं नाही. कारण आपण महत्त्वाकांक्षा, समाजातील रूढी यांनी गुंतागुंतीचं बनलेलं जीवन जगू पाहतो आणि त्यासाठी आपले नातलग आपल्याला मदतही करतात. नवीन व्यवसाय सुरू करायचा असल्यास आपले नातलग त्यासाठी आपल्याला सहकार्य करतात. आपल्या घरी एखादं लग्नकार्य वगैरे असले, तर नातलगांची उपस्थिती आवश्यकच असते. त्यांच्या सहकार्याने कार्याला शोभा आणि प्रतिष्ठा येते. प्रत्येक नातं आपल्याला मदत करतं, परंतु ते आपल्याला रूपांतरित करू शकत नाही. ही नाती घृणा, द्वेष, ग्लानी, अहंकार, क्रोध, वासना आणि लालसेच्या वेळी आपल्याला सहयोग देतात. परंतु आपल्यात बदल घडवून आणत नाहीत.

बेहोशीत जडलेली नाती असो की सावधपणे, त्यात असणारं प्रेम कधी निष्काम, निःस्वार्थ, निरपेक्ष किंवा तेजप्रेम नसतं, तर ते सशर्त प्रेम असतं. अशा नात्यांत निष्काम प्रेम संभवतच नाही कारण त्यामध्ये 'मी तुझ्यासाठी एवढं सगळं केलं आहे तर तू माझ्यासाठी अमुक-अमुक करायला हवं,' अशी भावना अस्तित्वात असते. मी तुझा वाढदिवस लक्षात ठेवून शुभेच्छा दिल्या आहेत; तेव्हा तूही माझा वाढदिवस लक्षात ठेवायला हवास, अशी अपेक्षा असते. तसं घडलं नाही, तर नात्यांमध्ये विसंवाद निर्माण होतो, नाती बिघडत जातात. नात्यात दुरावा येणं याचाच अर्थ ते योग्य प्रकारे दृढ झालं नसल्याचं प्रतीक आहे.

बिनशर्त नातं

महाजागरणाच्या स्थितीत निर्माण होणाऱ्या नात्यांमध्ये 'मी तुझ्यासाठी इतकं सगळं

केलं, तर तूही माझ्यासाठी काही करावं,' अशी देवाणघेवाणाची अपेक्षा नसते. त्यामुळे या नात्यामध्ये व्यक्तीने कुठल्याही अटीविना स्वतःत बदल घडवून आणणं अपेक्षित असतं; अनिवार्य असतं. 'आमच्याकडे लग्नकार्य आहे. तुम्ही जरूर यायला हवं. तुम्ही आला नाहीत, तर तुमच्याकडील लग्नकार्याला आम्ही येणार नाही,' अशी अट इतर नात्यांत चालू शकते. परंतु महाजागरणाच्या नात्यात मनुष्य अशा प्रकारची कोणतीही अट ठेवू शकत नाही कारण हे गुरू-शिष्याचं बिनशर्त, विनाअट नातं आहे.

महाजागरणात निर्माण होणाऱ्या नात्यात कोणी आपल्याला आमंत्रित करतो, तेव्हा आपण काही अपरिहार्य कारणामुळे त्याच्या घरी जाऊ शकत नसल्यास तो आपल्याशी असणारं नातं तोडत नाही किंवा तो आपल्या घरी येण्यासाठी कोणतीही अट घालणार नाही. कारण त्याचं नातं विनाशर्त आहे. या नात्यात कुठलीही अट घालायला वाव नाही.

रामरावांनी लग्नाला उपस्थिती लावली नाही म्हणून त्यांचे सगळे नातेवाईक त्यांच्यावर नाराज असतात. ते म्हणतात, 'तुम्ही तर आमच्याशी संबंधच ठेवू इच्छित नाही.' वास्तविक रामरावांच्या मनात सर्व नातलगांबद्दल जिव्हाळा, प्रेम आहे. तरी देखील काही अपरिहार्य कारणाने त्यांना त्या वेळी लग्नाला उपस्थित राहणं शक्य झालं नाही. पण त्यांच्या नातलगांना त्यांचं प्रेम समजलंच कुठे? रामरावांचं प्रत्येकाशी विनाअट नातं असलं, तरी त्यांचे नातलग मात्र त्यांच्याशी असं नातं ठेवू शकत नाहीत. ते केवळ एकच नातं घट्ट धरून बसतात; परंतु रामराव मात्र प्रत्येक नात्यात त्या परमशक्तीचेच (सेल्फ, स्वसाक्षी, ईश्वर, अल्ला, परमेश्वर) दर्शन घेत असतात.

रक्ताचं नातं शरीरासोबत तर भावनेचं मनापासून सुरू होतं आणि सेल्फशी (ईश्वराशी) नातं महाजागरणाने सुरू होतं. या नात्यात माणूस स्वतःला पूर्णतः बदलू शकतो. कारण 'मी कोण आहे?' याचं त्याला ज्ञान होतं. *'जे नातं आपल्यात बदल घडवून आणतं, आपल्या अंतर्यामी परिवर्तन घडवून आणतं, आपल्याला आमूलाग्र बदलवतं, तेच तेज नातं* असतं.'*

मनुष्यजन्म मिळवण्यासाठी सर्वांत पहिलं नातं मातेशी, तिच्या गर्भात जोडलं जातं. या नात्याला समाधीचं नातं असंही म्हणता येईल. माणूस आईच्या गर्भात समाधीचा अनुभव घेतो. परंतु त्या वेळी तेथे अज्ञान असतं. जन्म झाल्यानंतर मग दुसरी नाती निर्माण होतात. ती रक्ताची नाती असतात. वडील, भाऊ, बहीण, काका, काकी, मामा, मामी इत्यादी. तिसरं नातं मैत्रीचं असतं. या नात्यात माणूस आपले मित्र, आपल्या जीवनाचा

जोडीदार स्वतः निवडत असतो. माणसाचं अखेरचं नातं गुरूबरोबर जडतं. या नात्यात त्याला पुन्हा समाधीची अवस्था प्राप्त होते. या नात्याला सर्वोच्च नातं मानलं जातं कारण येथे भक्त गुरूसमवेत जागृत अवस्थेत समाधीचा अनुभव घेत असतो. यासाठीच या नात्यात गुरू आणि शिष्य यांच्यात अनावर ओढही अनुभवाला येते.

गुरू-शिष्य नात्यामध्ये आहे सर्वाधिक आकर्षण

विजातीय ध्रुव एकमेकांना आकर्षित करतात असे चुंबकीय सूत्र आहे. त्याचप्रमाणे दोन परस्परविरुद्ध स्वरूपाच्या वस्तू एकमेकांकडे आकृष्ट होतात. सर्वांत जास्त मागणी करणारी व्यक्ती आणि सर्वाधिक दानशूर हे एकत्र आल्यास त्यांच्यातलं नातं कसं असेल? त्यांच्यातील आकर्षण कसं असेल? अर्थात चोर आणि पोलीस यांसारख्या विजातीय नात्यात असं होत नाही. तिथे चोर पोलिसापासून दूर पळण्याचा प्रयत्न करतो आणि पोलीस चोरामागे धावत असतो.

काही नात्यांमध्ये हे आकर्षण मर्यादित असतं. उदाहरणार्थ, कोणी भाजी देत आहे आणि भाजी विकत आहे तर त्या दोघांत फारसं आकर्षण असणार नाही. कारण एका भाजीवाल्याकडे हवी ती भाजी मिळाला नाही, तर ग्राहक दुसऱ्या भाजीवाल्याकडे जातो. त्याच्याकडचा भाजीचा भाव बरोबर वाटला नाही, तर तिसऱ्याकडे जाईल. तिसरा नसेल तर असंख्य भाजीविक्रेते त्याला भेटणारच! कोणी म्हणेल, 'मला आंबे हवेत,' तर आंबे मागणारे आणि विकणारे अनेक लोक भेटू शकतील.

एखादी व्यक्ती म्हणाली, 'मला ज्याच्यासाठी आपण पृथ्वीवर आलो आहोत ते अंतिम सत्य हवंय.' तर हे सर्वांत मोठं मागणं ठरेल. याचसाठी गुरू–शिष्य हे नातं सर्वोच्च दाता आणि सर्वोत्तम याचक असं आहे.

सत्ययाचक म्हणजे केवळ सत्याचीच मागणी करणारा याचक. इतर नात्यांमध्ये मागणी करताना भीड, मर्यादा, थोडीफार चलबिचल असू शकते. परंतु गुरूंकडे अंतिम सत्याची मागणी करताना अशी चलबिचल असत नाही. नात्यागोत्यांत काही ताणतणाव वा बेबनाव आला, तर लोक एकमेकांशी बोलणं बंद करतात. वर्षानुवर्षं परस्परांशी एक शब्दही बोलत नाहीत. केवळ धैर्याच्या अभावामुळे कोणी ही कोंडी फोडण्यास पुढे येत नाही आणि अहंकारामुळे कोणी झुकायलाही तयार होत नाही. अहंकारामुळे आपण म्हणतो, 'आधी त्याने बोलणं सुरू करायला हवं. मग आपण बोलू. प्रथम त्यानेच बोलणं बंद केलं तर मी आधी कसं बोलू? सुरुवात तर त्यानेच करायला हवी ना!' अशाप्रकारे अहंकार कधीच झुकायला तयार होत नाही.

पुढे मनोमीलन झाल्यावर माणसं बोलू लागतात तेव्हा त्यांना वाटतं, 'अरे, इतकी वर्षं आपण उगाच अडून राहिलो, व्यर्थ वेळ दवडला. आता संवाद सुरू झाल्यावर जो आनंद मिळतोय, त्याला तोड नाही. इतकी वर्षं त्या आनंदाला आपण विनाकारण पारखे झालो.'

गुरू सर्वांत महान दाता असतात. कारण जोपर्यंत सत्याची याचना करणारा याचक (भक्त) मिळत नाही, तोपर्यंत त्यांना सत्य देण्याची उत्सुकता वा घाई नसते. मग सत्ययाचक शिष्य आणि सत्यदाता गुरू या दोहोंमध्ये समान आकर्षण तयार होतं. म्हणून या नात्याला सर्वाधिक महत्त्वपूर्ण नातं, सर्वांत तेज नातं असं मानलं जातं. तेज नातं हे सर्व नात्यांपलीकडचं नातं असतं. हे नातं समजून घेण्यासाठी खूप काळ जावा लागतो. आवश्यक तो काळ गेल्यावर गुरू-शिष्य नात्याचा बोध होऊन माणूस सर्व दुःखांपासून आणि मोहमायेतून मुक्त होतो.

बाह्यजगात लोक मोहमायेच्या आकर्षणात सापडून संभ्रमित झालेले दिसतात. टीव्हीवर तर अखंड मायेच्याच जाहिराती असतात. त्या जाहिरातींद्वारे जणू माया सांगत असते, 'तहान लागली तर पाणी पिऊ नका. कोल्ड्रिंक प्यायल्यानेच तहान भागेल.' माया कधीही सत्य सांगत नाही. मायेचा प्रचार, प्रसार हा जाहिराती आणि चित्रपटांद्वारे निरंतर, अखंडित चालूच असतो. लोकांनाही मायेचं आकर्षण* गैर वा चुकीचं वाटत नाही. तिचा प्रचार, प्रसार पाहताना त्यांना संकोच वाटत नाही. शरीरात जे संस्कार आणि वृत्ती ठाण मांडून बसलेल्या असतात, बालपणापासून ज्या तऱ्हेने मनाचं प्रोग्रॅमिंग झालेलं असतं, त्याला माया चटकन भुरळ घालू शकते. ती प्रचंड आकर्षण निर्माण करते. आकर्षणाचं निरसन करण्यासाठी, मायेपासून स्वतःला वाचवण्यासाठी तेज नातं महत्त्वपूर्ण भूमिका बजावतं.

गुरू-शिष्याचं नातं समजून घेण्यासाठी रामकृष्ण परमहंस आणि स्वामी विवेकानंद यांचं नातं जाणून घ्यायला हवं. त्या दोघांमध्ये कोणतं आकर्षण होतं? विवेकानंदांना सत्य जाणण्याचा ध्यास लागला होता. अध्यात्मातील कोणतीही अधिकारी व्यक्ती भेटताच ते विचारत, 'तुम्ही ईश्वराला बघितलं आहे का?' विवेकानंदांनी गुरू रामकृष्ण परमहंस यांना जेव्हा हा प्रश्न विचारला तेव्हा त्यांनी 'हो' किंवा 'नाही' असं उत्तर दिलं नाही. त्यांनी चक्क विवेकानंदांची मान पकडून म्हटलं, *'मी तुला आता ईश्वर दाखवतो. मी ईश्वराला बघितलं आहे की नाही ही गोष्ट शब्दातीत आहे.'* विवेकानंदांच्या अंतःकरणात ईश्वरप्राप्तीची अनावर ओढ निर्माण झाली होती. त्यांना रामकृष्ण परमहंस

यांच्यासारखे सर्वांत मोठे दानी आणि ज्ञानी गुरू भेटले, तेव्हा त्यांच्या जीवनात सत्य प्रकटण्यास आरंभ झाला.

संत ज्ञानेश्वर आणि संत निवृत्तिनाथ, मीरा आणि संत रोहिदास, गुरू नानक आणि गुरू अंगद ही नातीही अशीच! भक्ताच्या अंतर्यामी अंतिम सत्य जाणून घेण्याची तृष्णा अनावर होते, तेव्हा अंतिम ज्ञान देण्यासाठी गुरूंना त्यांच्या जीवनात यावंच लागतं. गुरूंच्या आगमनानेच शिष्याची शक्ती आणि भक्ताची भक्ती 'दिव्यभक्ती' बनते.

ज्ञान देण्याआधी गुरू शिष्याकडून काही पूर्वतयारी करून घेतात. शेतकरी जसा बी पेरण्याआधी जमिनीची मशागत करतो, खडकाळ जमिनीतील दगडधोंडे बाजूला करतो, तण काढतो, जमीन नांगरतो आणि मग माती मोकळी केल्यानंतर पेरणीसाठी जमीन तयार होते. त्याचप्रमाणे गुरूही शिष्यात ज्ञान ग्रहण करण्याची क्षमता निर्माण करतात.

ज्या वस्तूसाठी आपण ग्रहणशील (पात्र) असतो, ती आपल्या जीवनात येणारच असते.

एखादा तरुण जर म्हणाला, 'मला नोकरीच मिळत नाही' तर त्याला विचारा, 'तू खरोखर नोकरीसाठी तयार आहेस?' कारण आपली तयारी जितकी जास्त असेल, तितकी मोठी कामगिरी करण्याची संधी आपल्याला उपलब्ध व्हावी असा निसर्गनियम आहे. आपली तयारी झाली असेल, तर कोणतीही व्यक्ती ती नोकरी मिळण्यापासून आपल्याला रोखू शकणार नाही. जोवर नोकरी मिळत नाही, तोपर्यंत आपण आपलं शरीर सुदृढ, निरामय करत राहा. आपली गुणवत्ता वाढवून क्षमता, एकाग्रता, कार्यकुशलता वाढवत राहा. वेळेचे योग्य व्यवस्थापन करायला शिका. उत्तम नोकरीसाठी ज्या-ज्या गुणांची व कौशल्यांची गरज आहे, ती सर्व आत्मसात करा. थोडक्यात, जेव्हा तुम्ही नोकरीसाठी ग्रहणशील व्हाल तेव्हा ती तुमच्या जीवनात येईलच.

गुरूंची ओळख : हृदयाद्वारे

गुरू-शिष्य नातं हृदयाशी जोडलेलं असल्याने गुरूंची ओळख हृदयाद्वारे व्हायला हवी. सुरुवातीला ही ओळख बुद्धीने होते परंतु पुढे ती हृदयाने होऊन सगळी बंधनं त्वरित गळून पडू लागतात.

समजा, एक माणूस सिगारेट ओढत चाललाय. त्याला ज्यांच्याबद्दल खूप आदर आहे असे त्याचे ज्येष्ठ नातलग जर समोरून आले, तर तो तशीच सिगारेट ओढत राहील

का? नाही, तो ती फेकून देईल किंवा लपवेल. पण त्या माणसाने जर समोरून येणाऱ्या आपल्या नातलगाला ओळखलंच नाही, तर तो सिगारेट ओढत राहील.

नातलगाची ओळख पटल्यावर तो तरुण सिगारेट फेकून देतो कारण त्याला त्याच्याबद्दल प्रेम आणि आदर असतो. आदर नसता तर त्याच्याकडून सिगारेट फेकली गेली नसती. गुरू-शिष्याच्या नात्यात आदर, प्रेम, विश्वास आणि परिचय वाढून प्रत्येक दोषापासून, वाईट सवयीपासून आपण मुक्त होऊ शकतो. येथे सिगारेट हे चुकीच्या सवयी, दुष्प्रवृत्ती, गैरवर्तन, कुसंस्कार यांचं प्रतीक आहे.

चुकीच्या सवयी, कुसंस्कार यांच्यामुळे माणूस संकुचित होत जाऊन आपली खरी ओळख विसरतो. गुरूंच्या दर्शनाने माणसाचं हृदय प्रेमासाठी खुलतं. हृदय खुलं होताच ते यापूर्वी बंद होतं हे त्याला उमगतं. काही लोकांना तर मृत्युशय्येवर या गोष्टी ज्ञात होतात, 'इतके दिवस आपला श्वास चालू होता. पण आपण कधी श्वासाकडे लक्षच दिलं नाही.' मृत्युपूर्वी गुरूकडून ज्ञान प्राप्त करून घेतलं असतं, तर मृत्यू कधी होतच नाही याचं ज्ञान आपल्याला मिळालं असतं.

आपल्यात बदल घडवून आणणारं, आपल्या अंतर्यामी परिवर्तन घडवणारं, आपल्याला आमूलाग्र बदलवणारं नातंच 'तेज नातं' असतं.

अध्याय २७

जडेल नाते प्रभूशी तयाचे

ईश्वराशी संवाद साधण्याचा सृजनात्मक मार्ग

माणसाचं सगळ्यात पहिलं नातं असतं ते ईश्वराशी! सकाळी उठल्यानंतर माणूस ईश्वराचं स्मरण करतो. ईश्वरापुढे नतमस्तक होतो, फुलं वाहतो. हे सर्व तो एखाद्याचं बघून यांत्रिकपणे, सवय म्हणून करत असतो. खऱ्या भक्तिभावाने तो जर हे करत असेल, तर त्याला हे सर्व आपण का करतोय, असा प्रश्न पडल्याशिवाय राहणार नाही. ईश्वराला मी फुलं अर्पण करतोय ती कशासाठी? कुठलं नातं सुधारण्यासाठी? या नात्यात प्रार्थनेला काय स्थान आहे? कशात बदल घडवायला हवाय? ईश्वर आणि माणूस यांच्यात दुरावा निर्माण झाला आहे का? हा दुरावा कोणत्या आसक्तीमुळे आलाय? कोणत्या मोहामुळे ही भिंत निर्माण झाली आहे? ही भिंत कशी तुटेल? बेशर्त प्रेम कसं निर्माण होईल?

अशाप्रकारे ईश्वर आणि माणूस यांच्या नात्यात सुधारणा झाली, तर इतर नात्यांमध्येही आपोआपच बदल घडून येतील. अन्यथा केवळ बेहोशीच्या अवस्थेत, यांत्रिक कृती म्हणून ईश्वरापुढे फुलं अर्पण करण्याचा कार्यक्रम चालू राहील. एक कर्मकांड केल्याचं समाधान निश्चितच मिळेल. परंतु नात्यात मात्र नवप्रकाशाचा उदय होणार नाही.

ज्याने कुणी पहिल्यांदा आकाशात पतंग उडवला असेल, त्या वेळी त्याच्या मनात कोणते विचार असतील? *ईश्वराशी संवाद व्हावा (Communication with*

God) हा एकच विचार या माणसाच्या मनात असेल. निश्चितच तो सृजनशील, रचनात्मक प्रवृत्तीचा असणार. ईश्वराशी वार्तालाप हा तर हृदयात होतो परंतु बाह्य कर्म त्याबाबत मदत करत असतात. आपल्या अंतर्यामी असणाऱ्या ईश्वराशी संवाद साधायला सगळ्यांनाच जमतं असं नाही. त्या संवादाच्या दिशेने प्रवृत्त करण्यासाठी सैरभैर धावणाऱ्या आपल्या मनाला काही कर्मकांडांच्या माध्यमातून वळवलं जातं. 'असा असा दिवा पेटवा... अमुक तऱ्हेची वस्त्रं परिधान करा... अशा पद्धतीने स्नान करून शुचिर्भूत होऊन वज्रासनात किंवा पद्मासनात बसा... त्या वेळी अमुक मुद्रा करा... असा हात वर करून प्रार्थनेला बसा.' हे सर्व कशासाठी करायचं? तर ईश्वराशी संवाद साधण्यासाठी आपल्या मनाने एकाग्रता साधावी म्हणून. ईश्वराचा आवाज सूक्ष्म असल्याने तो लवकर ऐकू येत नाही. त्यामुळे माणसाला तो आवाज ओळखता येत नाही. म्हणून एकाग्रचित्त होऊनच ईश्वराशी संवाद साधणं शक्य असतं.

पतंग उडवणारा माणूस त्या पतंगाच्या निमित्ताने, 'मी ईश्वराशी संवाद सुरू केला आहे,' असंच तर सांगू पाहतो. ईश्वर उंच आकाशात आहे या समजुतीने पतंग अवकाशात उडवण्यात आला; याचाच अर्थ आता आपण पतंगाच्या मदतीने ईश्वरापर्यंत पोहोचलो आहोत. तो पतंग म्हणजे ईश्वरासाठी माणसाचा पहिला फीडबॅक होता. लाल, हिरवा, निळा, पिवळा असे वेगवेगळ्या रंगांचे पतंग म्हणजे ईश्वराविषयीच्या आपल्या कल्पनेची रंगीबेरंगी अभिव्यक्ती होय.

ईश्वराला आपण जी काही प्रार्थना करतो किंवा आपली जी काही मागणी असते, ती या पतंगाद्वारे सूचित करतो. सगळ्यात छोटी प्रार्थना काय असू शकते? 'हेल्प' म्हणजेच मदत. एखादं जहाज बुडू लागतं, तेव्हा मदतीसाठी संदेश पाठवला जातो. कोणाची दोस्ती किंवा कोणाचं नातं बिघडू लागते, तेव्हा त्याला मदत हवी असते. जसे जहाज बुडू लागताच वायूचं एक रॉकेट आकाशात सोडण्यात येतं. जेणेकरून वर आकाशात गेल्यावर त्याच्या धुराच्या लोटाकडे बघून इतर जहाजांना, 'कुठेतरी जहाज बुडतंय व त्याला मदतीची गरज आहे,' असा संदेश मिळतो. अशाचप्रकारे पतंग आकाशात उंचउंच उड्डाण घेतो, तेव्हा, ईश्वराला जणू 'खाली पृथ्वीवर मदतीची गरज आहे,' असा संदेश देत असतो.

पतंग उडवताना आपला ईश्वराशी संपर्क साधला जातोय असा विश्वास पतंग उडवणाऱ्या व्यक्तीला असायला हवा. हा विश्वास फार महान कार्य साधतो. ज्याने सर्वप्रथम, 'माझा ईश्वराशी संवाद होतोय, माझं ईश्वराशी दृढ नातं आहे,' या विश्वासासह पतंग उडवला, त्याच्यात ईश्वराप्रती विश्वास प्रकट झाला. अशाप्रकारे प्रत्येकाचाच

विश्वास प्रकट (रिलीज) व्हायला हवा. अशा विश्वासाने माणूस जेव्हा पतंग उडवतो तेव्हा त्याच्या हृदयात ईश्वराबद्दलचा विश्वास प्रकट (प्रसारित) होण्यासाठी बाह्य कर्मकांडाची निर्मिती करण्यात आली. 'मी जो पतंग उडवला आहे, त्याद्वारे ईश्वराला सर्वकाही विशद केलंय, माझे विचार त्याच्यापर्यंत पोहोचवले आहेत, आता जे व्हायचंय ते तेथूनच होईल. आता केवळ निश्चिंत होऊन प्रतीक्षा करायची आहे,' असा संकेत हा उडणारा पतंग देत असतो. अशाप्रकारे 'ईश्वराच्या सन्मुख आम्ही आमचं काम केलंय, आमची भूमिका बजावली आहे, आम्ही प्रार्थना केली आहे. आता पुढचं काम त्याचं आहे.' या विचाराने माणूस निश्चिंत होऊ शकतो.

सण-उत्सवांच्या निमित्ताने हे सर्व होत असेल, तर त्यांचा फायदा जरूर घ्यायला हवा. नातेसंबंधात सगळेच लोक समजेचा (understanding) वापर करतील, तर 'तीळगूळ घ्या... गोड बोला..' याऐवजी 'तीळगूळ घ्या आणि नेहमीसारखे गोड बोला किंवा मौनामध्ये बोला' असं म्हणतील. जेथे समज नसते तेथे गोड-गोड बोला असं मुद्दाम सांगावं लागतं किंवा 'स्माइल प्लीज' असं म्हणावं लागतं. जेव्हा हास्य क्लबची निर्मिती होते, तेव्हा लोक तेथे जाऊन हसतात. एरवी त्यांना हसण्यासाठी कारण शोधावं लागतं. आपल्या अंतर्यामी जे चैतन्य (सेल्फ) आहे, त्याला हसण्यासाठी कुठल्याही कारणाची गरज भासत नाही.

आता आपण एक प्रयोग करून पाहू या. हसता-हसता आता आपण a...b...c...d... नव्या ढंगाने शिकू या. a...b...c...d... या वर्णमालेत i... प्रथम येतो आणि u... नंतर. या क्रमवारीत बदल करून, पुनःसंयोजन करा. a... च्या ठिकाणी u... प्रथम आणा. अहंकारी माणूस जेव्हा u... प्रथम आणतो तेव्हा i... च्या विषापासून मुक्त होतो.

u... ला नात्यांमध्ये प्रथम आणा म्हणजे u... सर्वांत आधी यावा. नव्या वर्णमालेत a... च्या जागी u... आणला तर वर दिलेलं कार्य होईल. हे वाचून कोणी नाराज होऊ शकतो. रूढ वर्णमालेत बदल कसा करायचा किंवा a...b...c...d... ऐवजी u...b...c...d... म्हणताना त्यांना विचित्र वाटेल.

प्रथम u... नंतर b... म्हणजे ub बना. त्यानंतर c आणि c..च्या पुढे i. म्हणजे ubcid असा क्रम लागेल. याचा अर्थ (You be cid) तुम्ही सीआयडी बना.

सीआयडी मध्ये सी म्हणजे ख्रिसमस, आय म्हणजे ईद आणि डी म्हणजे दिवाळी. अशाप्रकारे सगळे धर्म एकाच वेळी उत्सव साजरा करतील, सर्व नाती आणि धर्म एकत्र

येतील. सगळ्या धर्मातील काचेच्या भिंती कोसळून पडतील.

काचेची भिंत केवळ कुटुंबातच असते असं नाही. अशी भिंत शेजाऱ्यांमध्येही असते. दोन समाज, दोन देश आणि दोन धर्मांमध्येही असते. या सर्वच काचेच्या भिंती आता तुटायला हव्यात.

वर्णमालेची u, b, c.i.d अशी सुरुवात केली, तर तिचा स्वीकार लगेच कोणी करणार नाहीत. लोक म्हणतील, 'असं म्हणायला थोडं विचित्र वाटतं.' पहिल्यांदा जेव्हा शाळेत एबीसीडी शिकविण्यात आली, तेव्हा तीही तुम्हाला अवघडच वाटली असणार. पुनःपुन्हा उजळणी केल्यानंतर ती सोपी वाटली असेल आणि आता तर झोपेतही एबीसीडी म्हणता येईल इतकी ती अंगवळणी पडलीय. त्याचप्रकारे u, b, c.i.d असे म्हणताना आरंभी अडखळल्यासारखं, अवघड वाटेल पण नंतर त्याचीही सवय होईल.

जगात नवनवीन परिवर्तन आपल्याला घडवून आणायचे आहे. त्याचे स्वरूप कसे असू शकेल हे लक्षात यावं म्हणून वर्णमालेतील अक्षरांचा हा क्रमबदल दाखवला आहे. आपण जीवनात बदलांचा स्वीकार करून नव्या पद्धतीने विचार करायला हवा. जेथे-जेथे नातेसंबंधात काही समस्या, अडचणी आहेत, तणाव, त्रास आहेत तेथे-तेथे तणाव कमी करण्यासाठी सण-उत्सवांचा उपयोग करून घ्यायला हवा. आपण जे कर्मकांड कराल किंवा पतंग उडवाल, तेव्हा त्यामागे योग्य समज असेल याची काळजी घ्यायला हवी. ईश्वराशी आपण योग्य वार्तालाप करत असाल, तर आपल्याला सर्वोच्च मदत मिळू शकेल. सर्व नातेसंबंध आपल्यासाठी शुभचिंतक बनू शकतील. कारण आपलं उद्दिष्ट खूप महान आहे. उच्चतम विकसित समाजाची निर्मिती आपल्यालाच करायची आहे. जेथे लोकांना नातेसंबंधाबद्दल योग्य ज्ञान (समज) असतं, तेथे लोकांना सण-उत्सव, धर्म, पंथ, संप्रदाय यांचा आशय ठाऊक असतो. सर्व सणउत्सवांच्या मागे स्वतंत्र व्हा, मुक्त व्हा हे एकच उद्दिष्ट आहे हेही त्यांना ज्ञात असतं. मुक्तीनंतर उच्चतम विकसित समाजात सगळे सण-उत्सव योग्य समजेनुसार साजरे होऊ शकतील. आपण त्यांचा लाभ घेऊन म्हणाल, 'आता काहीतरी नवनिर्माण झालं पाहिजे आणि यासाठी नात्यांमध्ये नवा प्रकाश आणला पाहिजे. आणखी एक शिबिर घेतलं तर चांगलंच आहे.' आपण यासाठी तयार आहात का?

जीवनात बदल घडवून आणा आणि
बदलाचा स्वीकार करा.
शुभचिंतक बनायला शिका,
सूडभावना विसरून जा.

हे पुस्तक वाचल्यानंतर आपला अभिप्राय कृपया या पत्त्यावर अवश्य पाठवा.
Tej Gyan Global Foundation,
Pimpri Colony Post Office,
P. O. Box 25, Pune - 411 017. Maharashtra (India).

मधुर नात्यांकडे वाटचाल ♦ १७८

परिशिष्ट

अध्याय २८

नातेसंबंध कायम टिकवण्यासाठी पूर्वजांचे प्रयास

प्रेमाचा संदेश, सण-उत्सवांचा उद्देश

'या जगात आप्तस्वकीयांच्या आणि सहकाऱ्यांच्या साहाय्यानेच कोणतंही मोठं यश प्राप्त होऊ शकतं.' या विधानाशी आपण सहमत आहात का?

सहमत असाल तर हे पुस्तक आपल्याला इतरांकडून सहकार्य कसं मिळवावं, याचं मार्गदर्शन देईल.

आपण या विधानाशी सहमत नसाल ही शक्यता फारच कमी आहे. पण जर आपण खरंचच सहमत असाल तर हे प्रकरण सोडून, उर्वरित पुस्तक वाचून शेवटी हे प्रकरण वाचायला घ्या.

मुळात नात्यांचं महत्त्व ज्यांना उमगत नाही, लोकव्यवहार ज्यांना समजत नाही अशांना आयुष्यात म्हणावी तितकी यशप्राप्ती होत नाही. त्यामुळे अपयशाच्या विषापासून वाचण्यासाठी नात्यांमध्ये सुधारणा घडवणं अत्यावश्यक आहे. नाती उत्तमप्रकारे टिकवण्यासाठी आणि ती वृद्धिंगत करण्यासाठीही प्रस्तुत पुस्तक निश्चित साहाय्य करेल.

हे पुस्तक एकदम वाचण्याऐवजी दररोज एकेक प्रकरण वाचून त्यावर सविस्तर मनन करा, जेणेकरून त्यातून मिळणारा संदेश आपण आपल्या जीवनात उतरवू शकाल.

इतरांशी असणारे आपले रोजचे संबंध, उठणंबसणं, वागणंबोलणं तसेच त्यांच्याबरोबर केला जाणारा विचारविनिमय, मिळूनमिसळून तेजप्रेमासह जीवन व्यतीत

करण्याची योजना कशी बनवावी, या सर्व गोष्टी व्यवहारात आणण्यासाठी नातेसंबंधातील नवकिरणांना प्रकाशित करा.

लोकांबरोबरचे नातेसंबंध सुधारण्यासाठी असणारे दोन मार्ग : पहिला मार्ग म्हणजे शक्तिसामर्थ्याच्या आधारे जबरदस्तीने सुधारणा घडवून आणणं आणि दुसरा मार्ग म्हणजे प्रेमपूर्वक, धीर ठेवून नातेसंबंधात परिवर्तन घडवणं, हा होय.

वर्षानुवर्षं मनुष्य 'बळी तो कान पिळी' या सूत्राप्रमाणे ताकदीच्या आधारेच नात्यांना हाताळत आला आहे. परंतु आता वेळ आली आहे, नात्यांत सुधारणा घडवून आणण्यासाठी प्रेमपूर्वक प्रयत्न करण्याची आणि त्यासाठी काही वेळ देऊन मनन करण्याची. लोकांशी कसं वागावं, त्यांच्याकडून कामं कशी करवून घ्यावीत आणि इतरांना प्रेरित कसं करावं, हे समजून घेऊन हा विकास घडेल.

पूर्वजांचं प्रेम आणि प्रयत्न

पृथ्वीवर माणसाचा जन्म हा विशिष्ट उद्दिष्टपूर्ततेसाठीच असतो. प्रत्येक नात्याचा भरपूर लाभ घेण्यासाठी तसेच देण्यासाठी आपल्या पूर्वजांनी काही सण-उत्सवांच्या माध्यमातून नात्यांमध्ये सुधारणा घडवून आणण्याचे एकापेक्षा एक सरस मार्ग शोधून काढले. सण-उत्सवांचा आरंभ ज्या पूर्वजांनी केला, ते सर्व अज्ञान व मान्यतांपासून मुक्त होते. *प्रेमभावनेने परस्परांना कसं जोडावं, नात्यांमध्ये प्रेम, जिव्हाळा आणि गोडवा कसा निर्माण करावा, अहंकाराला मुरड घालून मनाला प्रेमन*" *कसं बनवावं*, याचं स्मरण करून देण्यासाठी आपल्या पूर्वजांनी वेगवेगळ्या सण-उत्सवांचं आयोजन केलं आहे.

विविध ऋतूंमध्ये आहारात कोणत्या पदार्थांचा वापर करावा किंवा आपल्या आरोग्यासाठी कोणते पदार्थ इष्ट व आवश्यक आहेत, याबाबतही आपल्या पूर्वजांनी काही संकेत विचारपूर्वक रूढ केले आहेत. आपल्या नातेसंबंधात सुधारणा व्हावी या दृष्टीनेही त्यांनी सण-उत्सवांना काही कर्मकांडांची आणि विशिष्ट खाद्यपदार्थांच्या सेवनाची जोड दिली; त्यामागे कुलमूल उद्देश्यासह शारीरिक स्वास्थ्यही लाभावं असा त्यांचा हेतू होता. माणूस जर वरवरचं स्वास्थ्य प्राप्त करत असेल आणि त्याची बुद्धी मलीनच राहिली, असेल तर खऱ्या अर्थाने त्याला पूर्ण स्वास्थ्य कधीही प्राप्त होणार नाही. मलीन बुद्धी आणि बिघडलेले नातेसंबंध यांवर चढलेला गंज सण-उत्सवाच्या निमित्ताने तो निश्चितच मिटवता येऊ शकतो.

ज्याचं मन मलीन आहे, नातलगांशी संबंध चांगले नाहीत, त्याला मनाचा मळ दूर करू शकणाऱ्या साबणाची गरज असते. असा साबण (ज्ञान) आपल्याला सण-उत्सवाद्वारे

प्राप्त होतो आणि त्यामुळे आपलं मन सुमन होऊ शकतं. मन सुमन व्हावं यासाठी त्याला नमन होण्याचा संदेश सण-उत्सवांमार्फत पोहोचवण्यात येतो. सण-उत्सव म्हणजे केवळ कर्मकांड नसून नातेसंबंधात नवप्रकाश यावा, नवी एबीसीडी आणि संपूर्ण स्वास्थ्य निर्माण व्हावं, या दृष्टिकोनातून ते साजरे व्हावेत.

आपल्या स्वास्थ्यावर प्रेम करणारा माणूस स्वत:चं आरोग्य पूर्णत: निरोगी असावं अशीच भावना बाळगतो. आपल्याला किरकोळ दुखणंही होऊ नये असं त्याला वाटतं. 'मोठमोठे आजार, व्याधींपासून आपल्याला मुक्ती मिळाली आहे तर मग या किरकोळ दुखण्यांना तरी वाव का असावा? बहुतांश चुकीच्या सवयींपासून आपण मुक्तता मिळवली आहे तर ही एक लहानशी चुकीची सवय तरी का राहावी? एखाद्या विशिष्ट व्यक्तीला बघितल्यावर माझ्या अंगाचा तीळपापड का होतो? इतरांना बघून मला प्रेम-आत्मीयता वाटते. मग या एकाच व्यक्तीशी नात्यात अपूर्णता का जाणवते? या नात्यालाही कशी पूर्णता प्राप्त होईल?' असे विचार आपल्या मनात येणं स्वाभाविक आहे.

ज्याचं आपल्या निरामय आरोग्यावर प्रेम आहे किंवा ज्याला स्वास्थ्य लाभलंय, त्याला कुठल्याही व्याधीबद्दल प्रेम वाटत नाही. जी नाती त्याला दुःख देतात, अयोग्य वाटतात, ती नाती तो झुगारून देण्यासाठी तयार होतो. निरोगी मनुष्य नेहमी प्रेममय आयुष्याचीच मागणी करतो.

माणसाची बुद्धी, शरीर, मन आणि नातेसंबंध हे सर्व रोगग्रस्त असल्याने, नात्यांमध्ये सौख्य, सुदृढता येण्यासाठी वर्षातील काही दिवस आपल्या पूर्वजांनी ठरवून दिले आहेत. शिक्षकांच्या सन्मानासाठी शिक्षक दिवस (टीचर्स डे) आपण साजरा करतो. या दिवसाच्या निमित्ताने शिक्षक आणि विद्यार्थी यांच्या नात्यात काही कारणाने निर्माण झालेला दुरावा नाहीसा व्हावा म्हणून प्रयत्न केले जातात.

'आजी-आजोबा दिवस' (Grandparents Day) हा आपण आपल्या आजी-आजोबांविषयीचा आदरभाव व्यक्त करण्यासाठी साजरा करतो.

अशा विशेष दिवसांना आपण त्या त्या नात्याबद्दल सखोल मनन करतो.

सण-उत्सवांची ही एबीसीडी नात्यांमध्ये आत्मीयता आणण्यासाठी उपयुक्त ठरते. उदाहरणार्थ,

A - आईचा दिवस, अम्मा डे, मातृदिन. (Mothers Day)

B - बाबांचा दिवस, बाबा डे, पितृदिन. (Fathers Day)

C - बाल दिवस, बालदिन. (Childrens Day)

D – डॉक्टर्स डे, डॉक्टरांचा दिवस. (Doctors Day)

'डॉक्टर्स डे'ला आपण आपल्या फॅमिली डॉक्टरांना धन्यवाद देतो. 'तुमच्यामुळे आम्हाला स्वास्थ्यलाभ घडतो. त्याबद्दल आम्ही कृतज्ञ आहोत,' असं आपण म्हणतो. आपल्या या कृतीमुळे डॉक्टर व आपल्या संबंधात दुरावा आला असेल तर तो दूर होतो. हा रोग दूर होताच आपले इतर सर्व आजारही बरे होतील.

असेच इतर दिवसही साजरे करता येतील.

E – एलिफंट डे. ॲनिमल डे. प्राणी दिवस. (Elephant Day)

F – फ्रेंडशिप डे. मित्र दिवस, मैत्री दिन. (Friendship Day)

G – गुरुपौर्णिमा आणि ग्रँडपेरेन्ट्स डे.

H – हजबंड्स डे. तसेच पवित्र दिवस (Holy Day)

हे सर्व दिवस साजरे करण्यामागचा हेतू वा आशय समजून घेऊन तो योग्य प्रकारे कृतीत आणण्याची गरज आहे.

आपल्या एकूणच सर्व प्रकारच्या नातेसंबंधात सुधारणा व्हावी यासाठी काही सण-उत्सवांची योजना करण्यात आली आहे. मकरसंक्रांतीच्या* दिवशी सून सकाळी नारळ वाढवून त्याद्वारे आपल्या सासऱ्यांना उठण्याचा संकेत देते. मग सासऱ्याने श्रीफळ वाढवल्याचा आवाज आल्याबरोबर उठायला हवं. उठल्यावर सून सासऱ्याला शाल देऊन नमस्कार करते. मग सासरादेखील सुनेला काही रक्कम वा भेटवस्तू देतो. आहे ना ही मजेदार व्यवस्था!

अशाचप्रकारे सासू, दीर, वहिनी, नणंद, भाऊ, बहीण अशा सगळ्या नात्यांच्या संदर्भात आपण काही न काही पारंपरिक संकेत, प्रथा वा विधी पाळतो. संक्रांतीला एकमेकांना तीळगूळ देऊन, 'तीळगूळ घ्या, गोड बोला' म्हणतो. अशा सणसमारंभांना मुलंबाळं वडीलधाऱ्यांना प्रणाम करून त्यांचा आशीर्वाद घेतात. आपल्या वयानुसार प्रत्येक जण योग्य ती कृती करतो. या उत्सवात ज्येष्ठ मंडळी कनिष्ठांना प्रेमाने जवळ घेतात. त्या अर्थाने हा दिवस बालदिन (चिल्ड्रेन्स डे) म्हणून साजरा होतो.

मकरसंक्रांतीला ज्येष्ठ व्यक्ती कनिष्ठांना आदराने वागवतात. आपण उगवत्या सूर्याला नमस्कार करायला हवा. म्हणजेच ज्यांच्या आयुष्याचा आरंभ उगवत्या सूर्याप्रमाणे चैतन्यदायी असतो अशा मुलांना आदराने वागवायला हवं. लहान वडीलधाऱ्यांना आदराची गरज वाटत नाही. त्यांनी संपूर्ण जीवन बघितलेलं असतं. त्यांना या गोष्टीची जाणीव असते, की 'प्रत्येक व्यक्तीच्या मनात इतरांचं लक्ष स्वतःकडे वेधून घेण्याची

ओढ असते आणि या प्रयत्नात तिच्याकडून काही गडबड वा चुकाही होत असतात. खरंतर प्रत्येक व्यक्तीला आपल्या अंतर्यामी असणारे जे केंद्र आहे, ध्यानाचं उगमस्थान आहे, त्यावर लक्ष केंद्रित करता यायला हवं.'

वडीलधारी व्यक्ती म्हणजे असा माणूस ज्यानं आत्मज्ञान आणि ध्यानाचं ते आंतरिक केंद्र प्राप्त केलं आहे, जीवनाचं हे लक्ष्य ज्याने जाणलं तो ज्येष्ठ. स्व-अनुभव ज्याने संपादन केला तो खऱ्या अर्थाने ज्येष्ठ झाला. केवळ वय वाढत गेलं परंतु स्वानुभवाचा लाभ झाला नाही, तर कोणी ज्येष्ठ ठरत नाही.

एखाद्या वयस्कर व्यक्तीला आदर न दिल्याने जर तिला वाईट वाटलं वा दुःख झालं, तर त्याचा अर्थ *'ही व्यक्ती अजून लहानच आहे, खऱ्या अर्थाने ज्येष्ठ झालेली नाही,'* असा होतो. अशा व्यक्तीला अजून बरंच काही शिकण्याची गरज आहे हे लक्षात येतं.

आदर न मिळाल्याने जेव्हा आपल्याला अंतर्यामी दुःख होतं, तेव्हा 'आपण अजून प्रौढ, प्रगल्भ झालो नाही, अद्याप आपल्याला परिपक्वता प्राप्त झाली नाही,' याची स्वतःला आठवण करून द्या. मुलांना आदर हवा असतो. *'आदर दाखवून मुलांमध्ये सकारात्मक परिवर्तन घडून यावं, दुसऱ्यांपुढे नम्र होण्याचं महत्त्व त्यांना समजावं. आम्हाला आदराची गरज नाही. परंतु आपल्यापुढे नतमस्तक होणाऱ्याला नम्र होणं जमावं, त्याचा अहंभाव गळून जावा म्हणून त्याने आदर दाखवावा,'* असं मानायला हवं.

मुलांना मोठ्यांकडून आदर मिळावा व त्यांनी मोठ्यांकडून आशीर्वाद घ्यावा. परंतु कधी कधी उलटंच घडतं. मुलांना जेव्हा आदराऐवजी आदेश (ऑर्डर) मिळतो, 'असं कर... तसं कर... इथे बस... तिथे उभा राहा... पाहुणे आले तर अमुक करू नको... असं बोल... तसं बोलू नको... अभ्यास कर... खेळण्यात वेळ वाया घालवू नकोस...' असा धडाका सुरू होतो, तेव्हा मुलांना वाटतं, ही मोठी माणसं आपल्याला समजतात तरी काय?'

नव्या युगाची नवी परिभाषा जाणून घ्या आणि नवयुवकांना नवप्रकाशाचं तेज द्या. नातेसंबंधावर नवप्रकाश टाकण्यासाठी आणि नाती दृढ करण्यासाठी आपल्या पूर्वजांनी अनोखे प्रयत्न केले आहेत. ते प्रयत्न जर निष्प्रभ ठरत असतील, तर नात्यांना नवा अर्थ देण्यासाठी आपण समजेची मशाल पेटवायला हवी.

चला तर मग, आपण सर्व मिळून ही मशाल पेटवण्याचा प्रयत्न करू या. पुढच्या प्रकरणात आपले सण-उत्सव, आपलं जीवनलक्ष्य आणि नातेसंबंध यांतील परस्परसंबंध समजून घेऊ या...

अध्याय २९

महान उद्दिष्टासाठी अनेक हितचिंतकांची गरज असते

आपण समजतो तितके लोक वाईट नसतात

आपण प्रेम आणि ज्ञान यांच्याद्वारे लोकांकडून आशीर्वाद मिळवाल आणि जेव्हा त्यांच्यापुढे नतमस्तक व्हाल, तेव्हा लोक आपले शुभचिंतक बनतील.

आपल्याला जीवनात अपेक्षित उद्दिष्ट गाठायचं असल्यास अनेक शुभचिंतकांची आवश्यकता असते. अहंकार आणि आडमुठेपणा यांच्यामुळे कुणापुढे नमतं घेण्याची तयारी नसेल, तर आपल्याला कोणीही शुभचिंतक मिळणार नाही.

थोरामोठ्यांकडून आशीर्वाद व मार्गदर्शन घेण्याची सवय असेल, तर आपण लोकांना मोकळेपणाने भेटू शकतो. त्यांच्याबद्दल आदर प्रकट करून त्यांचे शुभ आशीर्वाद घेऊ शकतो. आशीर्वाद देणारी व्यक्ती आपल्या कार्यातही मदत करायला सरसावते. जीवनात सर्वोच्च उद्दिष्ट गाठण्यासाठी शुभचिंतक असणं हे सर्वोत्तम पाऊल ठरू शकतं. ध्येय जितकं मोठं, तितके जास्त शुभचिंतक आवश्यक असतात. एका उदाहरणाच्या आधारे हे समजून घेऊ या.

सर्वांत उंचावरची दहीहंडी फोडणं हे जर आपलं उद्दिष्ट असेल, तर आपल्याला अनेक लोकांच्या सहकार्याची गरज असते. दहीहंडी जितक्या उंचीवर बांधलेली असेल, तितका मानवी मनोराही उंच उभारावा लागतो. त्यासाठी सर्वांत तळाशी अत्यंत ताकदीचे लोक हवेत. त्यांच्या खांद्याच्या आधारे दुसरा मजला उभा करणारे मध्यम वजनाचे तर

त्यांच्या खांद्यावर चढणारे त्याहीपेक्षा कमी वजनाचे तरुण आणि सर्वांत शेवटी दहीहंडी फोडणारा अल्पवयीन कुमार, असा पिरॅमिड रचावा लागतो. तरच दहीहंडीपर्यंत पोहोचून ती फोडण्याचं उद्दिष्ट साध्य करता येतं.

आपण एखादं उद्दिष्ट मनोमन निश्चित केल्यास आपल्या त्या उद्दिष्टात इतरांनाही सहभागी करून घ्यावं लागतं. तात्पर्य, अशा अनेक लोकांच्या सहकार्यानेच आपण उद्दिष्ट गाठू शकतो.

आपलं उद्दिष्ट फारच छोटं असल्यास त्याच्या पूर्ततेसाठी अत्यंत मोजक्या लोकांचं सहकार्य आणि आशीर्वाद मिळाले तरी चालतात. पण व्यापक उद्दिष्टासाठी मात्र अनेकांचा हातभार आवश्यक असतोच.

या उदाहरणावरून आपल्याला सफलता आणि नातेसंबंधात सुधारणा घडवून आणण्याचं रहस्य जाणून घेता येईल.

या रहस्याचा पूर्ण लाभ घेण्यासाठी, नेहमी इतरांमधील सद्गुणांवर आपलं लक्ष केंद्रित करा. आपण ज्या गुणाकडे लक्ष केंद्रित करता तो गुण आपल्यातही येऊ लागतो. स्वविकास करण्यासाठी सर्वांबरोबर प्रेमाने, मिळूनमिसळून, गुणग्राहकवृत्तीने राहायला शिका. इतरांमधील गुणांच्या दर्शनाने त्यांच्यापुढे नमतं घेणं मनाला सोपं होतं. ज्यांना झुकणं ठाऊक नसतं, त्यांना मोठं यश कधीही मिळत नाही.

एखाद्यासमोर नतमस्तक व्हावं, असं मनाला सुरुवातीला वाटत नाही. मनाच्या आखडूपणामुळे असं होतं. कोणापुढेही झुकताना मनाला अंतर्यामी क्लेश होतात. परंतु ज्यांच्यापुढे मन नतमस्तक होतं, तो झुकणाऱ्याला आशीर्वाद देतो; त्याच्याशी उचित व्यवहार करतो. अशावेळी मनाला *'मी समजत होतो तितका हा माणूस वाईट नाही,'* अशी सुयोग्य समज (शिफ्टिंग) प्राप्त होते.

बऱ्याचदा लोक एकमेकांसमोर येण्यासाठी कचरत असतात. पण लोक परस्परांच्या समोर जोपर्यंत जात नाहीत, तोपर्यंत ते एकमेकांना ओळखणार तरी कसे? काही नातेसंबंधात तर लोक समोरासमोर येत नाहीत असं आढळून येतं. एखादी व्यक्ती समोर दिसली तर तोंड फिरवून निघून जातात. ज्या नातेसंबंधात दुरावा निर्माण झालेला असतो, तेथे एकाच घरात राहणारे लोक एकमेकांना टाळण्याच्या दृष्टीनेच आपलं वेळापत्रक आखतात. नावडत्या व्यक्तीचं तोंडही बघावं लागू नये, अशी ते व्यवस्था करतात. नात्यांमधील ही दरी कमी करण्यासाठी जेव्हा एखादा सण येतो, तेव्हा प्रथेप्रमाणे त्या

नातेसंबंधात काही कर्मकांडं करावी लागतात. जसं, शाल-श्रीफळ देऊन एखाद्याचा सत्कार करणं, कोणाला साडी देणं, कोणाला भेटवस्तू म्हणून काही दागिने, मिठाई देणं, कोणाला गुलाल वा टिळा लावणं, कोणाची ओटी भरणं इत्यादी. एखाद्या विशिष्ट दिवशी लोक एकमेकांना घरी पाचारण करून म्हणतात, 'आमच्याकडे पुरणपोळी बनवलेली आहे, तिचा आस्वाद घ्यायला या. गौरीची सजावट केलेली आहे, ती बघा... सुनेला दागिने केले आहेत, ते बघायला अवश्य या.'

तेव्हा सण-उत्सवाच्या निमित्ताने एकमेकांमध्ये आपुलकी, जिव्हाळा निर्माण होतो. *आपण समजतो तितकी ही माणसं वाईट नाहीत,* हे आपल्या लक्षात येतं. त्यामुळे प्रेमही अंकुरायला लागतं. मुळात आपल्या मनात काही व्यक्तींबद्दल गैरसमज ठाण मांडून बसलेले असतात. त्यामुळे आपण त्याच मान्यतांच्या चष्म्यातून त्यांच्याकडे बघत असतो. आपण आपला चष्मा बदलायलाच तयार होत नाही. 'मीच बरोबर आहे,' असं गृहीत धरणं जेव्हा सोडलं जातं, तेव्हा नात्यांमध्ये नवप्रकाशाचा उदय होतो.

नवप्रकाशात नवा माणूस बघा

काळाप्रमाणे प्रत्येक व्यक्तीत बदल होत असतो. परंतु जेव्हा आपण एखाद्या व्यक्तीला भेटतो, तेव्हा आपल्या मनात त्या व्यक्तीची जुनी प्रतिमाच असते. तिचं जुनं परिचित रूपच त्या वेळी आपल्याबरोबर असतं. एखादी व्यक्ती शाळकरी वयात खोडकर वाटली असेल; तर मोठेपणीही ती व्यक्ती तशीच खोडकर असणार असं गृहीत धरायचं का? याचं उत्तर नकारार्थीच द्यावं लागेल. मधल्या काळात या व्यक्तीला वेगवेगळे अनुभव आले असतील. वाचनातून, जीवनाच्या टप्प्यांवर येणाऱ्या विविध अनुभवांतून तिच्या स्वभाववृत्तीत निश्चितच बदल घडून आला असणार, या नवीन दृष्टिकोनातून आपण तिच्याकडे बघायला हवं. प्रत्यक्षात घडतं काय, तर त्या व्यक्तीत काही परिवर्तन झालं असेल हे मानण्याची आपली तयारीच नसते. 'तो अजून तसाच खोडकर असणार,' असं आपण मनाशी गृहीत धरूनच चालतो. कधी काळी त्या व्यक्तीची आपल्या मनात असणारी जुनी प्रतिमाच घट्ट कवटाळून, आपण भूतकाळाच्या चष्म्यातूनच तिच्याकडे पाहतो. तिचं वर्तमानातील वर्तन पाहातच नाही.

एखादी व्यक्ती पहिल्यांदा भेटली तेव्हा जशी होती, तशीच ती आजही असणार असं जेव्हा आपण गृहीत धरतो तेव्हा नवीन, अद्ययावत, ताजं आणि तेज असं वास्तव बघण्याची आपली तयारी नसते. तर जुनं, कालबाह्य व जीर्णशीर्ण रूपच बघण्याची अपेक्षा मानवी मन बाळगत राहतं.

सासू-सुनेचं सजगतेचं नाटक

संक्रांतीच्या दिवशी सासूने सुनेवर रुसून शेजारच्या घरी जाऊन बसायचं, असा एक रिवाज आहे. सासू रुसण्याचं नाटक करते तर सून तिची मनधरणी करण्याचं. सून सासूला मनवण्यासाठी शेजारच्या घरी जाते. तेव्हा सासू लटका राग आणून तिला सांगते, 'जा, मी नाही येणार घरी.' त्यावर सून माफी मागण्याचं नाटक करून म्हणते, 'यापुढे अशी चूक माझ्या हातून घडणार नाही. तुम्ही आपल्या घरी चला.' खरंतर हे वाद-विवादाचं नाटक करत असताना दोघीही मनोमन त्याचा आनंद लुटत असतात. मीही नाटक करतेय आणि तीपण, हे दोघींनाही ठाऊक असतं. याला जाणीवपूर्वक नकारात्मक कृती (Negative practice with awareness) करणं असं म्हणतात. अशा कृतीतून त्यांचं नातं अधिक दृढ होतं.

सासू आणि सून यांच्यातलं हे नाटक त्यांच्या नात्यातील प्रेम वृद्धिंगत होण्यासाठी तयार करण्यात आलं आहे. जाणूनबुजून, सजगतेने त्यांनी भांडण केलं, परंतु त्याचा आनंदही घेतला. या नाटकाचा फायदा त्यांना पुढे होणार असतो. पुढे कधी जर त्यांच्यात खरोखरच एखाद्या गोष्टीवरून भांडण झालं, तर वादविवाद करताना, 'हे वाक्य म्हणजे संक्रातीचं नाटक नसून मी खरोखरच भांडण करत आहे... हे वाक्य मी सजग असताना बोलत आहे' याचं स्मरण होईल आणि दोघीही आपोआप भानावर येतील. त्यांच्यातील भांडण थांबेल.

एखाद्या व्यक्तीला नखं कुरतडण्याची सवय असते. तिची ती सवय घालवायची असल्यास, 'माझा हात आता माझ्या तोंडात जात आहे आणि मी नखं कुरतडणार आहे असं जाणीवपूर्वक स्वतःला बजावत नखं कुरतडण्याची क्रिया कर.' असं तिला पुनःपुन्हा करायला सांगा. त्याचा परिणाम काय होईल? दोन-तीन दिवसांतच हात जेव्हा नखं कुरतडण्यासाठी तोंडाकडे जाईल, तेव्हा, 'आपण हे काय करत आहोत,' असा प्रश्न पडून तिची आपसूकच या सवयीपासून सुटका होईल. अशा प्रकारे जाणीवपूर्वक प्रयत्न केले असता आपली कुठलीही वाईट सवय निश्चितच सुटू शकेल. सजगता ठेवून आपण जेव्हा काम करतो, तेव्हा योग्य तेच काम होऊ लागतं; अनावश्यक वा गैर असणारं आपोआपच नाहीसं होऊ लागतं.

सजगता आल्यावर आपण या क्षणी, वर्तमानात काय करत आहोत, ते आपल्याला स्पष्टपणे समजतं. आपल्या मनातील भावना, विचार, वाणी आणि क्रिया यांच्यापासून आपल्याला काय मिळणार आहे याची जाणीव असते. धूम्रपान करणारी व्यक्ती सिगारेट

ओढताना सजग झाली तर 'मी हे काय करत आहे? इतका मूर्खपणा माझ्या हातून कसा घडत आहे?' अशी बोचणी तिला लागणारच. पण त्याऐवजी जर ती जाणीवपूर्वक सिगारेट ओढत राहिली, तर तिची सवय सुटणे शक्य नाही!

कृपया स्मितहास्य करा

नातेसंबंधात सदैव जागरूकता ठेवण्यासाठी मनन करण्याची खूप गरज असते. आपलं मनन सातत्याने होत राहण्यासाठी अनेकविध सण, उत्सवांचं आयोजन करण्यात आलं आहे. महिना दोन महिन्यांच्या अंतराने हे सण, उत्सव येत असतात आणि नात्यांमधील गोडवा कायम राखला जातो. या व्यवस्थेमुळे आपले नातेसंबंध मधुर होतात. आपण त्या माधुर्याचा आस्वाद घेतलेला असल्याने सर्वांशी गोड बोलू लागतो. त्यामुळे औपचारिकपणे, तोंडदेखलं 'गोड गोड बोला,' असं म्हणण्याची पाळी येत नाही.

आपल्याला 'गोड गोड बोला' असं म्हणावं लागतं याचाच अर्थ, आपण गोड बोलणं विसरून गेलोय असा होतो. कृपया हसा (स्माइल प्लीज) असं आपण जेव्हा म्हणतो, म्हणजेच आपण स्वाभाविकपणे हसणं विसरून गेलो आहोत. ज्यांचे चेहरे सदैव गंभीर आणि आखडलेले असतात, त्यांना पुनश्च हसण्याची तसेच प्रेमाची आठवण करून देणं आवश्यक ठरतं. सध्या गावोगाव हास्य मंडळं (हास्यक्लब्ज) का वाढत आहेत? कारण चेहऱ्यावर सहजगत्या हास्यच दिसत नाही. 'स्माइल प्लीज' यांसारखे फलक जेव्हा दिसतात, तेव्हा आपण हसण्याची सवय विसरत चाललोय किंवा विसरण्याची शक्यता आहे, हे लक्षात येतं.

नातेसंबंधात आदर बाळगणं, आशीर्वाद घेणं आज कमी कमी होऊ लागलंय. त्यामुळे आदरभाव आणि आशीर्वाद यांचंही विस्मरण घडण्याचा धोका संभवतो. नातेसंबंधाबाबत ज्या चुकीच्या समजुती आणि शक्यता आहेत, त्या दूर होऊन मुळात योग्य शक्यता प्रकटाव्यात, हाच नवा प्रकाशझोत होय. हा प्रकाशझोत टाकण्यासाठी जीवन जगण्याची योग्य ती पद्धत आत्मसात करायला हवी.

अध्याय ३०

समाजाशी असलेले संबंध - सोनेरी नियम

जे आपण आहात

माणूस हा एक सामाजिक प्राणी आहे. समाजात राहूनच तो विकास साधू शकतो. परंतु आज समाज कशाला म्हणायचे?

जातीवरून किंवा संप्रदायावरून समाज मानायचा का? समाजाला या तत्त्वांपासून दूर ठेवायला हवे. खऱ्या समाजाची बांधणी चेतनेच्या उच्च स्तरामुळेच होते.

'समाज' या शब्दाचा व्यापक अर्थ येथे घेतला आहे. त्यामध्ये आपलं कुटुंब तर आहेच, त्याशिवाय आपले शेजारी, नातेवाईक, वरिष्ठ अधिकारी, आपल्या कार्यालयातील सहकारी, आपले मित्र आणि हितचिंतक हे सर्व समाजाचा भाग आहेत. आपले सामाजिक संबंध सुधारावेत असं वाटत असल्यास एक सोनेरी नियम जाणून घेऊन त्याचा वापर करायला हवा. तसे केल्याने आपले सामाजिक संबंध खरोखरच सौहार्दपूर्ण होऊ शकतील.

नातेसंबंधातील हा सोनेरी नियम श्रीकृष्ण, गुरू नानक, येशू ख्रिस्त, महंमद पैगंबर, भगवान बुद्ध, भगवान महावीर या सर्वांनी सांगितला आहे. परंतु त्याचा नेमका अर्थ आपल्यापर्यंत पोहोचेस्तोवरच हरवला आहे. त्यातले काही शब्द लुप्त झाले आहेत. वास्तवात लुप्त झालेल्या शब्दातच खरं ज्ञान होतं. त्या शब्दांतच त्या नियमाचा सत्यार्थ सामावलेला होता. ते शुद्ध होतं, संपूर्ण होतं. ते लुप्त झालेलं ज्ञान आज पुन्हा प्रकट होणं आवश्यक आहे. ते लुप्त झालेलं ज्ञान आपल्याला परत मिळालं, तर तो सोनेरी नियम योग्यप्रकारे काम करेल.

'आपल्याबरोबर लोकांनी जसा व्यवहार करावा असे वाटते, तसा व्यवहार आपण लोकांशी करावा,' हा तो सुवर्ण नियम (Golden Rule) आहे. हा सर्वांनाच समजण्यासारखा सोपा नियम आहे. लोकांनी आपल्याशी आदराने बोलावं असं वाटत असल्यास आपण लोकांशी आदराने बोलावं. लोकांबद्दल आदर बाळगावा. लोकांनी आपलं बोलणं ऐकावं असं वाटत असल्यास आपणही त्यांचं बोलणं ऐकावं. लोकांनी आपल्याला मदत करावी अशी आपली इच्छा असेल, तर आपणही लोकांना मदत करण्यास सुरुवात करावी. हे सर्व अत्यंत सोपं आणि तर्कसंगत वाटतं. परंतु यात एक दुवा निखळलेला आहे, त्यामुळे त्या शब्दांचा योग्य तो परिणाम मिळू शकत नाही. वास्तविक सोनेरी नियम (Golden Rule) असा आहे–

'लोगों के साथ ऐसा व्यवहार करें,
जैसा आप चाहते हैं कि
लोग आपसे जो आप हैं, व्यवहार करें'

या नियमाचा अर्थ, लोकांना ते शरीरच आहेत असे समजून त्यांच्याशी व्यवहार केला जातो.

राजाशी व्यवहार करताना तो भिकारी आहे असे समजून व्यवहार केला तर राजाने काय करावं? पण लोकांच्या गैरसमजाखातर तो आपलं अस्सल रूप विसरायला तयार होत नाही. तो राजा बनूनच आपल्या प्रजेची काळजी घेईल.

स्वतःला जाणून घेतल्यानंतर समोरच्या व्यक्तीलाही आपण त्याच प्रकारे पाहू लागाल, जाणू लागाल तरच सोनेरी नियम काम करू लागेल. कारण हा नियम सर्वांना उपयुक्त ठरतो. हा अगदी सोपा, सुंदर आणि सरळ नियम आहे, परंतु त्याचा नेमका आशय आज लुप्त झाला आहे.

हा नियम समजण्यासाठी प्रथम, मी कोण आहे आणि मी जो आहे त्याच्याशी (म्हणजे माझ्याशी) लोक व्यवहार करत आहेत तो कसा असायला हवा, हे जाणून घ्यायला हवं. मला जर स्वतःची ओळख पटली असेल, तर माझ्याशी याप्रकारे व्यवहार करा असे मी सांगू शकेन. तू खूपच स्मार्ट आहेस असं कोणी एखाद्याला म्हटलं तर ऐकणारा अत्यंत खूश होतो आणि तू अगदी मूर्ख आहेस असं जर म्हटलं तर त्याला दुःख होतं. असं का? कारण आपण कोण आहोत, हेच आपल्याला ठाऊक नसतं. आपण स्वतःला जाणलेलं नसतं. मग जर स्वतःलाच जाणलं नसेल, तर समोरच्याला कसं जाणू शकाल?

सोनेरी नियम न जाणल्यामुळे आपण नेहमी दुसऱ्याकडून काही न काही प्रोत्साहन, प्रेरणा घेऊन जीवन जगत राहाल. आकांक्षा पूर्ण झाल्या तरच आपण खूश व्हाल, नाहीतर आयुष्यभर दुःखी.

येथे या टप्प्यावर 'मी स्मार्ट नाही, मी मूर्ख नाही, मी बुद्धी नाही, मी मन नाही, मी केवळ खूशच नाही तर खुशी म्हणजेच आनंदाचा स्रोत आहे' हे सत्यज्ञान आपल्याला होईल.

या सत्याचं ज्ञान जेव्हा आपल्याला होईल, तेव्हा इतरांशी आपला व्यवहार योग्य समज ठेवून होईल. समोरच्या व्यक्तीला हे ज्ञान असो वा नसो, त्यामुळे आपल्याला काही फरक पडणार नाही. त्या व्यक्तीला आपण समजेसहच प्रतिसाद द्याल. कारण वास्तवात आपण कोण आहोत, हे आपल्याला ज्ञात आहे.

'लोकांनी आपल्याशी जसा व्यवहार करावा अशी आपली इच्छा असते, तसाच व्यवहार आपण लोकांशी करावा'. याचाच अर्थ, समोरच्या माणसाचं खरं स्वरूप जाणून तिच्याबरोबर व्यवहार करा. समोरचा माणूस म्हणजे शरीर नव्हे, तर त्याच्या आत बोलणारा कोण आहे हे जेव्हा आपल्याला ज्ञात होईल, तेव्हा आपला व्यवहार योग्यप्रकारे होईल.

हा सोनेरी नियम वाचल्यावर तो अत्यंत कठीण आहे, तो आचरणात आणणं आपल्याला कदाचित जमणार नाही, असं क्षणभर आपल्याला वाटेल. परंतु जेव्हा आपण याचा उपयोग कराल, तेव्हा हा नियम आपला सहज स्वभाव असल्याने सोपा वाटेल. आपल्याच स्वभावानुसार जगण्यासाठी कोणाला काही कष्ट करावे लागत नाहीत. आपण जेव्हा आपल्या 'स्व'भावाविरुद्ध काम करतो, तेव्हा हा सोनेरी नियम आठवत राहणं आवश्यक आहे.

सोनेरी नियम बुद्धी आणि मनाला पटत नाही; परंतु हृदयाला मात्र 'हा नियम सत्य आहे' असंच वाटतं. याचाच अर्थ आपल्याला या गोष्टी अंतर्यामी कुठेतरी स्पर्श करत आहेत असा होतो. आजवर 'आपण वास्तवात जे नाही' त्या खोट्या स्वरूपाबद्दल खूप विचार करत आलोय. परंतु आज प्रथमच आपण जे आहोत त्याबद्दल विचार करण्याची वेळ आली आहे. (आपण कोण, हे समजावून घेण्यासाठी वॉव पब्लिशिंग्ज् द्वारा प्रकाशित 'ईश्वर कोण मी कोण' आणि 'संपूर्ण ध्यान' या पुस्तकांचा लाभ घ्यावा)

आपण जेव्हा बेहोशीतून बाहेर पडू, तेव्हा आपल्याला 'स्व'चे ज्ञान होईल आणि सोनेरी नियमानुसार जीवन जगणं खूप सुलभ वाटेल. नातेसंबंधात हा नियम आपल्याला अत्यंत उपयोगी पडेल.

आज हा सोनेरी नियम प्रत्यक्षात पूर्ण होऊन प्रकटला आहे, *'लोगों के साथ ऐसा व्यवहार करें, जैसा आप चाहते हैं कि लोग आपसे **जो आप हैं** व्यवहार करें'* याचाच अर्थ, या नियमातील 'आपण जे आहात' हे महत्त्वपूर्ण शब्द लुप्त झाल्यामुळे लोकांना त्याचे परिणाम मिळेनासे झाले.

या नियमाप्रमाणे आचरण केल्यास आपले नातेसंबंध सुधारतील, नात्यांत माधुर्य आणि प्रेम वाढेल. सगळ्यांच्या बाबतीत होणारा आपला व्यवहार निश्चितच आदरयुक्त असेल शिवाय आपल्याला सर्वांकडून सहकार्य मिळेल ते वेगळंच!

'सरश्रीं'द्वारे रचित इतर पुस्तकं

पृष्ठसंख्या : १८४
मूल्य : ₹ १८०

Also available in Hindi

सुगंध नात्यांचा
सोनेरी नियमाची किमया

नात्यांची वीण घट्ट करणारा, प्रत्येक नातं खुलवणारा आणि घराला स्वर्ग बनवणारा सोनेरी नियम तुम्हाला गवसणार आहे. हे केवळ पुस्तक नसून आयुष्यातील नातेसंबंध समृद्ध करणारं साक्षात ज्ञानामृतच! या पुस्तकाच्या निमित्ताने, तुम्ही प्रवास कराल वादविवादाकडून सुसंवादाकडे, नकारात्मक भावनेकडून उमेदपूर्ण उत्साहाकडे आणि नात्यांमधील पोकळपणापासून प्रेम, आनंद आणि शांतीकडे!

पृष्ठसंख्या : २००
मूल्य : ₹ २५०

Also available in Hindi

कुसंस्कारातून मुक्तीची १० सूत्रं
मोठ्यांसाठी गर्भसंस्कार

प्रस्तुत ग्रंथ सत्यवान-सावित्रीच्या कथेवर आधारित असून ही नव्या युगाची कहाणी आहे. नियती प्रथम मनुष्याला सत्यापासून दूर करते, वियोग घडवते आणि मग पुनर्मिलन करते. त्यानंतरच बनते एक अमर कहाणी! मनुष्याच्या जीवनात दु:खच आलं नसतं, तर सुखाचं महत्त्व आपण कसं जाणू शकलो असतो? जसं, आकाशात तळपणाऱ्या सूर्याला जेव्हा अचानक काळे ढग झाकोळतात, तेव्हा कुठे त्याचं अस्तित्व आपण समजू शकतो. ही गोष्ट जर सदैव स्मरणात राहिली तर आपण दु:खातदेखील आनंदरूपी नौकेत विहार करू शकाल.

पृष्ठसंख्या : २४८
मूल्य : ₹ १८०

Also available in Hindi

आजची स्त्री
आत्मनिर्भर कशी बनेल

स्त्री हा समाजाचा मूलभूत घटक... नवी पिढी घडवणारा, कुटुंबव्यवस्थेला आकार देणारा, घराघरात सुसंवाद राखणारा... समाजात स्त्रीचं स्थान जितकं महत्त्वाचं, आदराचं, तितका तो समाज सभ्य, सुसंस्कृत. कन्या, माता, भगिनी, सखी, पत्नी अशा अनेक रुपात ती जिव्हाळ्याची भूमिका पार पाडत असते... स्त्रीमुळे नातेसंबंधात एक वेगळीच मृदुता, ऋजुता, जिव्हाळा आणि प्रेम उत्पन्न होतं...

मधुर नात्यांकडे वाटचाल ♦ १९२

एक अल्प परिचय
सरश्री

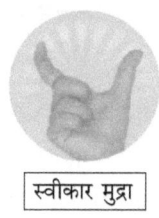

स्वीकार मुद्रा

सरश्रींचा आध्यात्मिक शोधाचा प्रवास त्यांच्या बालपणापासूनच सुरू झाला होता. हा शोध सुरू असतानाच त्यांनी अनेक प्रकारच्या पुस्तकांचं अध्ययन केलं. त्याचबरोबर या शोधकाळात त्यांनी अनेक ध्यानपद्धतींचा अभ्यासही केला. त्यांच्यातील या जिज्ञासेने त्यांना अनेक वैचारिक आणि शैक्षणिक संस्थांमध्ये जाण्यासाठी प्रेरित केलं. जीवनाचं रहस्य समजण्यासाठी त्यांनी **प्रदीर्घ काळ मनन करून आपलं शोधकार्य सातत्याने सुरू ठेवलं. या शोधातूनच त्यांना 'आत्मबोध' प्राप्त झाला.** आत्मसाक्षात्कारानंतर त्यांना जाणवलं, की **अध्यात्माचा प्रत्येक मार्ग ज्या शृंखलेने जोडलेला आहे, तो म्हणजे 'समज'** (Understanding). आत्मबोधप्राप्तीनंतर त्यांनी अध्यापनाचं कार्य थांबवलं आणि जवळ जवळ दोन दशकांहूनही अधिक काळ आपलं समस्त जीवन मानवजातीच्या कल्याणासाठी आणि आध्यात्मिक विकासासाठी अर्पण केलं.

सरश्री म्हणतात, ''सत्यप्राप्तीच्या सर्व मार्गांचा प्रारंभ जरी वेगवेगळ्या मार्गांनी होत असला, तरी सर्वांचा अंत मात्र एकच समज प्राप्त केल्याने होतो. ही **'समज'च सर्व काही असून ती स्वतःमध्ये परिपूर्ण आहे.** आध्यात्मिक ज्ञानप्राप्तीसाठी या 'समजे'चं श्रवणच पुरेसं आहे.'' ही समज प्रकाशमान करण्यासाठी आजपर्यंत त्यांनी **आध्यात्मिक विषयांवर तीन हजारांहून अधिक प्रवचनं दिली आहेत.** या प्रवचनांद्वारे ते अध्यात्मातील अतिशय गहन संकल्पना सहज, सुलभ आणि व्यावहारिक भाषेत समजावून सांगतात. समाजातील प्रत्येक स्तरावरील मनुष्य सरश्रींद्वारे सांगितल्या जाणाऱ्या या समजेचा लाभ घेऊ शकतो.

ही समज प्रत्येकाला आपल्या अनुभवातून प्राप्त व्हावी, यासाठी सरश्रींनी **'महाआसमानी परमज्ञान शिबिर'** आणि त्यासाठी आवश्यक असणारी कार्यप्रणाली (सिस्टिम) तयार केली. **तिचा लाभ आज लाखो लोक घेत आहेत.** या प्रणालीला आय.एस.ओ. (ISO 9001:2015) प्रमाणपत्रही लाभलंय. या प्रणालीमुळेच अनेकांना सत्यमार्गावर वाटचाल करण्याची प्रेरणा मिळाली आहे. या समजेचा प्रचार आणि प्रसार करण्यासाठी त्यांनी 'तेजज्ञान फाउंडेशन' या आध्यात्मिक संस्थेचा पाया रचला. 'हॅपी

थॉट्सद्वारे उच्चतम विकसित समाजाची निर्मिती करणे,' हेच या संस्थेचं मुख्य उद्दिष्ट आहे.

विश्वातील प्रत्येक मनुष्य आज सरश्रींच्या मार्गदर्शनाचा लाभ घेऊ शकतो. त्यासाठी कोणत्याही धर्म, जात, उपजात, वर्ण, पंथ वा लिंग यांचं बंधन नसतं. विश्वाच्या प्रत्येक कानाकोपऱ्यांतील लोक आज 'तेजज्ञान'च्या अनोख्या ज्ञानप्रणालीचा (System for Wisdom) लाभ घेत आहेत. याच व्यवस्थेचा आणखी एक महत्त्वपूर्ण भाग म्हणजे, **दररोज सकाळी आणि रात्री ९ वाजून ९ मिनिटांनी लाखो लोक विश्वशांतीसाठी प्रार्थना करत आहेत.**

बेस्ट सेलर पुस्तक 'विचार नियम' शृंखलेचे रचनाकार म्हणूनही सरश्रींना ओळखलं जातं. **केवळ पाच वर्षांच्या कालावधीत या पुस्तकाच्या १ कोटीपेक्षा अधिक प्रती** वितरित झाल्या आहेत. याशिवाय आजवर त्यांनी विविध विषयांवर **१०० हून अधिक पुस्तकं लिहिली** आहेत. त्यांपैकी 'विचार नियम', 'स्वसंवाद एक जादू', 'शोध स्वतःचा', 'स्वीकाराची जादू', 'निःशब्द संवाद एक जादू', 'संपूर्ण ध्यान' इत्यादी पुस्तकं बेस्ट सेलर झाली आहेत. ही पुस्तकं दहापेक्षा अधिक भाषांमध्ये अनुवादित असून, पेंगुइन बुक्स, हे हाउस पब्लिशर्स, जैको बुक्स, मंजुळ पब्लिशिंग हाउस, प्रभात प्रकाशन, राजपाल ॲण्ड सन्स, पेंटागॉन प्रेस आणि सकाळ प्रकाशन इत्यादी प्रमुख प्रकाशन संस्थांद्वारे ती प्रकाशित झाली आहेत.

तेजज्ञान फाउंडेशन परिचय

तेजज्ञान फाउंडेशन आत्मविकासातून आत्मसाक्षात्कार प्राप्त करण्याचा एक मार्ग आहे. यासाठी सरश्रींद्वारा एक अनोखी बोधप्रणाली (System for Wisdom) निर्माण झाली आहे. या प्रणालीला आंतरराष्ट्रीय प्रमाणपत्राद्वारे ISO 9001:2015च्या आवश्यकतेनुसार आणि निकष पडताळून सरळ, व्यावहारिक आणि प्रभावी बनवलं गेलं आहे.

या संस्थेच्या प्रबोधनपद्धतीच्या भिन्न पैलूंना (शिक्षण, निरीक्षण आणि गुणवत्ता) स्वतंत्र गुणवत्ता परीक्षकांद्वारे (Quality Auditors) क्रमबद्ध पद्धतीने पडताळलं गेलं. त्यानंतर या पैलूंना ISO 9001:2015 साठी पात्र समजून या बोधपद्धतीला हे प्रमाणपत्र प्रदान करण्यात आलं.

या फाउंडेशनचे लक्ष्य आहे नकारात्मक विचारांकडून सकारात्मक विचारांकडे वाटचाल. सकारात्मक विचारांकडून शुभ विचारांकडे म्हणजे हॅपी थॉट्सकडे प्रगती. शुभ विचारांकडून निर्विचार अवस्थेकडे मार्गक्रमण आणि निर्विचार अवस्थेच्या अंती आत्मसाक्षात्कार प्राप्ती. 'मी सर्व विचारांपासून मुक्त व्हावे' हा विचार म्हणजे शुभ विचार (हॅपी थॉट्स). 'मी प्रत्येक इच्छेपासून मुक्त व्हावे', अशी इच्छा म्हणजे शुभ इच्छा.

तेजज्ञान म्हणजे ज्ञान व अज्ञान या दोहोंच्या पलीकडचे ज्ञान. पुष्कळ लोक सामान्य ज्ञानाच्या (General Knowledge) माहितीलाच ज्ञान मानतात. परंतु अस्सल ज्ञान आणि नुसती माहिती यांत फार मोठे अंतर आहे. आजमितीला लोक सामान्य ज्ञानाच्या उत्तरांनाच जास्त महत्त्व देतात. अशा ज्ञानाचे विषय म्हणजे कर्म आणि भाग्य, योग आणि प्राणायाम, स्वर्ग आणि नरक इत्यादी. आजच्या युगात सामान्यज्ञान प्राप्त करणारे लोक, शिक्षक मोठ्या प्रमाणावर आहेत; परंतु हे ज्ञान ऐकून जीवनात परिवर्तन घडून येत नाही. असे ज्ञान म्हणजे केवळ बुद्धिविलास आहे किंवा अध्यात्माच्या नावावर चाललेला बुद्धीचा व्यायाम आहे.

सर्व समस्यांवरील उपाय आहे तेजज्ञान. क्रोध, चिंता आणि भय यांपासून मुक्त जीवन म्हणजे तेजज्ञान. शारीरिक, मानसिक, सामाजिक, आर्थिक आणि आध्यात्मिक प्रगतीचा, सर्वांगीण प्रगतीचा मार्ग आहे तेजज्ञान. तेजज्ञान आपल्या अंतरंगात आहे. येथे या आणि या गोष्टीचा अनुभव घ्या.

आपल्याला असे ज्ञान हवे आहे, की जे सामान्य ज्ञानापलीकडे आहे, जे प्रत्येक समस्येवरील उत्तर आहे, जे प्रत्येक समजुतीपासून, गृहीत धारणांपासून आपल्याला मुक्त करते,

ईश्वरी साक्षात्कार घडविते, अंतिम सत्यात स्थापित करते. आता वेळ आली आहे शाब्दिक, सामान्यज्ञानातून बाहेर येऊन तेजज्ञानाचा अनुभव घेण्याची!

आजवर जप-तप, तंत्र-मंत्र, कर्म-भाग्य, ध्यान-ज्ञान, योग-भक्ती असे अनेक मार्ग अध्यात्मात सांगितले आहेत. या सर्व मार्गांनी प्राप्त होणारी अंतिम समज, अंतिम ज्ञान, बोध एकच आहे. अंतिम सत्याच्या शोधकाला, साधकाला शेवटी जी एकच 'समज' प्राप्त होते, ती 'समज' श्रवणानेसुद्धा प्राप्त होऊ शकते. अशा समजप्राप्तीसाठी श्रवण करणे यालाच तेजज्ञान प्राप्त करणे म्हटले गेले आहे. तेजज्ञानाच्या श्रवणाने सत्याचा साक्षात्कार घडतो, ईश्वरीय अनुभव मिळतो. हेच तेजज्ञान सरश्री महाआसमानी शिबिरात प्रदान करतात.

महाआसमानी परमज्ञान
शिबिर परिचय आणि लाभ (निवासी)

तुम्हाला सर्वोच्च आनंद हवाय? असा आनंद, जो कोणत्याही बाह्य कारणावर अवलंबून नाही... जो प्रत्येक क्षणी वृद्धिंगत होतो. या जीवनात तुम्हाला प्रेम, विश्वास, शांती, समृद्धी आणि परमसंतुष्टी हवी आहे का? शारीरिक, मानसिक, सामाजिक, आर्थिक आणि आध्यात्मिक अशा आयुष्याच्या सर्व स्तरांवर यशस्वी होण्याची तुमची इच्छा आहे का? 'मी कोण आहे' हे तुम्हाला अनुभवाने जाणावंसं वाटतं का?

तुमच्या अंतर्यामी अशा सर्व प्रश्नांची उत्तरं जाणण्याची इच्छा आणि 'अंतिम सत्य' प्राप्त करण्याची तृष्णा असेल, तर तेजज्ञान फाउंडेशनतर्फे आयोजित 'महाआसमानी शिबिरा'त तुमचं स्वागत आहे. हे शिबिर सरश्रींच्या मार्गदर्शनावर आधारित आहे. सरश्री, आजच्या युगातील आध्यात्मिक गुरू असून, ते आजच्या लोकभाषेत अत्यंत सहजपणे आध्यात्मिक समज प्रदान करतात.

महाआसमानी परमज्ञान शिबिराचा उद्देश : विश्वातील प्रत्येक मनुष्यानं 'मी कोण आहे', या प्रश्नाचं उत्तर जाणून तो सर्वोच्च आनंदाच्या अवस्थेत स्थापित व्हावा, हाच या शिबिराचा मुख्य उद्देश आहे. प्रत्येकाला असं ज्ञान प्राप्त व्हावं, जेणेकरून त्यानं प्रत्येक क्षणी वर्तमानात जगण्याची कला आत्मसात करावी. तो भूतकाळाचं ओझं आणि भविष्याची चिंता यांतून मुक्त व्हावा. प्रत्येकाच्या आयुष्यात कधीही न संपणारा आनंद आणि योग्य समज यावी. शिवाय, प्रत्येकानं समस्या विलीन करण्याची कला आत्मसात करावी. थोडक्यात, मनुष्यजन्माचा उद्देश सफल व्हावा, हाच या शिबिराचा उद्देश आहे.

'मी कोण आहे? मी येथे का आहे? मोक्ष म्हणजे काय? या जन्मातच मोक्षप्राप्ती शक्य आहे का?' असे प्रश्न जर तुमच्या मनात असतील, तर त्यांवरील उत्तर आहे- 'महाआसमानी परमज्ञान शिबिर'.

महाआसमानी परमज्ञान शिबिराचे मुख्य लाभ : वास्तविक या शिबिराचे लाभ तर असंख्य आहेत; पण त्यांपैकी मुख्य लाभ पुढीलप्रमाणे- * जीवनात शक्तिशाली ध्येय निश्चित होतं *'मी कोण आहे' हे अनुभवाने जाणता येतं (सेल्फ रियलायजेशन) *मनाचे सर्व विकार विलीन होतात. *भय, चिंता, क्रोध, बोरडम, मोह, तणाव या नकारात्मक बाबींतून मुक्ती *प्रेम, आनंद, मौन, समृद्धी, संतुष्टी, विश्वास अशा दिव्य गुणांशी युक्ती *साधं, सरळ पण शक्तिशाली जीवन जगता येतं *प्रत्येक समस्येचं निराकरण करण्याची कला प्राप्त होते *'प्रत्येक क्षणी वर्तमानात जगणं' हा तुमचा स्वभाव बनतो * आपल्यातील सर्व सकारात्मक शक्यता खुलतात *याच जीवनात मोक्षप्राप्ती होते

महाआसमानी परमज्ञान शिबिरात सहभागी कसं व्हाल? या शिबिरात सहभागी होण्यासाठी तुम्हाला खालील बाबींची पूर्तता करायची आहे-

१) तुमचं वय कमीत कमी अठरा किंवा त्यापेक्षा अधिक असायला हवं.

२) सर्वप्रथम तुम्हाला 'सत्य-स्थापना' (फाउंडेशन ट्रुथ रिट्रीट) शिबिरात सहभागी व्हावं लागेल. या शिबिरात, तुम्ही प्रामुख्यानं दोन बाबी शिकाल- प्रत्येक क्षणी वर्तमानात जगण्याची कला कशी आत्मसात करावी आणि निर्विचार अवस्था कशी प्राप्त करावी.

३) प्राथमिक स्तरावर तुम्हाला काही प्रवचनं ऐकायची असून, त्यांतून तुम्ही मूलभूत समज आत्मसात कराल आणि महाआसमानी शिबिरात प्रवेश करण्यासाठी तयार व्हाल.

हे शिबिर साधारणपणे एक-दोन महिन्यांच्या अंतराने आयोजित करण्यात येतं. यात हजारो सत्यशोधक सहभागी होतात. या शिबिराची तयारी दोन पद्धतींनी करू शकता. पहिली पद्धत- मनन आश्रम, पुणे येथे ५ दिवसीय शिबिरात भाग घेऊ शकता. दुसरी पद्धत- तेजज्ञान फाउंडेशनच्या जवळच्या सेंटरवर जाऊन सत्यश्रवणाद्वारेही करू शकता. महाराष्ट्रात अहमदनगर, सातारा, औरंगाबाद, नाशिक, नागपूर, वर्धा, अमरावती, चंद्रपूर, यवतमाळ, कोल्हापूर, सांगली, रत्नागिरी, लातूर, बीड, नांदेड, परभणी, पनवेल, मुंबई, ठाणे, सोलापूर, पंढरपूर, जळगाव, अकोला, बुलढाणा, धुळे, भुसावळ आणि महाराष्ट्राबाहेर सुरत, अहमदाबाद, बडोदा, नवी दिल्ली, बेंगलुरू, बेळगाव, धारवाड, रायपूर, भुवनेश्वर, कोलकाता, रांची, लखनौ, कानपूर, चंदीगढ, जयपूर, चेन्नई, पणजी, म्हापसा, भोपाळ, इंदोर, इटारसी, हर्दा, विदिशा, बुऱ्हाणपूर या ठिकाणी महाआसमानी शिबिराची पूर्वतयारी करू शकता.

तेजज्ञान फाउंडेशनमध्ये उपलब्ध असणाऱ्या सरश्रीलिखित पुस्तकांचं वाचन करून तुम्ही या शिबिराची पूर्वतयारी करू शकता. याशिवाय, तुम्ही रेडिओ किंवा यू ट्युबवरील सरश्रींच्या प्रवचनांचा लाभही घेऊ शकता. पण लक्षात घ्या, पुस्तकांतील ज्ञान, रेडिओ आणि यू ट्युबवरील प्रवचनं म्हणजे 'तेजज्ञानाची तोंडओळख' आहे; 'संपूर्ण तेजज्ञान' मुळीच नाही. तुम्ही महाआसमानी शिबिरात सहभागी होऊनच तेजज्ञानाचा आनंद घेऊ शकता. तेव्हा आगामी महाआसमानी शिबिरात सहभागी होण्यासाठी आजच संपर्क करा- 09921008060/75, 9011013208

महाआसमानी परमज्ञान शिबिरस्थान : हे शिबिर पुण्यातील मनन आश्रम येथे आयोजित केलं जातं. येथे तुमच्या निवासाची आणि भोजनाची व्यवस्था केली जाते. तुम्हाला काही शारीरिक व्याधी असतील आणि त्यासाठी जर तुम्ही नियमितपणे औषधं घेत असाल, तर शिबिरात येताना ती सोबत बाळगावीत. शिवाय, वातावरणानुसार गरम कपडे, स्वेटर, ब्लँकेटही आणावं.

पुणे शहरापासून १७ किलोमीटर अंतरावर अत्यंत निसर्गरम्य परिसरात मनन आश्रम वसलेला आहे. आश्रमात महिला आणि पुरुष यांच्या निवासाची स्वतंत्र व्यवस्था असून येथे जवळपास ८०० लोकांच्या राहण्याची व्यवस्था आहे. आपण हवाईमार्ग, हायवे किंवा रेल्वे अशा कोणत्याही मार्गाने पुण्यात येऊ शकता.

मनन आश्रम : मनन आश्रम, पुणे, सर्व्हे नं. ४३, सणस नगर, नांदोशी गाव, किरकटवाडी फाटा, तालुका- हवेली, जिल्हा-पुणे-४११०२४. फोन : 09921008060

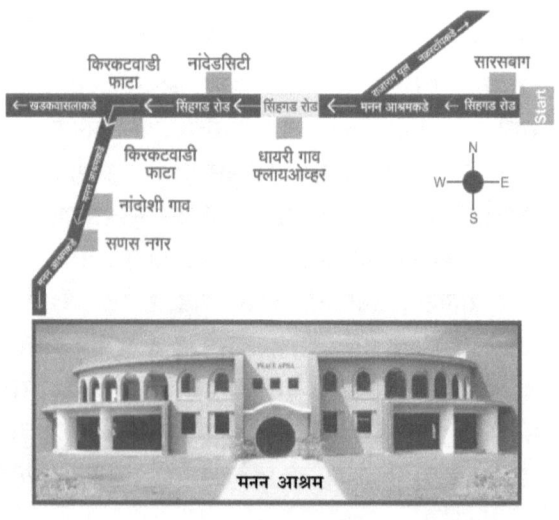

← मनन आश्रमकडे
मनन आश्रम

तेजज्ञान इंटरनेट रेडिओ

तेजज्ञान इंटरनेट रेडिओद्वारे २४ तास ३६५ दिवस, सरश्रींच्या प्रवचन आणि भजनांचा लाभ घ्या. त्यासाठी पाहा लिंक -
http://www.tejgyan.org internetradio.aspx

विविध भारती F.M. वर दर रविवारी सकाळी १०:०५ ते १०:१५ वा.

नोट : या कार्यक्रमांच्या वेळेत बदल झाल्यास नोंद ठेवावी.

www.youtube.com/tejgyan च्या साहाय्यानेदेखील सरश्रींच्या प्रवचनांचा लाभ घेऊ शकता.
For online shoping visit us - www.tejgyan.org,
www.gethappythoughts.org

आपणास हवी असलेली पुस्तकं घरपोच मिळण्यासाठी मनीऑर्डर पाठवा. ही पुस्तकं आमच्या खर्चाने रजिस्टर्ड पोस्ट, कुरिअर आणि व्ही.पी.पी.द्वारे पाठवली जातील. त्यासाठी खालील पत्त्यावर संपर्क साधावा.

वॉव पब्लिशिंग्ज् प्रा. लि.

*रजिस्टर्ड ऑफिस : E- 4, वैभव नगर, तपोवनमंदिराजवळ, पिंपरी, पुणे -४११०१७
* पोस्ट बॉक्स नं. ३६, पिंपरी कॉलनी, पोस्ट ऑफिस, पिंपरी-पुणे - ४११०१७
फोन नं. : 09011013210 / 9623457873
आपण पुस्तकांची ऑर्डर ऑनलाईनही देऊ शकता.
लॉग इन करा - www.gethappythoughts.org
५०० रुपयांहून अधिक किमतीची पुस्तकं मागवल्यास १०% सूट मिळेल आणि डिलिव्हरी फ्री.

मधुर नात्यांकडे वाटचाल ♦ १९९

तेजज्ञान फाउंडेशनच्या मुख्य शाखा

● **पुणे :** (रजिस्टर्ड ऑफिस)
विक्रांत कॉम्प्लेक्स, तपोवन मंदिराजवळ,
पिंपरी, पुणे : 411 017.
फोन : (020) 27412576, 27411240

● **मनन आश्रम :**
सर्व्हे नं. ४३, सणस नगर, नांदोशी गांव,
किरकटवाडी फाटा, तालुका : हवेली,
जि. पुणे : 411 024. फोन : 09921008060

e-books

The Source ● Complete Meditation ● Ultimate Purpose of Success ● Enlightenment ● Inner Magic ● Celebrating Relationships ● Essence of Devotion ● Master of Siddhartha ● Self Encounter and many more.
Also available in Hindi at gethappythoughts.org

Free apps

U R Meditation & Tejgyan Internet Radio on all platforms like Android, iPhone, iPad and Amazon

e-magazines

'Yogya Aarogya' & 'Drushtilakshya'
emagazines available on www.magzter.com

e-mail

mail@tejgyan.com

Website

www.tejgyan.org, www.gethappythoughts.org

✱ **नम्र निवेदन** ✱

विश्वशांतीसाठी लाखो लोक दररोज सकाळी
आणि रात्री ९:०९ मिनिटांनी प्रार्थना करत आहेत.
कृपया, आपणही यामध्ये सहभागी व्हा.

मधुर नात्यांकडे वाटचाल ♦ २००

www.ingramcontent.com/pod-product-compliance
Lightning Source LLC
LaVergne TN
LVHW040143080526
838202LV00042B/3012
* 9 7 8 8 1 8 4 1 5 3 5 6 9 *